വൃത്തം ഭേദിച്ച വനിതകൾ

Vritham bhedhicha vanithakal
Study

K Rama,
P K Sivadas,
K Anaswara

CHINTHA PUBLISHERS
Thiruvananthapuram

First Edition
August 2021

Published
Chintha Publishers, Thiruvananthapuram

Typesetting
Star Communications, Thiruvananthapuram

Cover Design
Vinod Mangoes

ISBN : 978-93-90301-70-6

CO - 3013 / 5513

Email: chinthapublishers@gmail.com
Website: www.chinthapublishers.com

Distribution
DESHABHIMANI BOOKHOUSE
H O Thiruvananthapuram 695035

Branch
Head Office Kunnukuzhi • Statue Thiruvananthapuram • KSRTC Bus Station Thiruvananthapuram
KSRTC Bus Station Alappuzha • KSRTC Bus Station Ernakulam • Machingal Lane Thrissur • IG Road Kozhikode • Mavoor Road Kozhikode • NGO Union Building Kannur • Central Bus Terminal Complex Thavakkara Kannur

വൃത്തം ഭേദിച്ച വനിതകൾ

കെ രമ
പി കെ ശിവദാസ്
കെ അനശ്വര

ചിന്ത പബ്ലിഷേഴ്സ്
തിരുവനന്തപുരം-695 035

പി കെ ശിവദാസ്

ഒറ്റപ്പാലം താലൂക്കിലെ മടങ്ങർളി മനയ്ക്കൽ വിഷ്ണു നമ്പൂതിരിയുടെയും കോഴിക്കോട് സാമൂതിരി കോവിലകം തിരുവണ്ണൂർ ശാഖയിലെ ശ്രീദേവിത്തമ്പുരാട്ടിയുടെയും മകനായി 1960 മാർച്ച് 16 ന് കോഴിക്കോട്ട് ജനിച്ചു.

പത്രപ്രവർത്തകൻ, വിവർത്തകൻ, രേഖാ ചിത്രകാരൻ, എഴുത്തുകാരൻ എന്നീ നിലകളിൽ സേവനമനുഷ്ഠിച്ചു. നിരവധി മഹദ്ഗ്രന്ഥങ്ങളുടെ മലയാള വിവർത്തനം നിർവ്വഹിച്ചു. 2019 മേയ് 16 ന് അന്തരിച്ചു.

സഹയാത്രിക : കെ രമടീച്ചർ

മക്കൾ : അനുരാധ, ജയദേവൻ (അപ്പു), ഐശ്വര്യ, അനശ്വര

വിലാസം : സ്രാമ്പിമഠം, മാമ്പ്ര പി ഒ, വെസ്റ്റ് കൊരട്ടി, തൃശൂർ - 680308

കെ രമ

കല്ലമ്പിള്ളി കേശവൻ നമ്പൂതിരിയുടെയും കെ അമ്മുത്തമ്പുരാട്ടിയുടെയും മകളായി 1960 മാർച്ച് 10 ന് ജനിച്ചു. എറണാകുളം ജില്ലയിൽ മാമ്പ്ര ഗവൺമെന്റ് സ്കൂളിൽനിന്നും പ്രധാനാധ്യാപികയായി വിരമിച്ചു. സോഷ്യോളജിയിൽ എം എ ബിരുദം.

ഇന്ത്യയിലെ സംസ്ഥാനങ്ങളും കേന്ദ്രഭരണ പ്രദേശങ്ങളും, ചാൾസ് ഡാർവിൻ, എന്തിനുമുണ്ടൊരു കഥ പറയാൻ എന്നിവയ്ക്കൊപ്പം നിരവധി കൃതികളുടെ വിവർത്തനവും നിർവ്വഹിച്ചു.

സഹയാത്രികൻ : പി കെ ശിവദാസ്

മക്കൾ : ഐശ്വര്യ കെ, അനശ്വര കെ

Email : kremashivadas48@gmail.com

അനശ്വര കെ

1987 ജൂണിൽ തൃശൂർ ജില്ലയിലെ കൊരട്ടിയിൽ ജനിച്ചു. മാധ്യമപ്രവർത്തനത്തിൽ ബിരുദവും ലിംഗപദവി പഠനത്തിൽ ബിരുദാനന്തബിരുദവും കരസ്ഥമാക്കി. *ലോർക്കയുടെ കവിതകൾ, ചലച്ചിത്രത്തിന്റെ ശബ്ദം* എന്നീ കൃതികൾ വിവർത്തനം ചെയ്തു. ഇപ്പോൾ സി ഡിറ്റിൽ മീഡിയ അനലിസ്റ്റ് ആയി ജോലി ചെയ്യുന്നു.

ഇമെയിൽ : anaswarashivadas@gmail.com

ഉള്ളടക്കം

പ്രസാധകക്കുറിപ്പ്

ആൺകോയ്മയുടെ അധികാര ഘടനകളെ നിരാകരിച്ചുകൊണ്ട്, ജാതിമത ഭരണകൂട അധികാരസംവിധാനങ്ങളെ നേർക്കുനേർ വെല്ലുവിളിച്ച അനവധി സ്ത്രീ പ്രതിഭകളുണ്ട്. സ്വന്തം ജീവിതം കൊണ്ട് ഒരു ജനതയ്ക്കു പ്രചോദനവും ആവേശവുമായ സ്ത്രീരത്നങ്ങളെ ആഴത്തിൽ പരിചയപ്പെടുത്തുന്ന പഠനഗ്രന്ഥമാണ് *വൃത്തം ഭേദിച്ച വനിതകൾ.* ഇറോം ചാനു ശർമ്മിള, ദയാമണി ബാർലെ, ഉർവ്വശി ബുട്ടാലിയ, മീരശിവ, കൃഷ്ണമ്മാൾ, ഡോ. ഇലീന സെൻ, സുധ സുന്ദരരാമൻ, ആശ മിശ്ര, വിജയലക്ഷ്മി സാരംഗ്, ആനിരാജ, പർവീണ അഹങ്കർ, മൊലൊയ് ശ്രീ ഹഷ്മി, കവിത ശ്രീവാസ്തവ എന്നിവരുടെ ജീവിതവും പ്രവർത്തനമേഖലകളെയും അവതരിപ്പിക്കുന്ന പുസ്തകം.

ചിന്ത പബ്ലിഷേഴ്സ്

ആമുഖം

സമൂഹം വരച്ചിട്ട വൃത്തങ്ങൾ ഭേദിച്ച് കൊണ്ട് ചരിത്രത്തിൽ ഇടം പിടിച്ച 13 സ്ത്രീ ജീവിതങ്ങളെ വരച്ചിടാനാണ് ഞങ്ങൾ ഈ പുസ്തകത്തിലൂടെ ശ്രമിക്കുന്നത്. എന്തുകൊണ്ട് ഈ 13 പേർ എന്ന ചോദ്യം നിങ്ങൾക്ക് ഉണ്ടാകാം. നമ്മൾ ഏറെ കേൾക്കാത്ത എന്നാൽ സ്വന്തം ജീവിതം കൊണ്ട് സ്വന്തം വഴി തെളിച്ച വെളിച്ചമായ സ്ത്രീകളുടെ ജീവിതം പറയാനാണ് ഞങ്ങൾ ശ്രമിക്കുന്നത്. അതായിരുന്നു ലക്ഷ്യം. 2011 നിൽ ആണ് ഈ പുസ്തകത്തിന്റെ ജോലികൾ ഞങ്ങൾ ആരംഭിക്കുന്നത്. അതെ ഒൻപത് വർഷങ്ങൾക്ക് മുൻപ്. അതിനു ശേഷം പുഴകളിലൂടെ എത്ര വെള്ളം ഒഴുകിപ്പോയി. ഇന്ത്യ ബി ജെ പിയെ അധികാരത്തിൽ എത്തിച്ചു. നൂറ്റാണ്ടിലെ മണ്ടത്തരമെന്നു വിശേഷിപ്പിക്കാവുന്ന നോട്ട് നിരോധനം, ഇന്ത്യയുടെ സാമ്പത്തിക തകർച്ച, ദാ ഇപ്പോൾ പൗരത്വ ബില്ലിൽ എത്തി നിൽക്കുന്ന ഇന്ത്യ. ഇന്ത്യ എന്ന രാജ്യം ചരിത്രത്തിലെ ഏറ്റവും സങ്കീർണമായ അവസ്ഥകളിലൂടെ കടന്നാണ് പോകുമ്പോൾ ആണ് തങ്ങളുടെ ജീവിതം കൊണ്ട് വഴിതെളിച്ച 12 സ്ത്രീകൾ അവരുടെ അനുഭവങ്ങളുടെ വെളിച്ചത്തിൽ നടന്നു നീങ്ങിയ പാതകളെ കുറിച്ച് നമ്മളോട് പറയാൻ ശ്രമിക്കുന്നത്.

എന്തുകൊണ്ട് 9 വർഷങ്ങൾ എന്ന് ചോദിച്ചാൽ, വ്യക്തിപരമായ സാമ്പത്തികമായ പല കാരണങ്ങൾ എന്ന് ചുരുക്കി പറയാം. പല ഘട്ടങ്ങളിൽ ആയാണ് യാത്രയും വിവരശേഖരണവും പൂർത്തിയാക്കാൻ ഞങ്ങൾക്ക് സാധിച്ചത്. അതിനിടയിൽ ഈ സ്ത്രീകളുടെ ജീവിതം ഏറെ മാറിപ്പോയി. ഇറോം ശർമിള, അന്ന് മോഹിച്ചിരുന്ന പോലെ ഡെസ്മണ്ടിനെ വിവാഹം ചെയ്തു രണ്ടു പെൺകുഞ്ഞുങ്ങൾക്ക് ജന്മം നൽകി. കൃഷ്ണമ്മാൾക്ക് ഈ രാജ്യം പത്മഭൂഷൺ നൽകി ആദരിച്ചു. രണ്ടു വർഷം

മുൻപ് പർവീണ അഹങ്കറിന് മനുഷ്യവകാശ പ്രവർത്തങ്ങൾക്ക് ഉള്ള റാഫ്കോ പുരസ്ക്കാരം ലഭിച്ചു. ഈ പുസ്തകത്തിനായി ഇന്ത്യയുടെ വിവിധ ഭാഗങ്ങളിൽ യാത്ര ചെയ്ത അനുഭവം എടുത്തു പറയണം. മണിപ്പൂരിൽ കഴിയുന്ന ഇറോം ശർമിളയെ നേരിട്ട് കാണാൻ ഏറെ ബുദ്ധിമുട്ടി. മണിപ്പൂരിലേക്കുള്ള യാത്രക്കുള്ള പ്രത്യേക അനുമതി, തടങ്കലിൽ ഉള്ള അവരെ സന്ദർശിക്കാനും സംസാരിക്കാനും വേണ്ട ഒരുക്കങ്ങൾ എന്നവ ഏറെ ആയിരുന്നു. അതെല്ലാം സാധ്യമായത് മുൻ രാജ്യസഭാംഗമായ സി പി നാരായണന്റെ പിന്തുണ കൊണ്ടാണ്. സഖാവിന്റെ പ്രതിനിധികൾ എന്ന നിലയ്ക്കാണ് ഞങ്ങൾക്ക് അഭിമുഖത്തിന് അനുവാദം കിട്ടിയത്. നീണ്ട നാളുകൾ നീണ്ടു നിന്ന സമരത്തിന്റെ അവസാന നാളുകളിലൂടെയാണ് ഇറോം ശർമിള എന്ന സമര നായിക കടന്നു പൊയ്ക്കൊണ്ടിരുന്നത്. അവരോട് സംവദിക്കാൻ എല്ലാ സഹായങ്ങളും ചെയ്തു തന്ന സി പി നാരായണൻ സഖാവിന് പ്രത്യേകം നന്ദി.

ഈ പുസ്തകത്തിന് വേണ്ടി ഇന്ത്യയുടെ പലഭാഗങ്ങളിൽ ഉള്ളവരെ കാണേണ്ട ആവശ്യം ഉണ്ടായിരുന്നു. പലരും ഇന്നത്തെ അത്ര എളുപ്പത്തിൽ കണ്ടെത്താൻ സാധിക്കുന്നവരും ആയിരുന്നില്ല. ഭാരതീയ ഗ്യാൻ വിഗ്യാൻ സമിതിയിൽ അന്ന് ജോലി ചെയ്തിരുന്ന ഐശ്വര്യയുടെ സഹായത്തിൽ ആണ് പലരെയും കാണാൻ സാധിച്ചത്. സംഘടനയുടെ കേന്ദ്ര ഓഫീസിൽ ഇന്ന് ബിജിവിഎസിന് വേരുള്ള സംസ്ഥാനങ്ങളിൽ ഉള്ള പ്രവർത്തകരിലൂടെ ആണ് ഐശ്വര്യ പല അഭിമുഖങ്ങളും സംഘടിപ്പിച്ചു തന്നത്. സ്വന്തം മകളാണെങ്കിൽ കൂടിയും അവൾക്കുള്ള നന്ദി ഇവിടെ രേഖപ്പെടുത്തട്ടെ.

വൃഥാ സ്ഥൂലീകൾ ഒഴിവാക്കി പുസ്തകത്തിന്റെ കെട്ടും മട്ടും നന്നാക്കിയ ഡോ. ജയദേവൻ സഖാവിനോടുള്ള കടപ്പാട് നിസ്സീമമാണ്. പുസ്തകം സാധ്യമാക്കിയ ചിന്തയിലെ ശിവകുമാർ എഡിറ്റർമാർ മറ്റുള്ളവർ എന്നിവരോടെല്ലാം ഞങ്ങൾ നന്ദിയുള്ളവരാണ്.

പുസ്തക രചന പൂർത്തിയായതിനു ശേഷമാണ് സഹ എഴുത്തുകാരൻ ആയ ശ്രീ. പി കെ ശിവദാസ് നമ്മെ വിട്ടുപോയത്. യാത്രകളിൽ ഉടനീളം കൂടെ ഉണ്ടാവുകയും ഹിന്ദി ഭാഷയിൽ എനിക്കുള്ള പരിചയക്കുറവ് മറികടക്കാൻ സഹായിക്കുകയും ചെയ്തത് ശിവദാസ് ആണ്. ശിവദാസിന്റെ ദീപ്തസ്മരണയ്ക്ക് മുന്നിൽ ഈ പുസ്തകം സമർപ്പിക്കുന്നു.

കെ രമ

മണിപ്പൂരിലെ കൊലക്കളത്തിൽനിന്ന് ഇറോം ചാനു ശർമ്മിള

കുട്ടിക്കാലത്ത് മഞ്ഞവസ്ത്രവും മയിൽപ്പീലിയും മുരളിയുമായി കൃഷ്ണവേഷം കെട്ടി, മുതിർന്നപ്പോൾ മുടങ്ങാതെ വ്യാഴാഴ്ചവ്രതം നോറ്റ്, കുറച്ച് ഗാന്ധിയൻ ചിന്തയും വായനയും അതിലേറെ നീതിബോധവും മനസ്സിൽ വളർത്തി യുവത്വത്തിലെത്തിയ ഒരു സാധാരണ മണിപ്പൂരുകാരി. ഇറോം ചാനു ശർമ്മിള. പക്ഷേ, 2000 നവംബർ 2 ന് നടന്ന നിഷ്ഠുരമായ സൈനികാക്രമണത്തിൽ ലെയ്സാങ് ബാങ് ഇബറ്റോമി എന്ന സ്ത്രീയടക്കം പത്തുപേർ കൊല്ലപ്പെട്ടതോടെ ആ സാധാരണജീവിതം പാടെ മാറിപ്പോയി. തുടർന്നുണ്ടായ സംഭവ വികാസങ്ങൾ ശർമ്മിള എന്ന വ്യക്തിയുടെയും മണിപ്പൂരിന്റെയും മാത്രമല്ല, ഭരണകൂടം സ്വന്തം ജനതയ്ക്കുമേൽ ആക്രമണം അഴിച്ചുവിടുന്ന എല്ലായിടത്തേയും പ്രതിരോധ ഭൂമികകളിൽ വീര്യമുണർത്തുന്ന ചരിത്രമായി വളർന്നു. അതുകൊണ്ടു തന്നെ സ്വശരീരത്തെ നിഷേധിച്ചുകൊണ്ട് ശർമ്മിള നടത്തിയ പട്ടിണിസമരത്തെ വെച്ചുകെട്ടില്ലാതെ പറഞ്ഞുവയ്ക്കാനുള്ള ചുമതല നമുക്കുണ്ട്.

പുരാവൃത്തത്തിലേക്ക് പോകുന്നതിനുമുമ്പ് ഇന്ന് ശർമ്മിള നേരിടുന്ന ദുർവ്വിധിയുടെ ഉള്ളുലയ്ക്കുന്ന ചിത്രത്തിലേക്ക് ഒന്ന് കണ്ണോടിച്ചേ പറ്റൂ. 2016 ആഗസ്ത് 9 ന് ശർമ്മിള നിരാഹാര വ്രതം പിൻവലിച്ചത് പലതരം പ്രതികരണങ്ങൾ ഉയർത്തി. ശർമ്മിളയ്ക്ക് വയസ്സ് 44 ആയെന്നതോ, അവർ കഴിഞ്ഞ 16 വർഷമായി ഒരൊറ്റ രുചിയും രസനയിലൂടെ അറിഞ്ഞിട്ടില്ലെന്നതോ, ഇത്രയും കാലം ഇംഫാലിലെ ആശുപത്രി തടവറ

യിൽ സ്വകാര്യതയേതുമില്ലാതെ കഴിയുകയായിരുന്നു എന്നതോ പ്രതികരണപടുക്കൾക്ക് വിഷയമാകുന്നില്ല. പുറത്തിറങ്ങിയ ശർമ്മിള പാർക്കാൻ ഇടമില്ലാതെ തിരികെത്തടവറയെ തന്നെ അഭയം പ്രാപിച്ചിരിക്കയാണ് എന്ന വിരോധാഭാസവും നിലവിലുണ്ട്. തന്റെ സ്വാതന്ത്ര്യം കൊണ്ട് എന്ത് ചെയ്യേണ്ടൂ എന്നറിയാതെ പകച്ചുനില്ക്കുന്ന, സമരസഖാക്കളും ബന്ധുക്കളും കൈയൊഴിഞ്ഞ മണിപ്പൂരിലെ ഉരുക്കുവനിത ശരിക്കും ഉരുകുന്ന സ്ത്രീയായിത്തീർന്ന അവസ്ഥ.

എന്തെന്തു രാഷ്ട്രീയക്കളികളായിരിക്കാം, ഭരണകൂടതന്ത്രങ്ങളായിരിക്കാം, വ്യക്തിപരമായ കാല്പനികതകളായിരിക്കാം ഇത്തരമൊരു തിരസ്കൃതാവസ്ഥയിലേക്ക് എത്തിച്ചിരിക്കുക.

* * * *

മണിപ്പൂരിൽ ഇന്ത്യൻ സുരക്ഷാഭടന്മാരുടെ കാവലും അതിക്രമങ്ങളും തുടങ്ങിയിട്ട് അഞ്ച് പതിറ്റാണ്ടുകളായി. സംശയത്തിന്റെ പേരിൽ ആരെയും എവിടെവച്ചും വെടിവെച്ചു കൊല്ലാമെന്നും അങ്ങനെ കൊന്നാൽ കൊലയാളി സൈനികനെ/സൈനികരെ കുറ്റം ചാർത്താനോ അറസ്റ്റ് ചെയ്യാനോ സർക്കാരിന് അവകാശമില്ലെന്നും നിബന്ധനയുള്ള ഒരു വകുപ്പാണ് ആംഡ് ഫോഴ്സസ് സ്പെഷ്യൽ പവേഴ്സ് ആക്ട് 1958 (AFSPA). എന്തുകൊണ്ട് മണിപ്പൂരിൽ ഇത്രയും കടുത്ത ഒരു നിയമം നിലവിൽ വന്നു?

ഇന്ത്യയുടെ കിഴക്കേ മൂലയിലാണ് 22000 ചതുരശ്ര കി മീ വിസ്തൃതിയുള്ള ഏതാണ്ട് 2.7 ദശലക്ഷം ജനങ്ങൾ പാർക്കുന്ന ഈ സംസ്ഥാനം. കിഴക്കും തെക്കു കിഴക്കും മ്യാൻമർ (മുമ്പത്തെ ബർമ്മ), വടക്ക് ഇന്ത്യൻ സംസ്ഥാനം തന്നെയായ നാഗാലാന്റ്, പടിഞ്ഞാറ് അസം തെക്കുപടിഞ്ഞാറ് മിസോറം- ഇതാണ് മണിപ്പൂരിന്റെ അതിരുകൾ. വടക്കു ചൈനയും പടിഞ്ഞാറ്/തെക്കുപടിഞ്ഞാറ് ബംഗ്ലാദേശും സമീപത്ത് തന്നെയുണ്ട്. മ്യാൻമറിലേക്കും അപ്പുറത്തെ തെക്കുകിഴക്കൻ ഏഷ്യയിലേക്കും ഉള്ള വാതിൽ തുറക്കുന്നത് മണിപ്പൂരിൽനിന്നാണ്. അതുതന്നെയാണ് ഈ സംസ്ഥാനത്തെ വ്യതിരിക്തമാക്കുന്നതും തന്ത്രപ്രധാനമാക്കുന്നതും.

മണിപ്പൂരിൽ പല വംശജർ പാർക്കുന്നു, പല മതങ്ങൾ പുലരുന്നു. തലസ്ഥാനമായ ഇംഫാലിലാണ് ജനവാസം കൂടുതൽ. മറ്റുള്ളവർ ചുറ്റുമുള്ള മലനിരകളിലെ കൊച്ചു കൊച്ചു ഗ്രാമങ്ങളിൽ വസിക്കുന്നു. 1891 ന് മുമ്പ് രണ്ട് സഹസ്രാബ്ദങ്ങളോളം മണിപ്പൂർ സ്വതന്ത്ര രാജ്യമായിരുന്നു എന്നാണ് അവിടത്തെ മനുഷ്യാവകാശ പ്രസ്ഥാനങ്ങളുടെ രേഖകൾ അവകാശപ്പെടുന്നത്. രാജകീയ നാൾവഴിയായ ചെയ്തറോൾ കുംപബ (Chaitharol Kumpaba) യാണ് അവകാശവാദത്തിന് ബലമായി മനുഷ്യാവകാശ സംഘടനകളിൽ ഒന്നായ സിവിൽ സൊസൈറ്റി കോത്തലിഷൂൻ ഓൺ ഹ്യൂമൺ റൈറ്റ്സ് ഇൻ മണിപ്പൂർ (സി എസ് സി എച്ച് ആർ) ഉദ്ധരിക്കുന്നത്. 1891 ലെ ആംഗ്ലോ മണിപ്പൂർ യുദ്ധത്തിനുശേഷം മണിപ്പൂർ ബ്രിട്ടീഷ് ഭരണത്തിലായി. 1947 ൽ ബ്രിട്ടീഷുകാർ ഇന്ത്യ വിടുംവരെ ഈ

സ്ഥിതി തുടർന്നു. സ്വാതന്ത്ര്യാനന്തരം മണിപ്പൂർ കോൺസ്റ്റിറ്റ്യൂഷൻ പ്രകാരം തിരഞ്ഞെടുപ്പ് നടന്നു. ഒരു നിയമസഭയും മന്ത്രിസഭയും പ്രവർത്തനം തുടങ്ങി. എന്നാൽ '1949 ൽ മണിപ്പൂരിനെ ഇന്ത്യയുടെ ഭാഗമാക്കിയതോടെ പിച്ചവച്ചുതുടങ്ങിയിരുന്ന ജനാധിപത്യത്തിന് കാലിടറി' എന്നുകൂടി സിവിൽ സൊസൈറ്റി കോത്തലിഷൻ രേഖകളിൽ കാണുന്നു.

അന്നുതുടങ്ങിയതാണ് മണിപ്പൂരിന്റെ അശാന്തി. ലയനം നിയമവിരുദ്ധമാണെന്നും ഭരണഘടനാവിരുദ്ധമാണെന്നും ഭൂരിപക്ഷം മണിപ്പൂരുകാരും കരുതി. അവരുടെ അസംതൃപ്തിയാണ് ആദ്യം പ്രതിരോധ പ്രസ്ഥാനങ്ങൾക്കും പിന്നീട് വിഘടനവാദികൾക്കും വിളനിലമായി ആ പ്രദേശത്തെ മാറ്റുന്നതിൽ വലിയ പങ്കുവഹിച്ചത്. ഈ അതൃപ്തി വളർന്ന് 1970 കളുടെ അവസാനത്തോടെ തുറന്ന സായുധ സംഘട്ടനങ്ങൾ സ്ഥിരമായി നടക്കുന്ന അവസ്ഥയും വന്നു. കേന്ദ്ര സർക്കാരാകട്ടെ സൈന്യത്തിന് പ്രത്യേകാധികാരങ്ങൾ നല്കുന്ന ഓർഡിനൻസ് AFSPA 1980 സെപ്തംബർ 8 ന് മണിപ്പൂരിൽ നടപ്പിലാക്കി.

പിന്നീടുള്ള ദശകങ്ങളിൽ ആയിരക്കണക്കിന് ആളുകളുടെ ജീവനെടുക്കാനും വിമത സ്വരങ്ങളെ അടിച്ചൊതുക്കാനും അഫ്സ്പ ഉപയോഗിക്കപ്പെട്ടിട്ടുണ്ട് എന്ന് രാജ്യമൊട്ടുക്കുള്ള മനുഷ്യാവകാശ പ്രവർത്തകർ കണക്കുകളും തെളിവുകളും നിരത്തി ആരോപിക്കുന്നു. സർക്കാരാകട്ടെ നിസ്സാര സ്വാധീനം മാത്രമുള്ള ചില സംഘടനകളും സർക്കാരേതര പ്രസ്ഥാനങ്ങളുമായി വ്യവഹരിച്ച് സമയം പാഴാക്കിയെന്നും നിർണ്ണായ

കമായ രാഷ്ട്രീയ പ്രശ്നങ്ങൾ സ്പർശിക്കുന്നതേ ഇല്ല എന്നും ആരോപണമുണ്ട്. വിഘടനവാദികളുടെ ഗൂഢപ്രവർത്തനങ്ങളും മനുഷ്യാവകാശ പ്രവർത്തകരുടെ ആത്മാർത്ഥമായ ആവശ്യങ്ങളും രാഷ്ട്രീയ-സാമ്പത്തിക ഗോത്രീയ പ്രശ്നങ്ങളും എല്ലാം ചേർന്ന് സങ്കീർണ്ണമായ ഒരു പശ്ചാത്തലത്തിലാണ് ഇറോം ശർമ്മിള 2016 ആഗസ്ത് 9 ന് നിരാഹാര സമരം അവസാനിപ്പിച്ചത്. പ്രത്യക്ഷത്തിൽത്തന്നെ ഈ തീരുമാനവും നിരവധി പുതിയ സങ്കീർണ്ണതകൾ ഉയർത്തിയിട്ടുമുണ്ട്. അത് വഴിയേ പരിശോധിക്കാം.

സാമൂഹികജീവിതത്തിൽ സ്ത്രീകൾ

പൊതുവെ മണിപ്പൂരിന്റെ ചരിത്രത്തിൽത്തന്നെ സ്ത്രീകളുടെ ആധിപത്യം കാണാം. പൗരസമൂഹത്തിന്റെ വിവിധ തലങ്ങളിൽ സ്ത്രീകൾ സജീവ സാന്നിദ്ധ്യമാണ്. കച്ചവടം മുതൽ വീടുപരിപാലിക്കുന്നതും പണമിടപാടുകൾ നടത്തുന്നതും കൃഷിക്കാര്യങ്ങൾ നോക്കുന്നതും മുതൽ അനീതികൾക്കെതിരായ പ്രതിരോധപ്രവർത്തനങ്ങൾ സംഘടിപ്പിക്കുന്നതുവരെയുള്ള വ്യവഹാരങ്ങളിലെല്ലാം സ്ത്രീമുദ്ര ശക്തമാണ്. ഗോത്രജീവിതത്തിൽ പുരുഷൻ വേട്ടയ്ക്ക് പോകുന്ന സമയത്ത് മറ്റെല്ലാ ജീവിതവൃത്തികളും സ്ത്രീ നിറവേറ്റിയിരുന്ന ചരിത്രകാലത്തിന്റെ തുടർച്ച തന്നെയായിരിക്കാം അവിടെ സ്ത്രീകൾ നേടിയിട്ടുള്ള 'മേൽക്കൈ.' ഇംഫാൽ എന്ന താഴ്വര പ്രദേശത്ത് ലിംഗപരമായി സ്ത്രീകൾക്ക് അനുകൂലമായ ഈ മേൽക്കൈ ഇപ്പോഴും ദൃശ്യമാണ്. പക്ഷേ, ക്രിസ്ത്യൻ മിഷണറി പ്രവർത്തനത്തിലൂടെ കടന്നുവന്ന ആധുനികത കുന്നിൻ ചെരുവുകളിലെ ഗോത്രങ്ങൾക്കിടയിൽ പുരുഷാധിപത്യക്രമം ഉണ്ടാക്കുന്നതിൽ പങ്കുവഹിച്ചിട്ടുണ്ടോ എന്ന് പരിശോധിക്കപ്പെടേണ്ടതാണ്.

ഏതായാലും മണിപ്പൂരിന്റെ രാഷ്ട്രീയത്തിൽ സ്ത്രീകളുടെ ബലിഷ്ഠമായ സ്വാധീനം മുദ്രിതമായ പല സന്ദർഭങ്ങളും കാണാം. 1904 ലാണ് ആദ്യത്തെ വനിതായുദ്ധം - നുപിലാൻ- നടക്കുന്നത്; രണ്ടാമത്തേത് 1939 ലും. രാഷ്ട്രീയമായ അനീതികൾക്കും സാമ്പത്തികമായ ചൂഷണത്തിനും മതത്തിന്റെ മനുഷ്യത്വരഹിതമായ വരട്ടുതത്ത്വങ്ങൾക്കും എതിരായി സ്ത്രീകൾ നടത്തിയ സംഘടിതമായ പ്രത്യാക്രമണങ്ങൾ ആയിരുന്നു അവ. മദ്യം, മയക്കുമരുന്ന് എന്നിവയ്ക്കെതിരായ പോരാട്ടത്തിലും സ്ത്രീകൾ മുന്നിലുണ്ട്.

1992-1996 കാലത്ത് നടന്ന നാഗ-കുക്കി വംശീയ പോരാട്ടങ്ങളിൽ മദ്ധ്യസ്ഥതയ്ക്ക് എത്തിയത് ക്രിസ്തീയ സഭകൾ മാത്രമല്ല, മണിപ്പൂരിലെ സ്ത്രീകളും കൂടിയാണ്. ഇരു വംശങ്ങളിലെയും സ്ത്രീകൾ ശാന്തി പുനഃസ്ഥാപിക്കുന്നതിന് മുൻകൈ എടുത്തു. അസം റൈഫിൾസിനെതിരായ പ്രതിഷേധത്തിലും സ്ത്രീകൾ മുന്നിലുണ്ടായിരുന്നു. അതേത്തുടർന്ന് 2004 നവംബർ 20 ന് ഇംഫാലിലെ കാംഗ്ലേ കോട്ടയിൽനിന്ന് ആ അർദ്ധ സൈനിക വിഭാഗത്തിന് ഒഴിയേണ്ടിവന്നു.

മാലോം കൂട്ടക്കൊല നടന്ന പിറ്റേന്ന് ഇറോം ശർമ്മിള ആരംഭിച്ച തീർത്തും വ്യക്തിപരമായ പ്രതിഷേധപ്രകടനമായിരുന്നു, അവരുടെ നിരാഹാരം. അതിന് സാമൂഹികമായ ആഴം നല്കുകയും അന്തർദ്ദേശീയ ശ്രദ്ധയിൽ കൊണ്ടുവരികയും ചെയ്തതിൽ ഒരുപക്ഷേ, മനുഷ്യാവകാശ പ്രവർത്തകർക്കൊപ്പം മെയ്‌ര പെയ്ബി എന്ന അമ്മമാരുടെ സംഘടനയ്ക്കും സ്ഥാനമുണ്ട്. പീഢനം, ലൈംഗികാതിക്രമങ്ങൾ, കാരണം ബോദ്ധ്യപ്പെടുത്താതെ തടവിൽ വയ്ക്കൽ, തട്ടിക്കൊണ്ടുപോകൽ ഇത്യാദി നിരവധി അതിക്രമങ്ങൾ നടത്തിയിരുന്ന ഇന്ത്യൻ സുരക്ഷാ സൈന്യദളങ്ങളുടെ മനുഷ്യാവകാശലംഘനങ്ങൾക്ക് എതിരെ 1980 കളിലാണ് മെയ്‌ര പെയ്ബി രൂപംകൊണ്ടത്. അഫ്സ്പയ്ക്ക് എതിരായ സമരത്തിലും ആ സംഘടനയാണ് മുൻപന്തിയിൽ. കുഴഞ്ഞുമറിഞ്ഞതും സംഘർഷഭരിതവുമായ ഒരു അവസ്ഥയ്ക്ക് എതിരായ പൗരസമൂഹത്തിന്റെ സ്വതന്ത്രവും വിശ്വാസ്യവുമായ പ്രതികരണമായി വേണം മെയ്‌ര പെയ്ബിയെ വിലയിരുത്താൻ എന്നാണ് പൊതുവെ അഭിപ്രായം. ഇതോടൊപ്പം നാഗവിമൻസ് യൂണിയൻ, മണിപ്പൂർ (എൻ ഡബ്ല്യു എം) തങ്ഖുൽ ഷാനാവ് ലോങ്, റൊങ് മെയ്‌ലു ഫുവാം, കുക്കി മാതൃസംഘടന, ഫാർ വിമൻസ് അസോസിയേഷൻ തുടങ്ങിയ വനിതാ സംഘടനകളും സജീവമായി രംഗത്തുണ്ട്.

പല സംഘടനകളും കടലാസിൽ മാത്രമേയുള്ളൂ. പലതിനും വിദേശ സഹായം ധാരാളം കിട്ടുന്നുണ്ട്. പക്ഷേ, അതൊന്നും മണിപ്പൂരിൽ നടക്കുന്ന മനുഷ്യാവകാശധ്വംസനങ്ങൾക്ക് ന്യായീകരണമാവില്ല. ഈ മനുഷ്യാവകാശധ്വംസനങ്ങൾ പല വിധത്തിൽ ഉണ്ട്. ഇറോം ശർമ്മിള കേന്ദ്രീകരിച്ചത് അഫ്സ്പയിലാണ്. അവരുടെ പതിനാറു വർഷത്തെ സ്വയം നിരാസംകൊണ്ട് എന്തെങ്കിലും ഫലം ഉണ്ടായോ? സംശയമാണ്. ശർമ്മിള തങ്ങളുടെ പോരാട്ടത്തെ പ്രതിനിധാനം ചെയ്യുന്നേ ഇല്ല എന്നാണ് സേനാപതിയിലെ നാഗപ്രദേശ ഏകോപനത്തിനുവേണ്ടി നില കൊള്ളുന്ന സംഘടനയുടെ പ്രമുഖരിൽ ഒരാൾ പറഞ്ഞത്. അവർ താഴ്വരയിലെ വൈഷ്ണവരുടെ പ്രതിനിധിയാണ്. മലനിരയിലെ നാഗന്മാരുടെ പ്രശ്നങ്ങൾ അവർക്ക് അറിയില്ല, അതുകൊണ്ട് നാഗരെ സംബന്ധിച്ചിടത്തോളം അവരുടെ നിരാഹാരസമരം ഒരു ഗുണവും ചെയ്യാത്തതാണ്. ഈ വ്യക്തി നാലുകൊല്ലം മുൻപ് തന്നെ ശർമ്മിളയുടെ പോരാട്ടത്തെ തള്ളിപ്പറഞ്ഞിട്ടുണ്ട്.

ഇന്നിതാ ശർമ്മിള നിരാഹാരം അവസാനിപ്പിക്കുകയും മുഖ്യധാരാ രാഷ്ട്രീയത്തിലേക്ക് വരാനുള്ള താല്പര്യം പ്രകടിപ്പിക്കുകയും ചെയ്തപ്പോൾ അവരുടെ കൂടെയുള്ളവർ എന്ന് നാമൊക്കെ ധരിച്ചിരുന്നവർ കൂട്ടത്തോടെ അവരെ കൈയൊഴിയുന്നു. ആശുപത്രിയിലെ തടവറവിട്ട് പുറത്തിറങ്ങിയ അവർക്ക് തങ്ങാൻ ഒരിടം പോലും ഇല്ലാത്ത സ്ഥിതി. ആർക്കുവേണ്ടിയാണ് ശർമ്മിള ഇത്രയും കാലം സഹനസമരം നടത്തിയത്? വല്ലാത്തൊരു ധാർമ്മിക സമസ്യയാണിത്. അതേസമയം അവരെ തിരസ്ക

രിച്ച സഖാക്കളുടെ നിലപാട് ഒരു രാഷ്ട്രീയ പ്രഹേളികയായി നമുക്ക് മുന്നിലുണ്ട്. കേന്ദ്രം ഭരിക്കുന്ന ബി ജെ പി സർക്കാരിന്റെ ഗൂഢതാല്പര്യമാണ് ശർമ്മിള സമരം നിർത്തിയതിന്റെ പിന്നിൽ; താമസിയാതെ അവർ രാഷ്ട്രീയത്തിൽ ഇറങ്ങുമ്പോൾ പ്രത്യക്ഷമോ പരോക്ഷമോ ആയ പിന്തുണ ബി ജെ പി നല്കും; വടക്കു-കിഴക്കൻ സംസ്ഥാനങ്ങളിൽ ചുവടുറപ്പിക്കാനുള്ള ബി ജെ പി തന്ത്രത്തിലെ ഒരു മാസ്റ്റർ സ്ട്രോക്ക് ആണിത്- നിരീക്ഷകരിൽ ചിലരെങ്കിലും ഇങ്ങനെ അഭിപ്രായപ്പെടുന്നുണ്ട്.

ഏതായാലും കലുഷിതമായ വടക്കുകിഴക്കൻ രാഷ്ട്രീയസ്ഥിതി കൂടുതൽ കലുഷിതമാക്കാനുള്ള എല്ലാ സാദ്ധ്യതകളും ഉയർത്തിക്കൊണ്ടാണ് ശർമ്മിള ഒരു യോഗകേന്ദ്രത്തിലേക്ക് താല്ക്കാലികമായി പിൻവലിഞ്ഞിരിക്കുന്നത്. ഈ ഘട്ടത്തിലാണ് അവരുമായി 2012 സെപ്തംബറിൽ നടത്തിയ കൂടിക്കാഴ്ച ഇവിടെ രേഖപ്പെടുത്തുന്നത്. രണ്ടു ദിവസങ്ങളിലായി ഞങ്ങൾ അവരുമായി മൂന്നു മണിക്കൂർ സംസാരിച്ചു. 2016 ലെ സംഭവവികാസങ്ങളുടെ സൂചനകൾ ഈ കൂടിക്കാഴ്ചയിലെ സംഭാഷണങ്ങളിൽ ഉണ്ട്. അന്നത്തെ പരിതഃസ്ഥിതിയിൽ ശർമ്മിളയുമായൊരു കൂടിക്കാഴ്ച ദുഷ്കരമായിരുന്നു. വർഷത്തിൽ ഇടയ്ക്കിടെ കോടതിയിൽ ഹാജരാക്കുമ്പോൾ മാത്രമായിരുന്നു ജ്യേഷ്ഠൻ സിംഹജിത്തിനും മറ്റ് സഹപ്രവർത്തകർക്കും ശർമ്മിളയെ കാണാനായിരുന്നത്. അതുതന്നെ ഉദ്യോഗസ്ഥതലത്തിലെ നിരവധി കടമ്പകൾ കടന്നുമാത്രം. ഇതിനിടെയാണ് ഞങ്ങൾ ചെല്ലുന്നത്. നേരത്തെ തന്നെ രാജ്യസഭാംഗം സി പി നാരായണന്റെ കത്ത് ചെന്നിരുന്നു. പക്ഷേ, ഇംഫാലിൽ എത്തിയ ദിവസം ആ കത്ത് കിട്ടിയ ലക്ഷണമൊന്നും ജയിൽ അധികൃതർ കാണിച്ചില്ല. ഞങ്ങൾ നിരാശരായി. വൈകിട്ടോടെ സി പി യുടെ വിളി നേരിട്ട് ആഭ്യന്തര സെക്രട്ടറിക്ക് ചെന്നതിന്റെ ഫലമായി ജയിൽ ഐ ജിയുടെ വിളി വന്നു. നാളെയും മറ്റന്നാളുമായി ശർമ്മിളയെ കാണാം. വീഡിയോ എടുക്കണമെങ്കിൽ ഞങ്ങളിൽ ഒരാൾ ചെയ്യണം. മൂന്നാമതൊരാൾ പാടില്ല.

വാടകയ്ക്കെടുത്ത വീഡിയോ ക്യാമറയുമായി ഞങ്ങൾ ജയിൽ ഐ ജി മുയ്വിപ്പയുടെ സവിധം എത്തി. അരമണിക്കൂറോളം അദ്ദേഹം ശർമ്മിളയുടെ പശ്ചാത്തല വർണ്ണന നടത്തി. സഹപ്രവർത്തകർ ശർമ്മിളയെ വഞ്ചിക്കുകയാണ്, ശർമ്മിളയ്ക്ക് കിട്ടുന്ന പുരസ്കാരങ്ങളുടെ വലിയ തുകകൾ അവർ വകമാറി ആഡംബര ചെലവുകൾ നടത്തുന്നു, പാവം ശർമ്മിളയെ ഡെസ്മണ്ട് എന്ന ബ്രിട്ടീഷ് പൗരനായ കാമുകനിൽനിന്ന് അകറ്റാൻ നോക്കുന്നു... അങ്ങനെ ചില 'രഹസ്യ' വിവരങ്ങൾ ഞങ്ങൾക്ക് പകർന്ന് തന്ന് ഞങ്ങളുടെ അഭിമുഖ സംഭാഷണത്തിന്റെ ടോൺ സ്വാധീനിക്കാനുള്ള ബോധപൂർവ്വമായ ശ്രമമായിരുന്നു, അദ്ദേഹം നടത്തിയത്. ശർമ്മിളയെ, പുറത്ത് അവർക്കുവേണ്ടി അഹോരാത്രം പണിയെടുക്കുന്ന ജ്യേഷ്ഠനുമായും മറ്റ് പോരാളികളുമായും അകറ്റുന്നതിൽ വലിയൊരളവ് അധികൃതരുടെ ശ്രമം ഫലിച്ചു എന്നു കൂടിക്കാഴ്ചയിൽ ഞങ്ങൾക്ക് ബോദ്ധ്യമായി.

ജയിൽ ഇൻസ്പെക്ടർ തൗതാങ്ങാണ് ഞങ്ങളെ ആശുപത്രി തടവറയിലേക്ക് അകമ്പടി സേവിച്ചത്. കാവല്ക്കാരികളുടെ നിരന്തര നിരീക്ഷണത്തിലാണ് അഭിമുഖ സംഭാഷണം മുഴുവൻ നടന്നത്.

ഇറോം സി നന്ദയുടെയും ഇറോം ദൗഗ്ബി സഖിയുടെയും മകളായ ശർമ്മിള 1972 മാർച്ച് 14 ന് ഗ്രേറ്റർ ഇംഫാലിൽ ജനിച്ചു. പൗരാവകാശ പ്രവർത്തനത്തിന്റെ മുന്നണിപ്പോരാളിയായും സമാധാന പ്രക്ഷോഭത്തിന്റെ അന്തർദ്ദേശീയ വിഗ്രഹമായും മാറിയ ശർമ്മിളയ്ക്ക് 'ഒരു സാധാരണ സ്ത്രീ'യായി ജീവിക്കാനാണ് മോഹം. നോബൽ സമ്മാനജേതാവ് ഷിറിൻ എന്നദി മണിപ്പൂരിൽ നടക്കുന്ന മനുഷ്യാവകാശ ധ്വംസനത്തെക്കുറിച്ചും അതിനെതിരെ ശർമ്മിള നടത്തുന്ന പോരാട്ടത്തെക്കുറിച്ചും ഐക്യരാഷ്ട്രസഭയിൽ സംസാരിച്ചു. അതോടെ ആ വിഷയം അന്തർദ്ദേശീയ ശ്രദ്ധ നേടി.

2007 ൽ മനുഷ്യാവകാശ സംരക്ഷണം, സമാധാനം, ജനാധിപത്യം, എന്നിവയ്ക്കായി പ്രവർത്തിക്കുന്നവർക്കുള്ള വിഖ്യാതമായ ഗ്വാങ്ജു പുരസ്കാരം ശർമ്മിളയ്ക്ക് കിട്ടി. പിന്നീട് പ്രഥമ രവീന്ദ്രനാഥടാഗോർ പുരസ്കാരം, പ്രഥമ മയിലമ്മ പുരസ്കാരം, കോവിലൻ പുരസ്കാരം എന്നിവയും അവരെ തേടിയെത്തി.

കിടക്കയിൽ വളഞ്ഞു കുത്തിയിരിക്കുന്ന രൂപം. ചുരുണ്ട തലമുടിയുടെ ഉൾക്കനം കുറഞ്ഞിട്ടുണ്ട്. പ്രസാദം തുളുമ്പുന്ന ചിരിയോടെ, തിളങ്ങുന്ന കണ്ണുകളോടെ ശർമ്മിള ഞങ്ങളെ എതിരേറ്റു. വായിച്ചുകൊണ്ടിരുന്ന *പി ജി വോഡ് ഹൗസ്* കൃതി മാറ്റിവച്ച് അവർ കൈനീട്ടി. ഈർപ്പവും ചൂടും മുറ്റിയ ഉച്ച. മുറിയിൽ ഒരു വശത്ത് നിറയെ പലതരം പഴസത്തുകളും പൊടികളും അടങ്ങിയ കുപ്പികൾ. ചുമരിൽ കുട്ടികളുടെയും പൂമ്പാറ്റകളുടെയും വിദൂരസ്ഥലങ്ങളുടെയും ചിത്രങ്ങൾ. പ്രാണൻ നിലനിർത്താനുള്ള റയൽട്യൂബ് ശർമ്മിളയുടെ മൂക്കിൽ പിടിപ്പിച്ചിട്ടുണ്ട്. അതിലൂടെ ലഭിക്കുന്ന പഴസത്തുകളാണ് ആഹാരം. സങ്കടം കലർന്ന തുറന്ന ചിരിയ്ക്കുമപ്പുറം ഞെട്ടിക്കുന്ന ശാന്തതയാണ്. പുറത്ത് ആശുപത്രിയുടെ മറ്റേതോ ഭാഗം പുതുക്കിപ്പണിയുന്നതിന്റെ ആരവങ്ങൾ. മൂടിക്കെട്ടിയ ഒരു തുണ്ട് ആകാശം.

പരിചയപ്പെടലിന്റെ ഔപചാരികത കഴിയാൻ കാത്തു നില്ക്കാതെ ശർമ്മിള പറയാൻ തുടങ്ങിയപ്പോൾ ഞങ്ങൾക്കു മനസ്സിലായി: ജയിലർ തൗതാങ് ഞങ്ങളെക്കുറിച്ച് മുൻപേ പറഞ്ഞു കഴിഞ്ഞു. നീണ്ടു മെലിഞ്ഞ ശബ്ദത്തിൽ മൂളലുകൾ കൊണ്ട് അർദ്ധവിരാമങ്ങൾ ചമച്ച് വ്യാകരണത്തിനൊന്നും വഴങ്ങാത്ത ഇംഗ്ലീഷിൽ അവർ പറഞ്ഞുതുടങ്ങി.

കുട്ടിക്കാലത്തെക്കുറിച്ചാണ് ആദ്യം പറഞ്ഞത്. വളരെ സാധാരണമായൊരു കുട്ടിക്കാലം. അച്ഛൻ മൃഗസംരക്ഷണ വകുപ്പ് ഉദ്യോഗസ്ഥനായിരുന്നു. അമ്മ സാധാരണ വീട്ടമ്മ. ഒമ്പത് മക്കളിൽ അവസാനത്തെ കുട്ടിയാണ് ശർമ്മിള. പതിനൊന്നാം ക്ലാസ് പൂർത്തീകരിച്ചിട്ടില്ല. 28 വയസ്സിലാണ് സമരം തുടങ്ങിയത്. കുട്ടിക്കാലത്ത് തന്നെ പ്രകൃതിസ്നേഹി

യായിരുന്നു. ശുദ്ധ സസ്യാഹാരിയാണ്. "കൗമാര പ്രായംവരെ ഞാൻ എന്റെ വീട്ടുകാർ കഴിച്ചിരുന്നതൊക്കെ കഴിച്ചിരുന്നു. പക്ഷേ, എനിക്ക് കൗമാരമായപ്പോൾ ഞാൻ സസ്യാഹാരിയായി. ലളിത ജീവിതമാണ് ഇഷ്ടം. ചുറ്റുപാടും നടക്കുന്ന കാര്യങ്ങൾ ഞാൻ മനസ്സിലാക്കി. ചുറ്റുമുള്ള ദാരിദ്ര്യം എന്നെ ദുഃഖിതയാക്കി; അഴിമതി രോഷാകുലയും. വികസിത രാജ്യങ്ങളിലെ ജനങ്ങളെ നോക്കൂ.... അവരും മനുഷ്യരാണ്, നമ്മളും. പക്ഷേ, എന്തൊരു വൈരുദ്ധ്യം! പ്രകൃതിയിൽ നിലനില്പിനായി മറ്റ് ജീവികളെ ആശ്രയിക്കുന്ന നാം അവരുമായി സഹവർത്തിത്വത്തിന് തയ്യാറാവുന്നില്ല.

എന്നെ സാധാരണ മനുഷ്യസ്ത്രീയായി കാണണം എന്നാണ് എനിക്ക് എന്നെ പിന്തുണയ്ക്കുന്നവരോട് പറയാനുള്ളത്. എനിക്കൊരു സ്വകാര്യജീവിതമുണ്ട്, അതിനെ അവർ മാനിക്കണം. അവരെന്നെ നിയന്ത്രിക്കുന്നു. എനിക്ക് സന്തോഷം നല്കുന്ന ബന്ധത്തെ അവർ അംഗീകരിക്കുന്നില്ല. ഞാൻ പ്രണയത്തിലാണ്. എന്റെ കാമുകൻ ഡസി എന്ന ഡസ്മണ്ട് ആണ്. അയാളുടെ അമ്മ ഇംഗ്ലീഷുകാരിയാണ്. അച്ഛൻ ഗോവൻ. ഇന്നലെ എന്നെ കോടതിയിൽ ഹാജരാക്കാൻ കൊണ്ടുപോകുമ്പോൾ എന്റെ കാമുകൻ കാണാൻ വന്നു. എന്നെ കാണാൻ വരുന്നതിനുമുമ്പ് തന്നെ അവർ ഹോട്ടലിൽ എത്തി അയാളെ പുറത്താക്കാൻ ശ്രമിച്ചു. എവിടെ പോയാലും അവർ അയാളെ പിന്തുടരുന്നു. മനുഷ്യസഹജമാണ് പ്രേമം എന്ന വികാരം. ഞാനും മനുഷ്യജീവിയാണ്. പ്രണയം ദൈവസിദ്ധമാണ്."

ചമ്പൽക്കാട്ടിലെ 'ബാൻഡിറ്റ് ക്വീൻ' എന്ന അവരെഴുതിയ കവിത ഞങ്ങൾക്കായി വായിച്ചുതന്നു. എല്ലാത്തരം പുസ്തകങ്ങളും ഇഷ്ടപ്പെടുന്ന അവർക്കായി ധാരാളം പുസ്തകങ്ങൾ അവിടെ എത്തിച്ചേരുന്നുണ്ട്.

എസ് പി മൊയ്തിവ്വ പറഞ്ഞ കാര്യങ്ങളാണ് അന്ന് ശർമ്മിളയെ കണ്ടു മടങ്ങുമ്പോൾ ഓർത്തത്. സഹോദരൻ സിംഹജിത്ത് ശർമ്മിളയുടെ പ്രണയത്തെ എതിർക്കുന്നു. മെയ്ര പെയ്ബിയിലെ സ്ത്രീകൾ ക്രിസ്ത്യാനിയുമായുള്ള അവളുടെ ബന്ധത്തെ ഹൈന്ദവ സങ്കുചിതത്വത്തിന്റെ കണ്ണടവച്ചാണ് കാണുന്നത്.

"ഭരണകൂടം എന്നെ എന്റെ ജനങ്ങളിൽനിന്ന് അകറ്റി. ഇപ്പോൾ എന്റേയെന്ന് ഞാൻ കരുതുന്ന ജനങ്ങൾ എന്നെ എന്റെ കാമുകനിൽനിന്ന് അകറ്റുന്നു. എല്ലാറ്റിൽനിന്നും അകറ്റി ഒരു പീഠത്തിൽ ഇരുത്തുന്നു. എന്നെ ഒരു ദേവതയാക്കുന്നു. എന്നെ സ്നേഹിക്കുന്നു എന്ന് അവകാശപ്പെടുന്ന ബന്ധുക്കളും എന്നെ വിഗ്രഹവല്ക്കരിക്കുന്ന സഖാക്കളും എന്നെ തടവിലാക്കിയ ഭരണകൂടവും ഒരുപോലെ എന്നെ ഏകാന്തയാക്കുന്നു. എന്റേത് ഒരു ഏകാന്തസമരമാകുന്നു."

പലതുകൊണ്ടും ശർമിള മോഹൻദാസ് കരം ചന്ദ് ഗാന്ധിയെ ഓർമ്മിപ്പിക്കുന്നു. വ്യക്തികേന്ദ്രീകൃതമായ പ്രക്ഷോഭം, ആത്മീയത, ആത്മനിഷേധം.

"ചിലപ്പോൾ ഞാൻ ഒറ്റയ്ക്കാണ് എന്നത് എന്റെ മനോവീര്യം തളർത്തുന്നു. ഞാൻ ഇത്രയും കാലം ജീവിച്ചു എന്നത് ഓരോ മനുഷ്യനിലും ഈശ്വരൻ കുടികൊള്ളുന്നു എന്നതിന്റെ തെളിവാണ്. എന്റെ ജീവിത സമരത്തിന്റെ രീതി എന്റെ തെരഞ്ഞെടുപ്പ് അല്ല. അതെന്റെ ജനങ്ങളുടെ അഭിലാഷമാണ്. നാം രാവിലെയും ഉച്ചയ്ക്കും രാത്രിയും നമ്മുടെ ഇന്ദ്രിയ സുഖത്തിനായി ഭക്ഷിക്കുന്നു. വ്യാഴാഴ്ച ഞാൻ ഉപവാസം എടുക്കാറുണ്ട്. അത്രയും നാൾ ദഹിക്കാത്ത ഭക്ഷണാവശിഷ്ടങ്ങൾ എല്ലാം ദഹിക്കുകയായിരുന്നു. അതോടെ എന്റെ വ്യവസ്ഥ വൃത്തിയാവുകയായിരുന്നു. വിശക്കുന്നവന്റെ വേദനയറിയാൻ ആ ദിവസം എന്നെ പ്രാപ്തയാക്കുന്നു.

എനിക്കു കിട്ടിയ പുരസ്കാരത്തുകകൾ, ഈ സമരത്തിന്റെ പേരിൽ വന്നുചേരുന്ന വമ്പിച്ച സഹായധനം ഇവയൊക്കെ ദുരുപയോഗം ചെയ്യുന്നുണ്ട്. അവർ ആ തുക ധൂർത്തടിക്കുന്നു. പണം എങ്ങനെ ചെലവഴിക്കുന്നു എന്ന് എന്നെ അറിയിക്കേണ്ട ചുമതലപോലും അവർക്ക് ഇല്ലാത്തപോലെയാണ്. ദുരിതം അനുഭവിക്കുന്നവരെ സഹായിക്കാൻ ആ തുക ഉപയോഗിക്കണം എന്ന് ഞാൻ പറഞ്ഞിരുന്നതാണ്. സേനകളുടെ കൈകളാൽ കൊല്ലപ്പെട്ടവരുടെ കുടുംബങ്ങൾക്ക്, പ്രകൃതി ദുരന്തങ്ങളിൽ ജീവനോപാധി നഷ്ടപ്പെട്ടവർക്ക്, കലാപങ്ങളിൽ കിടപ്പാടവും മറ്റും നശിപ്പിക്കപ്പെട്ടവർക്ക്. പക്ഷേ, അവർ തോന്നിയപോലെയാണ് ചെയ്യുന്നത്."

2012 ൽ തൃശൂരിലെ കോവിലൻ ട്രസ്റ്റ് പുരസ്കാരം കല്ക്കത്തയിൽ വച്ച് ഏറ്റുവാങ്ങാൻ ബന്ധുക്കൾ തയ്യാറായെങ്കിലും ശർമ്മിള, ആ പുരസ്കാരവും അതിന്റെ തുകയും തല്ക്കാലം കരുതൽ സൂക്ഷിപ്പിൽ വയ്ക്കാൻ പറയുകയാണ് ഉണ്ടായത്. അഫ്സ്പ പിൻവലിക്കുന്നതിന്റെ പിറ്റേന്നാൾ താൻതന്നെ നേരിട്ടുവന്ന് പുരസ്കാരം ഏറ്റുവാങ്ങിക്കൊള്ളാം എന്നാണ് സംഘാടകരെ അവർ അറിയിച്ചത്.

ഇന്ത്യൻ പട്ടാളത്തിന്റെ വിവിധ ദളങ്ങൾ മണിപ്പൂരിൽ നടത്തുന്ന കൊടിയ മനുഷ്യാവകാശധ്വംസനത്തിന് എതിരായ പ്രക്ഷോഭം ശർമ്മിളയെ ഒരു മുഖ്യചിഹ്നമായി ഉയർത്തിക്കാട്ടുന്നു. അന്തർദ്ദേശീയ തലത്തിൽ അത്തരത്തിൽ കൊണ്ടാടപ്പെടുകയും ചെയ്യുന്നുണ്ട്. അതേ സമയം യൗവനത്തിന്റെ തീക്ഷ്ണതകൾ മുഴുവൻ തനിക്കുള്ളിൽ ഹോമിച്ച് സ്വയം വേവുന്ന നാല്പതുകാരിയുമാണ് ശർമ്മിള അന്ന്. ഈ സത്യം ഭരണകൂടവും മനുഷ്യാവകാശപ്രവർത്തകരും ഒരുപോലെ മറന്നുപോയിരുന്നു. ഇവർക്ക് ആർക്കെങ്കിലും ശർമ്മിളയ്ക്ക് നഷ്ടപ്പെട്ട യൗവനം തിരികെ നല്കാൻ കഴിയുമോ?

* * * * *

"ഞാനെന്റെ മകളെ കാണാൻ പോകില്ലെന്ന് സ്വയം ഉറപ്പിച്ചിരിക്കയാണ്. നിരാഹാരം കിടക്കുന്ന അവളെ അങ്ങനെ കാണാൻ എനിക്ക് വിഷമമാണ്. അവൾ ജയിച്ചുവരുന്നത് കാണാനാണ് എനിക്കിഷ്ടം." പ്രായാധിക്യം ഉണ്ടെങ്കിലും നിശ്ചയദാർഢ്യത്തോടെ അമ്മ ഇറോം സഖി

പറഞ്ഞു. വളരെ ലളിതമായി തകരംകൊണ്ട് നിർമ്മിച്ച ഒരു വീട്ടിലാണ് അമ്മ സഖിയും സഹോദരൻ സിംഗജിത്തും ഭാര്യയും താമസിക്കുന്നത്. മണിപ്പൂരിലെ എല്ലാ വീടുകളിലും കാണുന്ന തുണി നെയ്യുന്ന തറിക്കരികിൽ ഇരുന്നുകൊണ്ടാണ് അവർ ഇത് പറഞ്ഞത്.

ശർമ്മിള നിരാഹാരം തുടങ്ങിയതിനുശേഷം രണ്ടോ മൂന്നോ തവണ മാത്രമേ ആ അമ്മ മകളെ കണ്ടിട്ടുള്ളൂ. വീട്ടിൽ നടത്താറുള്ള എല്ലാ ആഘോഷങ്ങളും നിർത്തിവച്ചിരിക്കയാണ്. മണിപ്പൂരിൽ പെൺമക്കൾക്കായി നടത്തുന്ന ഒരു ആഘോഷമാണ് നിംഗാൾ ചകോബ. ഞങ്ങൾ സന്ദർശിച്ച സെപ്തംബറിലാണ് ഈ ആഘോഷം. സഖിക്ക് വേറെയും നാലു പെൺമക്കൾ ഉണ്ടെങ്കിലും ശർമ്മിള നിരാഹാരം തുടങ്ങിയതിൽപ്പിന്നെ ഈ ആഘോഷം നടത്താറില്ല എന്ന് അവിടത്തെ പത്രങ്ങളിൽ വലിയ വാർത്തയായി കൊടുത്തിരുന്നു.

ശർമ്മിളയുടെ കുട്ടിക്കാലത്ത് അവൾക്ക് ഏറ്റവും പ്രിയം സിംഗജിത്തിനോടായിരുന്നു. സിംഗജിത്ത് ഇടയ്ക്കിടെ ജയിലിൽ പോകാറില്ല. അവളുടെ ലക്ഷ്യത്തിന് വീട്ടുകാരുടെ അടിക്കടിയുള്ള സന്ദർശനം തടസ്സമായിക്കൂടാ എന്നാണ് അദ്ദേഹം കരുതുന്നത്. ആത്മഹത്യാശ്രമത്തിനാണ് അറസ്റ്റ് എന്നതിനാൽ ഒരു വർഷം കഴിഞ്ഞ് മോചിപ്പിക്കും. അപ്പോഴും ശർമ്മിള വീട്ടിൽ വരാറില്ല. മയ്രപെയ്ബിയുടെ ഓഫീസിലേക്കാണ് പോവുക. നിരാഹാരം തുടരുന്നതിനാൽ വീണ്ടും അറസ്റ്റ് ചെയ്യും.

"2000 മുതൽ 2006 വരെയുള്ള കാലഘട്ടത്തിൽ ശർമ്മിള വല്ലാത്ത ഏകാന്തത അനുഭവിച്ചു. വല്ലാത്ത നിസ്സഹായതാബോധവും ഉണ്ടായിരുന്നു. എന്നാൽ 2006 ഒക്ടോബറിൽ ദില്ലിക്കുപോയി. അണ്ണഹസാരെ തുടങ്ങിയ നേതാക്കളെ കണ്ടു. തിരിച്ചെത്തിയശേഷം അവൾ ആത്മവിശ്വാസത്തിലാണ്. ശർമ്മിള ഉയർത്തുന്ന പ്രശ്നം ഇന്ന് ദേശീയതലത്തിലും അന്തർദ്ദേശീയ തലത്തിലും ചർച്ച ചെയ്യപ്പെടുന്നുണ്ട്.

കുട്ടിക്കാലത്ത് അവളും ഞങ്ങളെപ്പോലെ മാംസാഹാരം കഴിച്ചിരുന്നു. എട്ടിലോ ഒൻപതിലോ പഠിക്കുമ്പോഴാണ് പൂർണ്ണ സസ്യാഹാരിയായി മാറിയത്. പാചകം ചെയ്യാത്ത ആഹാരമാണ് പലപ്പോഴും അവൾ കഴിക്കാറുള്ളത്. *ഹുയെൻ ലാൻപോ* എന്ന പുസ്തകത്തിൽ അവൾ പതിവായി എഴുതാറുണ്ട്. പൊതുപ്രവർത്തനങ്ങളിൽ താല്പര്യപൂർവ്വം പങ്കെടുക്കാറുണ്ട്.

ഇംഫാലിലെ കാംഗ്ലേ കോട്ടയിൽ വച്ചാണ് മെയ്ത്തി വംശത്തിലെ അവസാന രാജാവായ സിക്കന്തർജിത്തിനെയും പടനായകൻ താൻഗളേയും ബ്രിട്ടീഷുകാർ 1891 ആഗസ്ത് 13 ന് തൂക്കിലേറ്റിയത്. മെയ്ത്തി സ്വാഭിമാനത്തിന്റെ പ്രതീകമാണവർ. ഇന്നും ഞങ്ങൾ ആഗസ്ത് 13 രക്തസാക്ഷി ദിനമായി ആചരിക്കുന്നു. ഇവിടം ഏറെക്കാലം അസം റൈഫിളിന്റെ ആസ്ഥാനമായിരുന്നു. 2004 ജൂലൈ 15 ന് ഈ കോട്ടയ്ക്ക് മുന്നിലാണ് ഇംഫാലിലെ മുതിർന്ന വീട്ടമ്മമാർ തങ്ങളുടെ ക്രോധപ്രകടനത്തിന്റെ ഭാഗമായി നഗ്നരായി പ്രതിഷേധിച്ചത്. 'ഇന്ത്യൻ സൈനികരേ

ഞങ്ങളെ ബലാത്സംഗം ചെയ്യൂ' എന്ന ബാനർ അവർ കൈകളിൽ ഏന്തിയിരുന്നു. തങ്ജാം മനോരമാ ദേവി എന്ന മുപ്പതുകാരിയെ സുരക്ഷാഭടന്മാർ ബലാത്സംഗംചെയ്തു കൊന്നതിന്റെ പ്രതിഷേധ പ്രകടനമായിരുന്നു അത്.

മനോരമയെക്കുറിച്ച് വായിച്ചിട്ടില്ലേ... ജൂലൈ 11 നാണ് മനോരമയെ സുരക്ഷാ സൈനികർ മർദ്ദിച്ച് ഇറക്കിക്കൊണ്ട് പോയത്. പിറ്റേന്നു പുലർച്ചെ വീട്ടിൽനിന്നും ഏറെ അകലെയല്ലാത്ത ഒരു തുറന്ന സ്ഥലത്ത് അവരുടെ മൃതശരീരം കിടന്നിരുന്നു, മർദ്ദനമേറ്റതിന്റെയും മാനഭംഗം ചെയ്യപ്പെട്ടതിന്റെയും അടയാളങ്ങൾ പേറിക്കൊണ്ട്. എട്ട് വെടിയുണ്ടകളും ആ ശരീരത്തിൽ ഉണ്ടായിരുന്നു. കസ്റ്റഡിയിൽനിന്ന് ഓടിപ്പോയപ്പോൾ വെടിവെച്ചതാണ് എന്നാണ് സൈനികഭാഷ്യം. ആയുധങ്ങൾ ഒന്നുമില്ലാത്ത, മർദ്ദിച്ച് അവശയാക്കിയ സ്ത്രീ സംഘട്ടനത്തിൽ കൊല്ലപ്പെട്ടു എന്ന വാദം വിശ്വസിക്കാവുന്നതല്ല. ഇത്തരം അവിശ്വസനീയമായ സംഘട്ടനങ്ങളും മരണങ്ങളും ഇന്നും ഇവിടെ നടക്കുന്നു. അഫ്സ്പയുടെ മറവിലെ കൊലപാതകങ്ങൾക്ക് അറുതി വരുത്തിയേ മതിയാകൂ." സിംഗജിത്ത് ഉറപ്പിച്ചു പറഞ്ഞു.

ഇത് തന്നെയാണ് ശർമ്മിളയും ഞങ്ങളോട് പറഞ്ഞിരുന്നത്. അഫ്സ്പ പിൻവലിച്ചേ നിരാഹാരം നിർത്തൂ എന്ന് ഉറപ്പിച്ചു പറഞ്ഞിരുന്ന ശർമ്മിളയുടെ വാശി പക്ഷേ, ഫലം കണ്ടില്ല. അതിനു മുൻപ് അവൾ ഉപവാസം പിൻവലിച്ചു. ഒരു സാധാരണസ്ത്രീയായി പ്രണയിച്ചും കലഹിച്ചും ജീവിക്കാനുള്ള ശർമ്മിള എന്ന സ്ത്രീയുടെ മോഹമാണ്, അതല്ല ഭിന്നിപ്പിച്ചു ഭരിക്കുക എന്ന ഭരണാധികാരികളുടെ തന്ത്രമാണ്, അതുമല്ല വൈഷ്ണവ വിഭാഗത്തിലെ ശക്തയായ ഒരു സ്ത്രീയെ ഇറക്കി വടക്കുകിഴക്കൻ മേഖലയിൽ വലിയ സ്വാധീനമുണ്ടാക്കാനുള്ള വലതുപക്ഷമതശക്തികളുടെ കുടില തന്ത്രമാണ് ഇവിടെ ജയിച്ചതെന്നും പറയുന്നവരുണ്ട്. ഏതായാലും ഉറപ്പാണ് മണിപ്പൂരിൽ ശാന്തി വിദൂരമാണ്. ശർമ്മിളയുടെ ജീവിതം പ്രയാസമേറിയതായി തുടരാനാണ് സാദ്ധ്യത.

ഇതെഴുതി നിർത്തുന്നത് 2017 ജനുവരിയിലാണ്. പിന്നീട് തിരഞ്ഞെടുപ്പിൽ മത്സരിക്കുകയും 90 വോട്ടുകൾ മാത്രം നേടുകയും ചെയ്ത ശർമ്മിള തന്റെ യൗവനമത്രയും പാഴായിപ്പോയി എന്നു വിലപിച്ചിരിക്കാനല്ല ഇഷ്ടപ്പെടുന്നത്; മറിച്ച് അവർ മറ്റ് വഴികളിൽ പോരാട്ടം തുടരുകതന്നെയാണ്.

വിസ്ഥാപിതരുടെ മരണഖനികളിൽനിന്ന് ദയാമണി ബാർലെ

ജാർഖണ്ഡിനെക്കുറിച്ചാകുമ്പോൾ ഉള്ളുപൊള്ളുക എന്ന പ്രയോഗം ആലങ്കാരികമല്ലാതാകുന്നു. ജാർഖണ്ഡിന്റെ ഉള്ള് ശരിക്കും പൊള്ളുകയാണ്. അവിടെ ആദിവാസികളെ കുടിയൊഴിപ്പിച്ച് ആർസലർ മിത്തലിനെപ്പോലുള്ള വൻകിട മുതലാളിമാർ ഭൂമി തുരന്നു തീയിടുകയാണ്. ഭൂമിക്കടിയിലെ കല്ക്കരി അടക്കമുള്ള വിലപിടിച്ച ധാതുക്കളാണ് ലക്ഷ്യം. ഉള്ള് കത്തുന്ന ഈ ഖനിയിടങ്ങൾക്കു കിലോമീറ്ററുകൾ വിസ്തൃതിയുണ്ട്. അവയ്ക്ക് തൊട്ടപ്പുറത്തായി അതേ ഖനികൾ കുഴിക്കപ്പെട്ട പ്രദേശങ്ങളുടെ യഥാർത്ഥ ഉടമകൾ ഖനി മുതലാളിമാരുടെ അടിമകളായി നരകജീവിതം നയിക്കുന്നു. അതുകൊണ്ട് ജാർഖണ്ഡിന്റെ ഉള്ളും പുറവും പൊള്ളുകയാണ് എന്നുപറയാം.

പൊള്ളുന്ന ഈ ഭൂമികയിൽ കാലുകൾ ഉറപ്പിച്ച് വിസ്ഥാപനത്തിനെതിരായും വിസ്ഥാപിതന്റെ അവകാശങ്ങൾക്കു വേണ്ടിയും പോരാടുന്നവരിൽ പ്രമുഖയാണ് ദയാമണി ബാർലെ. പുസ്തകങ്ങളല്ല സ്വജീവിതമാണ് അവരെ പോരാളിയാക്കിയത്. ആ ജീവിതമാണ് ഞങ്ങൾ രേഖപ്പെടുത്താൻ ശ്രമിക്കുന്നത്. രേഖകൾക്കപ്പുറത്തുള്ള തീവ്രാനുഭവങ്ങളാണ് ദയാമണി ഞങ്ങൾക്കു പകർന്നുതന്നത്.

* * * * * *

പ്രകൃതി വിഭവങ്ങളാൽ സമ്പന്നമാണ് ജാർഖണ്ഡ്. വനവിഭവങ്ങളും കല്ക്കരി, ഇരുമ്പയിര് തുടങ്ങിയ വൻകിട വ്യവസായ സാദ്ധ്യതയുള്ള

വിഭവങ്ങളും ധാരാളം. അതുകൊണ്ടുതന്നെ കഴുകൻ കണ്ണുകളുമായി അവ ചൂഷണം ചെയ്യാനായി സർക്കാർ കമ്പനികളും സ്വകാര്യ കമ്പനികളും ഈ മേഖലയിൽ സജീവമാണ്. ആദിവാസി ഭൂമി കൈയേറിയാണ് പല ഫാക്ടറികളും നിർമ്മിച്ചിട്ടുള്ളത്. അവർക്ക് വേണ്ടത്ര നഷ്ടപരിഹാരം ലഭിച്ചിട്ടില്ല. ഇവിടെത്തന്നെയാണ് ആറുലക്ഷം കോടി രൂപയിലേറെ ചെലവുചെയ്ത് ആർസലർ മിത്തൽ ലോകത്തിലെ ഏറ്റവും വലിയ ഇരുമ്പുരുക്ക് വ്യവസായം തുടങ്ങാൻ പദ്ധതിയിട്ടത്. ഇതിനായി 12000 ഏക്കർ ഭൂമിയാണ് ആവശ്യം. നാല്പതോളം ഗ്രാമങ്ങളിലെ ജനങ്ങൾ വിസ്ഥാപിതർ ആക്കപ്പെടും.

ദയാമണി ബാർലെ എന്ന ആദിവാസി പത്രപ്രവർത്തകയും അവരുടെ സംഘടനയായ ആദിവാസി മൂൻവാസി അസ്തിത്വരക്ഷാമഞ്ച് എന്ന സംഘടനയും ഇതിനെതിരായി പോരാട്ടങ്ങൾ സംഘടിപ്പിച്ചു. ഈ പോരാട്ടങ്ങളിലൂടെയാണ് ദയാമണി ദേശീയതലത്തിൽ ശ്രദ്ധിക്കപ്പെട്ടത്.

2014 ൽ ലോകസഭാ തിരഞ്ഞെടുപ്പിൽ മത്സരിക്കാൻ ദയാമണി ബാർലെ തീരുമാനിച്ചു. വിജയസാദ്ധ്യത കുറവാണെന്ന് അറിയാമായിരുന്നു. ആം ആദ്മി പാർട്ടിയുടെ സ്ഥാനാർത്ഥിയായി ഖുന്തി ലോകസഭാ മണ്ഡലത്തിലാണ് മത്സരിച്ചത്. തിരഞ്ഞെടുപ്പ് പ്രചാരണത്തിനിടയിൽ നിരവധി പ്രശ്നങ്ങൾ ജനസമക്ഷം അവതരിപ്പിക്കാൻ അവർക്ക് കഴിഞ്ഞു.

പ്രഭാത് ഖബർ എന്ന പത്രത്തിലെ കോളമിസ്റ്റ് ആണ് ദയാമണി ബാർലെ. ഇൻസാഫ് എന്ന ഒരു സർക്കാരിതര സംഘടനയുടെ അദ്ധ്യക്ഷ പദവി ഏറ്റെടുത്തിട്ടുണ്ട്. 2002 ൽ ഗ്രാമീണ പത്രപ്രവർത്തനത്തിനുള്ള കൗണ്ടർ മീഡിയ പുരസ്കാരം ലഭിച്ചു. 2013 ൽ കൾച്ചറൽ സർവൈവർ എന്ന അന്തർദ്ദേശീയ സംഘടന 'ഇൻഡീജിനസ് റൈറ്റ്സ്' അവാർഡ് നല്കി ദയാമണി ബാർലെയെ ആദരിച്ചു.

കിഴക്കൻ ജാർഖണ്ഡിലെ മുണ്ട ഗോത്രത്തിലാണ് ദയാമണി ജനിച്ചത്. അച്ഛനും അമ്മയും നിരക്ഷരർ ആയിരുന്നു. ആദിവാസി മേഖലയിൽ തൊഴിലില്ലാതായപ്പോൾ, ഭൂമി നഷ്ടപ്പെട്ടപ്പോൾ അവർ പട്ടണത്തിൽ വീട്ടു വേലക്കാരിയായി. അഞ്ചാം ക്ലാസ് മുതൽ ദയാമണി അമ്മയ്ക്കൊപ്പം വീട്ടുവേല ചെയ്താണ് പഠിച്ചത്. നെൽസൺ ബാർലെയാണ് ദയാമണിയുടെ സഹയാത്രികൻ.

ദയാമണിയെ കാണാൻ 2011 സെപ്തംബർ 10 ന് രാവിലെ നേരത്തെ ഞങ്ങൾ കല്ക്കത്തയിൽനിന്ന് റാഞ്ചിയിൽ എത്തി. തീവണ്ടിയിലായിരുന്നു യാത്ര. നല്ല വൃത്തിയുള്ള സ്റ്റേഷൻ. പ്രഭാത കൃത്യങ്ങൾക്കുശേഷം സുജാത ചൗക്കിലുള്ള ചായക്കട അന്വേഷിച്ചിറങ്ങി. ഒരു സ്റ്റാർഹോട്ടലിന് എതിരെയാണ് ചായക്കട എന്ന് ദയാമണി പറഞ്ഞിരുന്നു. സ്റ്റാർ ഹോട്ടലിനു മുന്നിൽ ഓട്ടോയിറങ്ങി പരതുന്നതിനിടയിൽ എതിരെയുള്ള ചെറിയ ചായക്കടയിൽനിന്ന് ഇറങ്ങി ദയാമണി ഞങ്ങളെ വിളിച്ചു.

ഒരു ചെറിയ മുറി. പുറകിൽ ഒരു ചായ്പ്. രണ്ടോ മൂന്നോ ബഞ്ചും ഡസ്കും. കണ്ണാടിക്കൂട്ടിൽ ചുടുചുടു ജിലേബിയും സമോസയും നിര

ത്തിയിട്ടുണ്ട്. സംസാരം ആരംഭിച്ച ഉടനെ ദയാമണി ചില ചോദ്യങ്ങൾ ഇങ്ങോട്ടു ചോദിച്ചു. "എന്തിനാണ് ഈ അഭിമുഖം? അപൂർവ്വമായി കാണുന്ന ചില കീടങ്ങളെ തിരിച്ചും മറിച്ചും നോക്കി രസിക്കുന്ന ചില ഏർപ്പാടുണ്ട്. ആദിവാസി ഇന്ന് അത്തരമൊരു അപൂർവ്വ ജീവിയാണല്ലോ. അത്തരം ഒരു ഏർപ്പാടിന് ഞാനില്ല.

പത്ത് പതിനഞ്ച് മിനിറ്റ് സംസാരിച്ചതിനു ശേഷമാണ് ഞങ്ങളുടെ ഉദ്ദേശ്യശുദ്ധി അവർക്ക് ബോദ്ധ്യമായത്. അതോടെ നെൽസൺ ചുടു ചായയും ജിലേബിയും ഡസ്കിൽ നിരത്തി.,

ദയാമണി ഞങ്ങളെ അവരുടെ വീട്ടിലേക്ക് കൊണ്ടുപോയി. റാഞ്ചിയിലെ തിരക്കു കുറഞ്ഞ ഇടവഴികളിലൂടെ നടന്ന് ഒരു വീടിന്റ പുറകിലെ നിരമുറികളിൽ ഞങ്ങളെത്തി. രണ്ട് ചെറിയ മുറികൾ. അതാണ് ദയാമണിയുടെ വീട്. ഒരു മുറി നിറയെ പുസ്തകങ്ങളും ദിനപത്രങ്ങളും അതാണ് ഓഫീസ് മുറി. മറ്റൊന്ന് കിടപ്പുമുറി. കഴിഞ്ഞു.

കണ്ടാൽ അമ്പതിൽ ഏറെ പ്രായം തോന്നിക്കുന്ന അവർക്ക് 44 വയസ്സ് എന്നാണ് ഇന്റർനെറ്റിൽനിന്നും കിട്ടുന്ന വിവരം. ആദ്യ ചോദ്യം അതിൽ നിന്നായിരുന്നു.

"അച്ഛനും അമ്മയും നിരക്ഷരർ ആയതിനാൽ യഥാർത്ഥ ജനനത്തീയതി അറിയില്ല. സ്കൂളിൽ ചേർക്കാൻ ചെന്നപ്പോൾ 1968 ൽ ജനിച്ചു എന്നു രേഖപ്പെടുത്തി. അമ്മയോട് ചോദിച്ചാൽ തീവണ്ടി വന്നകാലത്താണ് നീ ജനിച്ചത് എന്നൊക്കെയാണ് പറയുക. അമ്മയുടെ പേര് ഇസബെല്ല. അച്ഛൻ ജൂരാ ബാർല. രണ്ടുപേരും കർഷകരായിരുന്നു. ഞങ്ങൾക്ക് ഒരു പാട് ഭൂമിയുണ്ടായിരുന്നു. കൃത്യമായി എത്ര ഏക്കർ ഉണ്ടായിരുന്നു എന്നറിയില്ല. ഞാൻ മൂന്നാം ക്ലാസിൽ പഠിക്കുന്ന കാലം-എന്റെ അമ്മയുടെ ഏറ്റവും ചെറിയ കുട്ടിയാണ് ഞാൻ. മൂന്നു ചേട്ടന്മാർക്ക് ശേഷം പിറന്ന പെണ്ണ്- അച്ഛന് വിദ്യാഭ്യാസമില്ലാത്തതിനാൽ അയൽ ഗ്രാമത്തിലെ ഒരാൾ വന്ന് വെള്ളക്കടലാസിൽ ഒപ്പിടീച്ച് ഭൂമി തട്ടിയെടുത്തു. ആ ഭൂമി വീണ്ടെടുക്കാൻ അച്ഛൻ കോടതിയിൽ പോയി. കേസ് വാദിക്കാനായി ബാക്കി ഭൂമി കൂടി പണയപ്പെടുത്തി. പിന്നീട് അച്ഛൻ അയൽഗ്രാമങ്ങളിൽ അടിമ വേലയ്ക്കു പോയി.

ഞങ്ങളുടെ ഗ്രാമം റാഞ്ചിയിൽനിന്ന് 200 കി മീ അകലെയാണ്. അമ്മ റാഞ്ചിയിലേക്ക് വന്നു. ഇവിടത്തെ വീടുകളിൽ വീട്ടുപണി ചെയ്യാൻ തുടങ്ങി. രണ്ടാമത്തെ ചേട്ടൻ അമ്മയുടെ കൂടെ നഗരത്തിൽ വന്ന് പല പണികളും ചെയ്തു. ഏറ്റവും മൂത്തചേട്ടൻ വേറെ ഗ്രാമത്തിൽ വലിയ കൃഷിക്കാർക്കായി കൂലിപ്പണി ചെയ്തു. ഞാനും എന്റെ നേരെ മീതെയുള്ള ചേട്ടനും ഗ്രാമത്തിൽ തന്നെ താമസിച്ചു. പല ദിവസവും ഞങ്ങൾക്ക് പട്ടിണി ആയിരുന്നു. ആറാം ക്ലാസിൽ പഠിക്കുമ്പോൾ മുതൽ ഭക്ഷണത്തിനായി പണിയെടുക്കേണ്ടി വന്നിട്ടുണ്ട്. ഞങ്ങൾ താമസിക്കുന്ന പറമ്പിൽ കൃഷി ചെയ്തിരുന്ന സാധനങ്ങൾ മാർക്കറ്റിൽ കൊണ്ടുപോയി വിറ്റിരുന്നത് ഞാനാണ്.

ഗുംഗ്ല ജില്ലയിലെ കാംനഗറിലാണ് ഞങ്ങളുടെ ഗ്രാമം. അവിടെ ധാരാളം ഭൂമി ഞങ്ങൾക്കുണ്ടായിരുന്നു. എത്ര എന്നു ചോദിച്ചാൽ ഒരു വർഷം മുഴുവൻ പണിയെടുത്താലും തീരാത്ത അത്രയും ഭൂമി. മൂന്ന് ചേട്ടന്മാർക്ക് ഏക സഹോദരിയാണ് ഞാനെന്നു പറഞ്ഞല്ലോ. ഞാൻ എം കോം വരെ പഠിച്ചു. മെട്രിക് തലം വരെ മിഷണറി സ്കൂളിൽ ആയിരുന്നു. ഞാൻ ആവശ്യപ്പെട്ടിട്ടല്ല അവർ എന്നെ പഠിപ്പിച്ചത്.

അമ്മയും അച്ഛനും ജീവിച്ചിരുന്നിട്ടും മൂന്ന് ചേട്ടന്മാർ ഉണ്ടായിരുന്നിട്ടും അനാഥയെപ്പോലെയായിരുന്നു എന്റെ ജീവിതം. ഏക മകളായിരുന്നിട്ടും ആ പരിഗണനയും സ്നേഹവും ഒന്നും എനിക്ക് കിട്ടിയിട്ടില്ല. എല്ലാവരും അവരുടെ വയർ എങ്ങനെ നിറയ്ക്കും എന്ന തത്രപ്പാടിലായിരുന്നു. അടിമ വേലക്കാരായിരുന്നു അവർ. എന്റെ അനുഭവങ്ങൾക്ക് അന്തമില്ല. നേരത്തെ പറഞ്ഞപോലെ എന്നു ജനിച്ചു എന്നറിയില്ല. സർട്ടിഫിക്കറ്റ് പ്രകാരം വളരെ കുറച്ച് പ്രായമേ ആയിട്ടുള്ളൂ. ഞാൻ കണ്ടിട്ടുള്ള ജീവിതം അതിലേറെയാണ് അഞ്ച് പതിറ്റാണ്ടിന്റെ അനുഭവം എനിക്കുണ്ട്. എന്നു തോന്നുന്നു.

ഓരോ ചുവടും തെളിമയോടെ ഞാൻ ഓർക്കുന്നു. മൂന്നാം ക്ലാസിൽ പഠിക്കുമ്പോൾ എന്റെ കുടുംബം ശിഥിലമായി. ആരെല്ലാം എവിടെയെന്ന് അറിയാത്ത അവസ്ഥ. എട്ടാം ക്ലാസുവരെ എങ്ങനെ ജീവിച്ചു, എങ്ങനെ ഭക്ഷണം കഴിച്ചു എന്നറിയില്ല. സ്കൂൾ വളരെ അകലെയായിരുന്നു. നാലാം ക്ലാസുവരെ നാലു കിലോമീറ്റർ നടന്നാണ് സ്കൂളിൽ പോയിരു

ന്നത്. അഞ്ച്, ആറ് ക്ലാസുകളിലേക്കുള്ള വിദ്യാലയത്തിലേക്ക് എട്ടുകിലോമീറ്റർ നടക്കണം. അതിനുശേഷം ഒമ്പത് കിലോമീറ്റർ ദൂരത്തുള്ള സ്കൂൾ. അങ്ങോട്ടും ഇങ്ങോട്ടും കൂടി 18 കിലോമീറ്റർ നടക്കണം. പഠിക്കണം എന്നത് എന്റെ വലിയ മോഹമായിരുന്നു. ഒമ്പതാം ക്ലാസ് ആയപ്പോൾ ഞാൻ റാഞ്ചിയിലേക്ക് പോന്നു. അമ്മയും സഹോദരനും ഇവിടെ ഉണ്ടായിരുന്നല്ലോ. ചേട്ടൻ ഒരു ഗ്യരാഷിൽ മൂന്നു നാലുപേർ ചേർന്നാണ് താമസിച്ചിരുന്നത്. ഞാനും അവരോടൊപ്പം താമസിച്ചു. ഞങ്ങൾ താമസിച്ചിരുന്നതിന് അടുത്തായിരുന്നു പൊലീസ് സ്റ്റേഷൻ. ഞാൻ പൊലീസുകാരുടെ വീടുകളിൽ പാത്രം കഴുകാൻ പോകും. രാവിലെ സ്കൂളിൽപോകുന്നതിനു മുമ്പേ ചെല്ലും. അവർ തലേന്നത്തെ ഭക്ഷണം ബാക്കി വന്നത് എടുത്തുവച്ചിരിക്കും. അത് സ്കൂളിൽ പോകുന്നതിന് മുമ്പ് കഴിക്കും. ഉച്ചഭക്ഷണം ഇല്ല. വൈകിട്ട് വന്ന് വീണ്ടും ഒരു വീട്ടിൽ പാത്രം കഴുകാൻ പോകും. ആ വീട്ടിൽനിന്ന് തരുന്ന ഭക്ഷണം രാത്രി കഴിക്കും. ഇതായിരുന്നു പതിവ്. പത്താം ക്ലാസിൽ പഠിക്കുമ്പോൾ മൂന്നാലു വീടുകളിൽ പാത്രം കഴുകിയിരുന്നു.

ഒരു ദരിദ്രനെ സംബന്ധിച്ചിടത്തോളം ഭക്ഷണം തന്നെയാണ് പ്രശ്നം. അത് നേടാനുള്ള തത്രപ്പാടാണ് ജീവിതം. പൊതുവെ കുടുംബങ്ങളിൽ പെൺകുഞ്ഞുങ്ങളെക്കുറിച്ചുള്ള വേവലാതിയാണ്. അവരുടെ സുരക്ഷയെക്കുറിച്ച് ആകുലതയാണ്. അപ്പോഴാണ് മൂന്നുനാലു ചെറുപ്പക്കാരുള്ള വീട്ടിൽ പാത്രം കഴുകാനായി ഒരു പത്താം ക്ലാസുകാരിക്ക് പോകേണ്ടിവരുന്നത്. അവർ ഏതു കണ്ണുകൊണ്ടാണ് നോക്കുന്നത് എന്ന് നന്നായി അറിയാം. അവർ ശാരീരികമായി പീഡിപ്പിച്ചില്ല. (ശാരീരികമായി പീഡിപ്പിക്കാൻ ശ്രമിച്ചിരുന്നു എന്നും സ്വന്തം കരുത്തുകൊണ്ടുമാത്രം രക്ഷപ്പെട്ടതാണെന്നും മറ്റൊരു അഭിമുഖത്തിൽ ദയാമണി പറഞ്ഞിരുന്നു. ഞാൻ ഒരുതരത്തിലും അക്കാര്യം അവരെ ഓർമ്മപ്പെടുത്തിയില്ല) പക്ഷേ, മാനസികമായി എത്രമാത്രം പീഡിപ്പിക്കപ്പെട്ടു എന്ന് പറയാനാവില്ല. വേലക്കാരിക്ക് ഒരു മാന്യതയും സമൂഹം കല്പിക്കുന്നില്ല. അവരുടെ അന്തസ്സിന് ഒരു വിലയുമില്ല. പണിയെടുക്കുന്ന കുടുംബത്തിലെ ഒരു വ്യക്തിക്ക് തങ്ങളുടെ മേൽ മറ്റുതരത്തിൽ താല്പര്യമുണ്ട് എന്നറിഞ്ഞിട്ട് അതിനെ അവഗണിച്ച് പിറ്റേന്ന് അതേ വീട്ടിൽ ഭക്ഷണത്തിനായി പോകേണ്ടിവരുന്ന ഗതികേട് പറഞ്ഞറിയിക്കാനാവില്ല.

പത്താം ക്ലാസ് കഴിഞ്ഞതിനുശേഷം ഞാൻ പാത്രം കഴുകാൻ പോകാറില്ല. ഹിന്ദിയും ഇംഗ്ലീഷും ടൈപ്പ് ചെയ്യാൻ പഠിച്ചു. കോളേജിൽ നിന്നു മടങ്ങിവന്നാൽ കുട്ടികളെ പഠിപ്പിക്കും. ഇന്റർ പാസായപ്പോഴേക്കും നന്നായി ടൈപ്പ് ചെയ്യാമെന്നായി. ഒരു മണിക്കൂർ ടൈപ്പ് ചെയ്താൽ ഒന്നോ രണ്ടോ രൂപകിട്ടും.

എന്റെ വിഷയം ധനതത്ത്വശാസ്ത്രം ആയിരുന്നു. ഒരു മനുഷ്യന്റെ ജീവിതത്തിൽ ധനതത്ത്വശാസ്ത്രത്തിന് വലിയ സ്ഥാനം ഉണ്ട്. ജീവിത ചെലവുകൾ എങ്ങനെ ആസൂത്രണം ചെയ്യും? ബാങ്ക് ഇടപാടുകൾ

എങ്ങനെ? ഇതെല്ലാം അറിഞ്ഞിരിക്കണം. ഞാൻ പാർട്ട്ടൈം ആയി ഒരു സ്ഥാപനത്തിൽ ജോലി ചെയ്തിരുന്നു. ഇരുപത്തി അഞ്ച് രൂപയായിരുന്നു ശമ്പളം. അവർ എന്നെ മാന്യമായി കൈകാര്യം ചെയ്തു, എന്നെ ബഹുമാനിച്ചു. ഓഫീസിൽനിന്ന് ഇടയ്ക്ക് എന്നെ ബാങ്കിലേക്ക് പറഞ്ഞയയ്ക്കും. മുപ്പതിനായിരം, നാല്പതിനായിരം രൂപയൊക്കെ പിൻവലിച്ച് ബാഗിലാക്കി ഓട്ടോ പിടിച്ച് ഓഫീസിൽ എത്തുമ്പോഴേക്ക് ഞാൻ വിയർത്തിരിക്കും. പക്ഷേ, പല പ്രാവശ്യമത് ചെയ്തപ്പോൾ ആത്മവിശ്വാസമായി. അതുവരെ അത്രയും രൂപ ഞാൻ ഒരുമിച്ച് കണ്ടിട്ടില്ല.

മെത്താഡിസ്റ്റ് ചർച്ചിന്റെ ഡയറക്ടർ ജോൺസ് ആണ് പ്രായോഗിക ജീവിതത്തിൽ എന്റെ വഴികാട്ടി. അദ്ദേഹം എന്നെ ഏറെ സഹായിച്ചു. എനിക്ക് ഒരു ചെറിയ ജോലിയും തന്നു. ഒരുദിവസം ഞാൻ ഓഫീസിൽനിന്ന് ഇറങ്ങി ഓട്ടോ പിടിക്കാനായി നടക്കവെ അദ്ദേഹം പിറകേ വന്ന് അദ്ദേഹം എനിക്കു തന്നിരുന്ന പേന എവിടെ എന്നു ചോദിച്ചു. മേശപ്പുറത്ത് ഉണ്ടല്ലോ- ഞാൻ ഉത്തരവും പറഞ്ഞു. അതൊരു സ്വർണ്ണപ്പേനയാണ് എന്നവിവരം അദ്ദേഹം അപ്പോഴാണ് പറയുന്നത്. ഞാൻ ആത്മവിശ്വാസത്തോടെ ഉറപ്പിച്ചു പറഞ്ഞു. പേന അവിടെത്തന്നെയുണ്ട്. ഞാൻ ആ പേനയുമായി കടന്നു കളയുമോ എന്നായിരുന്നു അദ്ദേഹത്തിന്റെ പേടി. പിറ്റേന്ന് ഞാൻ പേന നന്നായി നോക്കി. സ്വർണ്ണപ്പേന ആദ്യമായി കാണുകയായിരുന്നു. ഞാൻ ജോലി വിടുന്നതുവരെ ആ പേന കൊണ്ടാണ് എഴുതിയിരുന്നത്. ഭക്ഷണത്തിനായി എന്തു വേല ചെയ്താലും ഞാൻ ആരേയും ചതിക്കില്ല. അച്ഛനെയും അമ്മയെയും ആളുകൾ ചതിച്ചത് എന്റെ മനസ്സിലുണ്ട്. ജീവിതത്തിൽ ന്യായം വേണം എന്നതായിരുന്നു എന്റെ തത്ത്വം.

ഞാൻ സോപ്പുണ്ടാക്കുന്ന കമ്പനിയിൽ ജോലി നോക്കിയിരുന്നു. ഡി സി എം എന്ന തുണി അലക്കുന്ന സോപ്പാണ് അവിടെ ഉണ്ടാക്കിയിരുന്നത്. തുണി അലക്കുമ്പോൾ നമുക്കറിയില്ല അതിനു പിന്നിലുള്ള അദ്ധ്വാനം. 50 കിലോ വരുന്ന അസംസ്കൃത വസ്തുക്കളുടെ ചാക്കാണ് ആളുകൾ എടുത്ത് മറിക്കുന്നത്. ഞാനെപ്പോഴും അത്തരം കഷ്ടപ്പാടുകൾ സഹിക്കുന്നവരെക്കുറിച്ച് ചിന്തിക്കും.

എന്റെ പഠനകാലത്തുതന്നെ ഞാൻ ചില സമരങ്ങളിൽ പങ്കെടുത്തിട്ടുണ്ട്. അത് വിസ്ഥാപനത്തിന് എതിരെയുള്ള സമരമായിരുന്നു. കോയൽ കാരോ ഡാമിന് എതിരായ സമരം നാല്പതു വർഷം നീണ്ടുനിന്ന സമരമായിരുന്നു. റാഞ്ചി ജില്ലയിലെ ടോർപ്പബ്ലോക്കിലാണ് 710 മെഗാവാട്ട് ഉല്പാദിപ്പിക്കാൻ ഉദ്ദേശിച്ചുകൊണ്ടുള്ള ഈ ഡാം വിഭാവനം ചെയ്തത്. കോയിൽ നദിയിലും കാരോ നദിയിലും ഓരോ ഡാം പണിത് ഒരു കനാൽ കൊണ്ട് പരസ്പരം ബന്ധിപ്പിക്കുക- 1973 ൽ നിർദ്ദേശിക്കപ്പെട്ടതാണ്. അന്നു മുതൽ തുടങ്ങിയ സമരമായിരുന്നു. ഈ ഹൈഡ്രേൻ പ്രോജക്ട് വന്നാൽ ഏതാണ്ട് രണ്ട് ലക്ഷം പേർ വിസ്ഥാപിതരാവും- ഈ സമരത്തിൽ സജീവമായി പങ്കെടുത്തു. അതിലെ ഓരോ നേതാവും എന്നോട്

സ്നേഹത്തോടെ പെരുമാറി. ജാർഖണ്ഡിലെ വിസ്ഥാപനത്തിന് എതിരെയുള്ള മുഴുവൻ സമരങ്ങളിലും ഞാനിന്ന് പങ്കാളിയാണ്.

എം കോം വരെയുള്ള പഠനകാലത്തെ അനുഭവങ്ങളാണ് എന്നെ ഞാനാക്കിയത്. ഞാൻ കണ്ട ജീവിതം എന്നെ പലതും പഠിപ്പിച്ചു. ഒരു ആദിവാസി കൃഷിക്കാരന്റെ ജീവിതം കാടും മണ്ണുമായി ചേർന്നിരിക്കുന്നു. കാട്, നദികൾ, മലകൾ, പ്രകൃതി ഇതെല്ലാം ഞങ്ങൾക്ക് സ്വന്തമാണ്. ഭൂമിയെ ഒരു സ്വത്തായി ഞങ്ങൾ കാണുന്നില്ല. ഞങ്ങളുടെ സംസ്കാരവും മൂല്യങ്ങളും സ്വത്വവും പ്രകൃതിയുമായി ഇഴചേർന്ന് നില്ക്കുന്നതാണ്. ഭൂമിയും വെള്ളവും സംരക്ഷിക്കാൻ മാത്രമുള്ളതല്ല ഞങ്ങളുടെ സമരം. ഞങ്ങളുടെ സംസ്കാരം, നൂറ്റാണ്ടുകളായി ഞങ്ങൾ ആർജ്ജിച്ച അറിവ് എന്നിവ സംരക്ഷിക്കപ്പെടണം. അതാണ് ഞങ്ങളുടെ ഉദ്ദേശ്യം. ആഗോള വിപണിയിൽ പ്രകൃതി ഒരു വില്പനവസ്തുവാണ്. പക്ഷേ, അത് ഞങ്ങളുടെ അവകാശമാണ്.

അടിച്ചമർത്തപ്പെട്ടവരായിട്ടും ഇരകളായിട്ടും ഞാൻ എന്റെ കുടുംബത്തെ കണ്ടിട്ടുണ്ട്. അമ്മയും അച്ഛനും അടിമപ്പണി ചെയ്തിരുന്നു. ജീവിതം അന്വേഷിച്ച് അവർ ഗ്രാമത്തിൽനിന്ന് നഗരത്തിൽ എത്തി. ഇത് ഇവരുടെ മാത്രം കഥയല്ല, ജാർഖണ്ഡിലെ മുഴുവൻ ആദിവാസികളുടെയും കഥയാണ്. ജാർഖണ്ഡിലെ മാത്രമല്ല ഇന്ത്യയിലെ മുഴുവൻ ആദിവാസികളുടെയും കഥയാണ്. ലോകത്ത് ആകമാനമുള്ള കഥയാണ്. എല്ലാ കർഷകരുടെയും ജീവിതം സങ്കീർണ്ണമായിരിക്കുന്നു. മൾട്ടി നാഷണൽ കമ്പനികൾ, കോർപ്പറേറ്റ് സമൂഹം, സർക്കാരിന്റെ നയങ്ങൾ എന്നിവയെല്ലാം കർഷകരുടെ കാട്, മണ്ണ്, ജീവനോപാധികൾ, ചരിത്രം എന്നിവയുടെയെല്ലാം വേരറുത്ത് കഴിഞ്ഞു.

ഞാനൊരു ആദിവാസി സ്ത്രീയാണ്. സാമൂഹ്യപ്രവർത്തകയാണ്, പത്രപ്രവർത്തകയാണ്. ചില പ്രാദേശിക പത്രങ്ങളിൽ ഞാൻ ജോലി ചെയ്തിട്ടുണ്ട്. എന്നെപ്പോലെ ഒരു പെൺകുട്ടിയും അനാഥരാവരുത് എന്ന് എനിക്കുണ്ട്, ഒരു കുടുംബവും എന്റെ കുടുംബത്തെപ്പോലെ വഞ്ചിതരാവരുത്. പക്ഷേ, ഇതിനായി നടത്തുന്ന പ്രവർത്തനങ്ങൾ എല്ലാം ഇന്ന് ഒരു വൃത്തത്തിനകത്ത് കറങ്ങുകയാണ്. തുടങ്ങിയിടത്തുതന്നെ എത്തുന്ന അവസ്ഥ. ജീവിതം ക്ലേശകരമായി വരുന്നു. ഛത്തീസ്ഗഢിൽ പോസ്കോ കമ്പനി, വേദാന്ത, നിരവധി ഫാക്ടറികൾ- ഖനിയുടെ പേരിൽ, ധാതുക്കളുടെ പേരിൽ, കാടിന്റെ പേരിൽ ജനജീവിതം ദുഷ്കരമാക്കുന്നു- തമിഴ്നാട്ടിൽ കൂടംകുളം ന്യൂക്ലിയർ പവറിന്റെ പേരിൽ, ഹിമാചൽ പ്രദേശിൽ സിമന്റ് ഫാക്ടറികളുടെ പേരിൽ, ഹരിയാന, പഞ്ചാബ്, രാജസ്ഥാൻ എന്നിവിടങ്ങളിലെല്ലാം ജനങ്ങൾ ജീവിക്കാനായി പോരാടുന്നു.

ഞാൻ കേരളത്തിലും വന്നിട്ടുണ്ട്. വിദ്യാഭ്യാസമുള്ള ജനങ്ങൾ, വൃത്തിയുള്ള നഗരങ്ങൾ- ധാരാളം വിദേശികൾ വിനോദ സഞ്ചാരത്തിന് വരുന്നു. അവിടത്തെ കൃഷിക്കാർ, ആദിവാസികൾ എന്നിവർ സന്തുഷ്ടരാണോ എന്ന് അവിടത്തെ പ്രവർത്തകരോട് ഞാൻ ചോദിച്ചു. അവി

ടെയും പ്രശ്നങ്ങൾ ഉണ്ട്. മത്സ്യത്തൊഴിലാളികൾ ദുരിതത്തിലാണ്. അവർ സമരം ചെയ്യുന്നു. വയനാട്ടിലെ ആദിവാസികൾ സമരം ചെയ്യുന്നു.

ലോകത്തിലെ ബഹുരാഷ്ട്രകുത്തകക്കമ്പനികൾ ഭാരതത്തിലെ ജനങ്ങളുടെ മേൽ കൈകൾ ആഴ്ത്തിയിരിക്കുന്നു. നമുക്ക് അംബേദ്കർ ഉണ്ടാക്കിയ ഒരു ഭരണഘടനയുണ്ട്. ആ ഭരണഘടനയുടെ ആറാം ഷെഡ്യൂൾ പ്രകാരം പോരാടുന്നവരെ അറസ്റ്റ് ചെയ്യുന്നു. ഇന്നത്തെ സമരം കർഷകരുടെയോ അടിസ്ഥാനവർഗ്ഗത്തിന്റെയോ മാത്രം സമരമല്ല. എല്ലാവരുടേയും സമരമാണ്. രാജ്യത്തെ ഭരണത്തെ കൂട്ടുപിടിച്ച് ബഹുരാഷ്ട്രക്കമ്പനികൾ പ്രകൃതിയെ ആശ്രയിച്ച് ജീവിക്കുന്നവരുടെ ജീവിതം ദുസ്സഹമാക്കുന്നു.

ബുദ്ധിജീവികൾ, രാഷ്ട്രീയക്കാർ, സാംസ്കാരിക പ്രവർത്തകർ, മദ്ധ്യവർഗ്ഗം എല്ലാവർക്കും വെള്ളം വേണം. എല്ലാവരും ചേർന്നുള്ള ഒരു പോരാട്ടത്തിലൂടെ മാത്രമേ നമ്മുടെ പരിസ്ഥിതിയെ, വെള്ളത്തെ രക്ഷിക്കാനാവൂ. കാര്യങ്ങൾ ഇങ്ങനെതന്നെ മുന്നോട്ടുപോയാൽ ആരും രക്ഷപ്പെടില്ല. കൃഷി ഉണ്ടാവില്ല, നദികൾ ഉണ്ടാവില്ല. ആഗോളതാപനം മൂലം എന്തൊക്കെ സംഭവിക്കും എന്നറിയില്ല.

എനിക്ക് അഭിമാനമുണ്ട്. ഇന്ന് സമരം ചെയ്യുന്ന കർഷകർക്ക് ധൈര്യമുണ്ട്, ആദിവാസികൾക്ക് ആത്മവീര്യമുണ്ട്. വലിയ കമ്പനികളോടാണ് അവർ സമരം ചെയ്യുന്നത്. അവർ മരിക്കാം, വെടിയുണ്ടയ്ക്ക് ഇരയാകാം. പക്ഷേ, അവർക്ക് ഭയമില്ല. ഇവിടത്തെ വിദ്യാഭ്യാസമുള്ളവർ എന്താണ് ചെയ്യുന്നത്. വികസനത്തിനായി പറയുന്നവർ ആരെയാണ് രക്ഷിക്കുന്നത്?

എല്ലാ പ്രസ്ഥാനങ്ങൾക്കും വിശ്വസ്തത വേണം. ഓരോ വ്യക്തിയും ഒരു പ്രസ്ഥാനത്തിന്റെ ഭാഗമാണെന്ന തോന്നൽ വേണം. വ്യക്തിപരമായ താല്പര്യങ്ങൾ മാറ്റിവച്ച് എല്ലാവരും ഒന്നിച്ച് നില്ക്കണം. 2010 ൽ മിത്തൽ കമ്പനിക്ക് എതിരായ സമരത്തിൽ എല്ലാവരേയും ഒന്നിച്ചു നിർത്താൻ ശ്രമിച്ചു. അതൊരു വലിയ സമരമായിരുന്നു. വിസ്ഥാപനത്തിന് എതിരായ സമരം. മറ്റിടങ്ങളിലെ സമരങ്ങളിൽ ഞങ്ങൾ സഹകരിക്കാറുണ്ട്. വേദാന്ത സമരത്തിൽ പങ്കെടുക്കാൻ ഇവിടെനിന്ന് 10 പേർ പോയിരുന്നു. സമരംകൊണ്ടെന്ത് ഫലം എന്ന് ചിലർ ചോദിക്കാറുണ്ട്. എല്ലാ പോരാട്ടങ്ങളും വിജയിക്കില്ല എന്ന് എനിക്കറിയാം.

വിദ്യാഭ്യാസം വളരെ പ്രധാനമാണ്. എനിക്ക് പഠിപ്പ് ഇല്ലായിരുന്നെങ്കിൽ സംഘടനയിൽ ഇത്ര സജീവമാകാൻ കഴിയില്ല. വിവരാവകാശ നിയമം ഇത്ര ഫലപ്രദമായി ഉപയോഗിക്കാൻ കഴിയില്ല. ഇന്നത്തെ സർക്കാരിനു കൃത്യമായ വിദ്യാഭ്യാസ നയമില്ല. എന്ത് പഠിപ്പിക്കണം എന്നതിനെക്കുറിച്ച് ഒരു വിഷൻ ഇല്ല. ഉള്ള നയമാവട്ടെ ജനവിരുദ്ധമാണ്. ലോകബാങ്കിന്റെ വിദ്യാഭ്യാസ നയമാണ് ഗ്രാമത്തിലെ ജനങ്ങൾക്കു നല്കിക്കൊണ്ടിരിക്കുന്നത്. ഇത് കോർപ്പറേറ്റുകൾക്ക് വളരാൻ സഹായകമായ നയമാണ്. ഇതിന്റെ ഭാഗമായി വിദ്യാഭ്യാസത്തെ സ്വകാര്യവല്ക്കരിക്കുന്നു. ജാർഖണ്ഡിലെ സർക്കാർ വിദ്യാലയം പലപ്പോഴും ഒരു മിത്ത്

ആണ്. റെക്കോഡുകളിൽ കാണുന്ന കെട്ടിടം അവിടെ ഉണ്ടായിക്കൊള്ളണം എന്നില്ല. കെട്ടിടം ഉണ്ടായാൽ ടീച്ചർ ഉണ്ടാവില്ല. ടീച്ചർ ഉണ്ടായാൽ തന്നെ സ്കൂൾ നന്നായി നടക്കുന്നില്ല. കൊഴിഞ്ഞുപോക്ക് തടയാനായി ഉച്ചഭക്ഷണ പരിപാടിയുണ്ട് പക്ഷേ, ഇത് പലയിടത്തും ശരിയായി നടക്കുന്നില്ല. ഒന്നു മുതൽ നാലുവരെ ക്ലാസുകൾക്ക് ഒരു ടീച്ചർ മാത്രമുള്ള വിദ്യാലയങ്ങൾ ഉണ്ട്. അവർ തന്നെ വിദ്യാലയം കെട്ടുന്നതിന്റെ ചുമതല വഹിക്കണം, ടോയ്‌ലറ്റ് കെട്ടണം, ഉച്ചഭക്ഷണം ഉണ്ടാക്കണം - പിന്നെ എങ്ങനെ പഠനം നടക്കും? ജനസംഖ്യാ കണക്കെടുപ്പ്, കാർഷിക സർവ്വേ തുടങ്ങിയവ വേറെയും! ശക്തമായ വിദ്യാഭ്യാസം എങ്ങനെ നല്കാം എന്നതിന് കൃത്യമായ പരിപാടികൾ ഇല്ല. കോർപ്പറേറ്റുകളുടെ പരസ്യം കണ്ട് കാര്യം മനസ്സിലാക്കാനുള്ള വിദ്യാഭ്യാസമേ നല്കുന്നുള്ളൂ.

കൊഴിഞ്ഞുപോക്ക് തടയാനായി വലിയ പ്രചാരണം നടത്തുന്നു. ഇതെല്ലാം വെറും നാടകമാണ്. ഇവിടെ അഴിമതി വേരോടെ പിഴുതെറിയണം, ദാരിദ്ര്യം തുടച്ചുമാറ്റണം. പത്തുകുട്ടികളെ സ്കൂളിൽ ചേർക്കാൻ കൊണ്ടുപോകുമ്പോൾ, അവരെ സ്കൂളിൽ നിലനിർത്താൻ ശ്രമിക്കുമ്പോൾ, നിങ്ങൾ, അവരെ വിസ്ഥാപിതർ ആക്കരുത്. അവരുടെ അവകാശങ്ങൾ തട്ടിപ്പറിക്കരുത്, അവരുടെ ഭൂമി തട്ടിയെടുക്കരുത്. അവരുടെ ഭൂമി, തൊഴിൽ എല്ലാം തട്ടിയെടുത്തിട്ട് കുട്ടികളെ സ്കൂളിൽ ചേർക്കണം എന്നു പറഞ്ഞാൽ എങ്ങനെ നടക്കാനാണ്. അവർ രണ്ടാം ദിവസം അമ്മയുടെ കൂടെ പണിക്ക് പോകും. വഴിയിൽ അലഞ്ഞു നടക്കും.

1957, 58 കാലഘട്ടം കാർഷിക സർവ്വകലാശാലയ്ക്കായി റാബിയിൽ സ്ഥലം എടുത്തിരുന്നു. കൃഷിഭൂമി നഷ്ടപ്പെടും എന്നതിനാൽ കർഷകർ അതിനെതിരായി സമരം ചെയ്തു. കാർഷിക സർവ്വകലാശാല വന്നില്ല. പക്ഷേ, ഭൂമി ഏറ്റെടുത്ത അവർ രേഖയുണ്ടാക്കി. ഇന്നും കർഷകർ ആ ഭൂമിയിൽ കൃഷി ചെയ്യുന്നുണ്ട്. ഇപ്പോൾ കേൾക്കുന്നു അവിടെ ഐ ഐ ടി വരുന്നു. ഇഗ്നോ വരുന്നു. ഞങ്ങൾ ഇതിനൊന്നും എതിരല്ല. പക്ഷേ, കൃഷിഭൂമി നശിപ്പിച്ചിട്ടുവേണോ എന്ന ചോദ്യമാണ് ഉയർത്തുന്നത്. തരിശുനിലം കണ്ടെത്തിക്കോളൂ. മറ്റൊരു പ്രസക്തമായ ചോദ്യം - ഈ സ്ഥാപനങ്ങളിൽ കൃഷിക്കാരുടെ മക്കളാണോ വലിയ പണക്കാരുടെ മക്കളാണോ പഠിക്കുക. പണക്കാരുടെ മക്കൾക്ക് പഠിക്കാനായി സാധാരണക്കാരുടെ ഭൂമി കവർന്നെടുക്കുന്നു. ഞങ്ങളുടെ മക്കൾക്ക് പഠിക്കാനായി ഉണ്ടാക്കിയ പ്രൈമറി സ്കൂളുകൾ ശക്തിപ്പെടുത്തൂ അതാണ് വേണ്ടത്."

ഇൻസാഫ് എന്ന സംഘടനയിൽ പ്രവർത്തിക്കാൻ ഇടയായതിനെക്കുറിച്ച് ദയാമണി ഇങ്ങനെ വിവരിക്കുന്നു.

"ഇൻസാഫിനെക്കുറിച്ച് എനിക്ക് ഏറെയൊന്നും അറിയുമായിരുന്നില്ല. 1999 ൽ ഛത്തീസ്ഗഡ് മുക്തിമോർച്ചയിൽ പ്രവർത്തിച്ചുകൊണ്ടിരിക്കുന്ന കാലത്താണ് ഇൻസാഫിനെക്കുറിച്ച് കേൾക്കുന്നത്. ഞാൻ ഇൻസാഫിനെക്കുറിച്ച് വിശദമായി ചോദിച്ച് മനസ്സിലാക്കി. ഗ്രാമത്തിലെ ജനങ്ങളുടെ സമരങ്ങളിൽ ഇൻസാഫിന്റെ പങ്ക് എന്താണ് എന്ന ചോദ്യ

ത്തിന് എനിക്ക് ഉത്തരം കിട്ടിയില്ല. ഇൻസാഫിന്റെ ഒരു ക്യാമ്പിൽ ഞാൻ പോയിരുന്നു. അവിടെ ഇംഗ്ലീഷുമാത്രം സംസാരിക്കുന്ന കുറേ സ്ത്രീകളെ ഞാൻ കണ്ടു. എനിക്കാണെങ്കിൽ അത്ര നന്നായി ഇംഗ്ലീഷ് സംസാരിക്കാൻ അറിയില്ല. ഞാൻ എന്റെ ആശങ്ക സംഘാടകരുമായി പങ്കുവച്ചു. ഹിന്ദിയിൽ സംസാരിച്ചാൽ മതി എന്നവർ പറഞ്ഞു. രണ്ടാം ദിവസം റിപ്പോർട്ടിങ്ങിന്റെ ചുമതല എനിക്കായിരുന്നു. ഞാൻ റിപ്പോർട്ട് ചെയ്തു.

പിന്നീട് ഒരു സെഷന്റെ ചുമതല തന്നെ എന്നെ ഏല്പിച്ചു. മൂന്നാം ദിവസം നടന്ന പൊതുയോഗത്തിൽ സംസാരിക്കാൻ എന്നെ നിയോഗിച്ചു. ഛത്തീസ്ഗഢ്, ജാർഖണ്ഡ്, ഉത്തരാഞ്ചൽ തുടങ്ങിയ സംസ്ഥാനങ്ങൾക്കായി മുറവിളി കൂട്ടുന്ന കാലമായിരുന്നു. ഈ ആവശ്യം ഉന്നയിക്കുന്നതിന്റെ പ്രസക്തിയെക്കുറിച്ചാണ് ഞാൻ സംസാരിച്ചത്. ഈ പോരാട്ടങ്ങളുടെ ചരിത്രം ഞാൻ പറഞ്ഞു. മാധ്യമ പ്രവർത്തകർ എന്നെ പൊതിഞ്ഞു. അതായിരുന്നു ഇൻസാഫുമായുള്ള ആദ്യ പരിചയം.

നാഗ്പൂരിൽ നടന്ന ഇൻസാഫിന്റെ യോഗത്തിലും ഞാൻ പോയിരുന്നു. അതിലും എന്നെ അദ്ധ്യക്ഷയാക്കി. വിഷയം അവതരിപ്പിച്ചു. ആ യോഗത്തിൽ വച്ച് എന്നെ പ്രസിഡന്റായി തെരഞ്ഞെടുത്തു. ആറു മാസം ഇൻസാഫിൽ എന്തു നടക്കുന്നു എന്ന് ഞാൻ പഠിച്ചു. ഡൽഹിയിൽ നടന്ന യോഗത്തിൽ ഇൻസാഫ് ഝാർഖണ്ഡിലെ സമരത്തിൽ പങ്കെടുക്കണം എന്ന് ഞാൻ ആവശ്യപ്പെട്ടു. അപ്പോൾ കൊയൽകാരോ സമരം നടക്കുകയായിരുന്നു. സുപ്രീം കോടതിയുടെ ടീം പൊതുജനാഭിപ്രായം അറിയാൻ നടത്തിയ പബ്ലിക് ഹിയറിങ്ങിന് എന്നെ വിളിച്ചു.

2000 ൽ ഝാർഖണ്ഡ് രൂപീകരിച്ചു. അതിനു ശേഷം ഇവിടെ ഒരു ഫാഷൻ ഷോ നടന്നു. കോർപ്പറേറ്റുകൾക്ക് വിപണിയുണ്ടാക്കാനാണ് ഈ കോമാളിത്തരം എന്ന് ഇവിടുത്തെ സ്ത്രീകളെ വിളിച്ചുകൂട്ടി ഞാൻ ബോദ്ധ്യപ്പെടുത്തി. പുറത്തുനിന്ന് സ്ത്രീകൾ വന്ന് ലെഫ്റ്റ് റൈറ്റ് നടക്കും നമ്മുടെ സഹോദരിമാരും സഹോദരന്മാരും കണ്ടിരിക്കും. അവർ നാളെ അർദ്ധനഗ്നരായി എത്തും. അവിടെ അവർ ഉപയോഗിച്ച സൗന്ദര്യവർദ്ധക വസ്തുക്കൾ വേണമെന്ന് നമ്മുടെ സഹോദരിമാർ ആഗ്രഹിക്കും. അവർ ഇവിടുത്തെ വിപണിയിൽ കടന്നുകയറും. ഞങ്ങൾ ഫാഷൻ ഷോ തടയാൻ പോയി. പൊലീസ് ലാത്തിചാർജ് ചെയ്തു. മാവോയിസ്റ്റ് ആണെന്നു പറഞ്ഞ് കസ്റ്റഡിയിൽ വച്ചു. രാത്രി 3 മണിക്കാണ് വിട്ടയച്ചത്. ഈ സമരത്തിലെല്ലാം ഇൻസാഫ് കൂടെനിന്നു.

ഖനികൾക്ക് എതിരായി മാവോയിസ്റ്റുകൾ സമരം ചെയ്യുന്നുണ്ട്. പക്ഷേ, അവിടെ ഖനികൾ വരുന്നുണ്ട്. മാവോയിസ്റ്റുകൾ പലപ്പോഴും സാധാരണ ജനങ്ങളെയും ശല്യപ്പെടുത്താറുണ്ട്. ഇത് ദൗർഭാഗ്യകരമാണ്. ഇരകളും വേട്ടക്കാരും ഒരേ ആളുകൾ ആയാലോ.

ഇടതുപക്ഷത്തിലെ പ്രവർത്തകർ ഞങ്ങൾക്ക് ഒപ്പമുണ്ട്. സി പി ഐ എം എൽ പ്രവർത്തകനായ മഹേന്ദ്രസിങ് ഞങ്ങൾക്കൊപ്പം സമരത്തിൽ പങ്കാളിയാകാറുണ്ട്."

ഞങ്ങൾ സംസാരിച്ചു കൊണ്ടിരിക്കെ പ്രാദേശിക ചാനലിലെ രണ്ട് മാധ്യമപ്രവർത്തകർ ദയാമണിയെ കാണാനെത്തി. നാഗ്രി സമരവുമായി ബന്ധപ്പെട്ട് നിയമസഭയിൽ വന്ന ചർച്ചയെക്കുറിച്ച് ദയാമണിയുടെ അഭിപ്രായം അറിയാനാണ് അവർ വന്നത്. ഓറോൺ ആദിവാസികൾക്കൊപ്പം ഈ സമരത്തിൽ പങ്കെടുത്തതിന് ദയാമണി 69 ദിവസം ബിർസമുണ്ട ജയിലിൽ കിടന്നു. ഐ ഐ എമ്മിനു വേണ്ടി ആദിവാസികളുടെ ഭൂമി

സർക്കാർ ഏറ്റെടുക്കുന്നതിന് എതിരെയാണ് സമരം. തൊട്ടടുത്ത് കിടക്കുന്ന തരിശുനിലം ഒഴിവാക്കി ഫലഭൂയിഷ്ഠമായ കൃഷിഭൂമിയാണ് സർക്കാർ ഏറ്റെടുക്കാൻ ശ്രമിക്കുന്നത്. ജലം, ഭൂമി, കാട് എന്നിവ സംരക്ഷിക്കാനുള്ള സമരങ്ങളിൽ മുൻനിരയിൽ തന്നെ ദയാമണിയെ കാണാം. എൻ എൻ എൽ ലൂയിസ് അവാർഡ് ആദിവാസി ക്ഷേമത്തിനായി നിലകൊള്ളുന്നവർക്ക് ഉള്ളതാണ്. 2014 ലെ അവാർഡ് ദയാമണിക്കായിരുന്നു.

* * * * * *

സുജാത ചൗക്കിലുള്ള ആ കൊച്ചു ചായക്കട അവരുടെ ആത്മാഭിമാനത്തിന്റെ പ്രതീകമാണ്.

ഏഴുകോടിയിലേറെ വരുന്ന ആദിവാസികളുടെ ഇന്നത്തെ ജീവിതം ദുരിതപൂരിതമാണ്. വിസ്ഥാപനത്തിന്റെ ഇരകളാണ്. ധാതുസമ്പന്നമായ ജാർഖണ്ഡിലെ ജനസംഖ്യയിൽ 28% വരുന്ന ആദിവാസികൾ ഇന്ന് പട്ടിണിയിലാണ്. സ്വന്തം ഭൂമിയിൽ അവർ അന്യരായിരിക്കുന്നു. ഇതിനെതിരെ സമരം ചെയ്യുന്നവരിൽ പ്രമുഖയാണ് ദയാമണി. ആരുടെയും വാക്കു കേട്ട് തുള്ളാൻ ഞങ്ങളെ കിട്ടില്ല എന്ന് ചങ്കുറപ്പോടെ പറയുന്ന ആദിമ വീര്യം അവരിൽ ജ്വലിക്കുന്നു.

നിശ്ശബ്ദതയുടെ മറുവശത്തുനിന്ന്
ഉർവ്വശി ബുട്ടാലിയ

***കാ**ളി ഫോർ വിമൻ*: ഇന്ത്യയിലെ നിശ്ശബ്ദരും അദൃശ്യരുമായ ജനസംഖ്യയുടെ മഹാഭൂരിപക്ഷം വരുന്ന സ്ത്രീകളെ പ്രസാധനരംഗത്ത് ആദ്യമായി അടയാളപ്പെടുത്തിയ പെൺകൂട്ടായ്മ. ആസ്ഥാനം: ഡൽഹി ഈ കൂട്ടായ്മയുടെ അമരക്കാരിയാണ് ഉർവ്വശി ബുട്ടാലിയ. എന്നു പറഞ്ഞാൽ വെറുതെ കേറി അമരത്തിരുന്നത് ഒന്നുമല്ല. പ്രതിബദ്ധതയോടെ അനുഭവങ്ങൾ ഉള്ളിൽ നിറച്ച കനലിന്റെ ചൂടോടെ, സൂക്ഷ്മമായ ആസൂത്രണത്തോടെ, തന്മയത്വമുള്ള നടപ്പാക്കൽ തന്ത്രങ്ങളോടെ, അതിലുമപ്പുറത്ത് പ്രസാധനരംഗത്തെ ആൺകോയ്മയുടെ വെല്ലുവിളിയെ നേരിടാനുള്ള ആത്മശക്തിയോടെ തന്നെയാണ് ഉർവ്വശി തന്റെ അനന്യമായ കൂട്ടായ്മ കെട്ടിപ്പടുത്തത്. 'കാളി' ഒരു വേള പകച്ചുനിന്ന ഘട്ടത്തിൽ ഉർവ്വശി അതിനെ മറികടന്ന്, പഴയതിനെക്കുറിച്ച് വിലപിക്കാതെ പുതിയതൊന്ന് നിർമ്മിച്ചെടുത്തു. അങ്ങനെയാണ് കാളിയുടെ മുദ്രണ വിഭാഗമായി സുബാൻ ബുക്സ് രൂപീകൃതമാവുന്നത്. സുബാൻ എന്നാൽ നാവ്.

സ്ത്രീയുടെ ആത്മപ്രകാശനം, മനുഷ്യകുലത്തിന്റെ വിശിഷ്യ ഇന്ത്യൻ ജനതയുടെ നിരന്തര നവീകരണത്തിന്റെ ഭാഗമാണ്; പക്ഷേ, ഒരു സ്ത്രീക്ക് മാത്രം പറയാൻ കഴിയുന്ന ഒരു ഭാഷയുണ്ട്. ആ പെൺഭാഷയുടെ മുദ്ര പതിക്കാത്ത ഒരൊറ്റ ഗ്രന്ഥം പോലും കാളിയോ സുബാനോ പുറത്തിറക്കിയിട്ടില്ല. വിഭജനത്തിന്റെ പൊള്ളുന്ന മൗനം മഴയായ് പെയ്യു

മ്പോൾ, മറുകരയിലെ ശബ്ദത്തിന് കാതോർക്കുന്ന *The other side of silence* ആകട്ടെ, വലതുപക്ഷവല്ക്കരണത്തിൽ സ്ത്രീയുടെ ദുരിതം അടയാളപ്പെടുത്തുന്ന *Women and Right Wing Movement* ആകട്ടെ, തെളിയുന്നത് ഈ ഊർജ്ജഭരിതമായ പെൺമയുടെ സാന്നിദ്ധ്യം തന്നെ.

ഔദ്യോഗികമായി ഉർവ്വശി *കാളി*യുടെ ഡയറക്ടറാണ്. ഡൽഹി സർവ്വകലാശാലയിൽനിന്ന് ഇംഗ്ലീഷ് സാഹിത്യത്തിൽ ബിരുദാനന്തര ബിരുദവും ഏഷ്യൻ സ്റ്റഡീസിൽ മറ്റൊരു ബിരുദാനന്തരബിരുദവും കൈവശമാക്കിയ ഉർവ്വശി ഒരു ചരിത്രകാരി എന്ന നിലയിൽ പ്രശസ്തിയാർജ്ജിച്ചു. വാമൊഴി ചരിത്ര രചനയുടെ വഴിയിലൂടെ സഞ്ചരിച്ചാണ് അവർ *നിശ്ശബ്ദതയുടെ മറുപുറം* (The other side of silence) രചിച്ചത് വിഭജന കാലത്ത് ഏറ്റവും കൂടുതൽ അതിക്രമങ്ങൾക്ക് ഇരയായിട്ടുള്ളത് സ്ത്രീകളാണ്. അവരിൽ നിരവധി പേരെ നേരിട്ടു കാണുകയും അവരുടെ അനുഭവങ്ങൾ രേഖപ്പെടുത്തുകയും ചെയ്തു. പത്തുവർഷത്തെ പഠനത്തിനു ശേഷമാണ് അവർ ഈ ഗ്രന്ഥം തയ്യാറാക്കിയത്. 2001 ൽ ഈ ഗ്രന്ഥത്തിന് Oral History Association ന്റെ അവാർഡ് ലഭിച്ചു. 2003 ൽ നിക്കൽ ഏഷ്യ അവാർഡ് ഫോർ കൾച്ചർ എന്ന അവാർഡും. *മേക്കിങ് എ ഡിഫ്രൻസ്, വിമൻ ആന്റ് ഹിന്ദു റൈറ്റ്സ് വിമൻ ആന്റ് റൈറ്റ് വിങ് മൂവ്മെന്റ്സ്, ഇൻ അദർ വേഡ്സ്, സ്പീക്കിങ് പീസ്* എന്നിവ ഉർവ്വശിയുടെ തൂലികയിൽ പിറന്ന ഗ്രന്ഥങ്ങളണ്.

മനോഹരമായി ഹിന്ദിയും പഞ്ചാബിയും ഇംഗ്ലീഷും സംസാരിക്കുന്ന അവർക്ക് ഫ്രഞ്ചും ഇറ്റാലിയനും വശം. ഞാനവരെ കാണുമ്പോൾ, വിഭജനത്തിന്റെ ചരിത്രം ചികഞ്ഞ് അലഞ്ഞ പത്തുവർഷത്തിനിടയിൽ അവിചാരിതമായി കണ്ടുമുട്ടാനിടയായ ട്രാൻസ്ജന്റർ ആയ മോനയുടെ കഥ പറയുന്ന *A sort of life/A life of sorts* എന്ന പുസ്തകത്തിന്റെ പണിയിലായിരുന്നു.

2011 ലെ ഒരു തണുത്ത പ്രഭാതത്തിലാണ് ഞങ്ങൾ ഉർവ്വശി ബുട്ടാലിയയെ കണ്ടത്. കൂടെ അനശ്വരയും ഷാജുവും. ഏഷ്യാഡ് ഗ്രാമത്തിലെ ഗുർമോഹൻ പാർക്കിലെ ബി 26 എന്ന മനോഹരമായ വീട്ടിലേക്ക് ഉർവ്വശി ഞങ്ങളെ ക്ഷണിച്ചു. ഒരു കലാകാരിയുടെ സൗന്ദര്യബോധം നിറഞ്ഞു നില്ക്കുന്ന വീട്. നിറഞ്ഞ ചിരിയോടെ ഉർവ്വശി ഞങ്ങളെ സ്വീകരിച്ചു. ഫോട്ടോയിൽ കാണുന്നതിനേക്കാൾ സൗമ്യമായ മുഖം, ഊഷ്മളമായ പെരുമാറ്റം. ഞങ്ങൾക്കു മുന്നിലിരുന്ന് ഒരു കഥ പറയുന്ന വിരുതോടെ ഉർവ്വശി തന്റെ അനുഭവങ്ങൾ തുറന്നുവച്ചു.

വിഭജനമാണ് പശ്ചാത്തലം. ഉർവ്വശിയുടെ അമ്മ സുഭദ്രയും അച്ഛൻ ജോഗീന്ദർ ബുട്ടാലിയയും ഇന്ന് പാകിസ്ഥാനിൽ പെടുന്ന ലാഹോറിൽ ജനിച്ചവരാണ്. 1947 ൽ ഇന്ത്യ വിഭജിച്ചപ്പോൾ വെട്ടിമുറിക്കപ്പെട്ടത് നിരവധി ജീവിതങ്ങളാണ്. അതിന്റെ ഇരകളാണ് ഇവരും.

അച്ഛൻ ജോഗീന്ദർ അന്ന് ലാഹോറിലെ *ട്രൈബ്യൂൺ* എന്ന പത്രത്തിൽ ജോലിചെയ്തുവരികയായിരുന്നു. ആഗസ്ത് 14 ന് രാത്രി അവ

സാന എഡിഷൻ പത്രവുമായി അദ്ദേഹവും സുഹൃത്തുക്കളും ജന്മനാടിനെ വിട്ട് അതിർത്തി കടന്നു, 1947 ആഗസ്ത് ആദ്യവാരം തന്നെ പത്ര ഉടമ ലാഹോർ വിട്ട് ഒഴിവുകാലം ആസ്വദിക്കാനായി സിംലയിൽ എത്തിയിരുന്നു. വിഭജനത്തിനുശേഷം അദ്ദേഹം സിംലയിൽനിന്ന് പത്രമിറക്കാൻ തീരുമാനിച്ചു. അച്ഛനും സുഹൃത്തുക്കളും അതിൽ ചേർന്നു പണിയെടുക്കാൻ തീരുമാനിച്ചു.

ഉർവ്വശിയുടെ അമ്മ സുഭദ്ര വിഭജനത്തിന് ഏറെ മുമ്പുതന്നെ പഞ്ചാബിൽ എത്തിയിരുന്നു. തൊഴിൽ അന്വേഷിച്ച് പഞ്ചാബിലെത്തിയ അവർ അവിടത്തെ വിദ്യാലയത്തിൽ അദ്ധ്യാപികയായിരുന്നു. സിംലയിൽ എത്തിയ ജോഗീന്ദറും സുഭദ്രയും സ്വാതന്ത്ര്യാനന്തരം അധികം താമസിയാതെ വിവാഹിതരായി.

പിന്നീട് സുഭദ്ര ഡൽഹിയിലേക്ക് ചേക്കേറി. മിറൻഡ ഹൗസിൽ താമസിച്ച് റഷ്യൻ ഭാഷ പഠിച്ചു. അമ്മയുടെ കുടുംബം വിഭജനകാലത്ത് ലാഹോറിൽ തന്നെ തങ്ങി. അമ്മയും ഒരു സഹോദരനുമാണ് അവിടെ തുടരാൻ തീരുമാനിച്ചത്. അവർ ഇസ്ലാം മതം സ്വീകരിച്ചു. മറ്റൊരു സഹോദരനും സഹോദരിമാരും ഇന്ത്യയിലേക്ക് പോന്നു. സുഭദ്രയും സഹോദരിമാരും പിന്നീട് ഒരിക്കലും അമ്മയെ കണ്ടിട്ടില്ല.

നേരത്തെ പരിചയക്കാരായിരുന്നിട്ടും ജോഗീന്ദറിന്റെ കുടുംബക്കാർക്ക് സുഭദ്രയുമായുള്ള ബന്ധം ഇഷ്ടമായിരുന്നില്ല. സുഭദ്രയുടെ കുടുംബപശ്ചാത്തലം തന്നെ കാരണം. സുഭദ്രയ്ക്കും ജോഗീന്ദറിനും നാലു കുട്ടികൾ പിറന്നു. മൂന്നാമത്തെ കുഞ്ഞാണ് ഉർവ്വശി. 1952 ൽ ഉർവ്വശി പിറക്കുമ്പോൾ ഹരിയാനയിലെ അംബാലയിലാണ് അവർ താമസിച്ചിരുന്നത്.

സുഭദ്ര വളരെ ശക്തയായ ഒരു സ്ത്രീ ആയിരുന്നു. ഭർത്തൃസഹോദരിമാരും സഹോദരന്മാരും ഉള്ള വലിയൊരു കുടുംബത്തിലേക്കാണ് അവർ വിവാഹിതയായി എത്തിയത്. ജോഗീന്ദറിന്റെ സഹോദരന്മാർ പ്രായംകൊണ്ട് ഏറെ ചെറുതായിരുന്നു. അതിനാൽ സുഭദ്രയാണ് അവരെ വളർത്തിയത് എന്നു പറയാം. ജോഗീന്ദറിന്റെ അമ്മ ഒരു യഥാസ്ഥിതിക പഞ്ചാബി സ്ത്രീ ആയിരുന്നു പുരുഷാധിപത്യ സമൂഹത്തിന്റെ മൂല്യങ്ങൾ അവരിൽ രൂഢമൂലമായിരുന്നു. പുരുഷന്മാർക്ക് പ്രത്യേക പരിഗണന വേണം എന്നായിരുന്നു അവർ കരുതിയിരുന്നത്. ആ കുടുംബത്തിൽ എന്നും ആദ്യം ഭക്ഷണം കഴിച്ചിരുന്നത് പുരുഷന്മാർ ആയിരുന്നു. പിന്നീട് കുട്ടികൾ. ഏറ്റവും അവസാനമാണ് സുഭദ്ര കഴിച്ചിരുന്നത്. ഈ അനീതി ഒരിക്കലും അനുവദിക്കരുത് എന്ന് സുഭദ്ര തന്റെ പെൺമക്കളോട് പറയാറുണ്ട്. മുത്തശ്ശിയായതിനാൽ നേരിട്ട് കഴിയില്ലായിരിക്കും. പക്ഷേ, ഏതെങ്കിലും തരത്തിൽ ഇതിനെ ചോദ്യം ചെയ്യണം എന്നവർ പറയാറുണ്ട്. ഉർവ്വശി ബുട്ടാലിയയുടെ ഭാഷയിൽ "മറ്റാരേക്കാളും സ്ത്രീപക്ഷ ചിന്ത എന്റെ അമ്മയ്ക്കുണ്ട്." സ്ത്രീപക്ഷത്തോടുള്ള ആഭിമുഖ്യം ഉർവ്വശിയിൽ ഉടലെടുത്തത് അമ്മയിൽ നിന്നാണ്.

അന്ന് പഞ്ചാബി സ്ത്രീകൾ ധാരാളം ഞൊറികൾ ഉള്ള സാൽവാറാണ് ധരിക്കാറുള്ളത്. ഞൊറികൾക്ക് മീതെ നാടകൊണ്ട് കെട്ടും. ഈ നാടയിലാണ് മുത്തശ്ശി താക്കോലുകൾ കെട്ടിയിടുക. ഉച്ചഭക്ഷണം കഴിഞ്ഞ് മുത്തശ്ശി ഉറങ്ങുന്ന നേരത്ത് ഉർവ്വശിയും സഹോദരിയും ചേർന്ന് മുത്തശ്ശിയെ ഉണർത്താതെ താക്കോൽ ഊരിയെടുക്കും. വിശിഷ്ടമായ പല ഹാരങ്ങൾ സൂക്ഷിച്ചിരുന്ന പെട്ടി തുറന്ന് അതിൽനിന്നും ആവശ്യമുള്ളത്ര കട്ട് തിന്നും. കാരണം ഇത്തരം വിശിഷ്ട ഭോജ്യങ്ങൾ പെൺകുട്ടികൾക്ക് നല്കാൻ അവർക്ക് പിശുക്കാണ്. സുഭദ്രയ്ക്ക് ഇതെല്ലാം അറിയാം. അവർ ആ പെൺകുട്ടികളെ പ്രോത്സാഹിപ്പിക്കും.

"പുരുഷാധിപത്യ മൂല്യങ്ങൾ കൊണ്ടുനടക്കുന്ന ഒരു സാധാരണ മനുഷ്യനായിരുന്നില്ല ഞങ്ങളുടെ അച്ഛൻ. വലിയ ആഗ്രഹങ്ങൾ ഇല്ലാത്ത ഒരു മനുഷ്യൻ. പത്രത്തിന്റെ എഡിറ്റർ ആകണമെന്നോ ഉയർന്ന സ്ഥാനങ്ങൾ വേണമെന്നോ ഒരിക്കലും ആഗ്രഹിക്കാത്ത പ്രകൃതമായിരുന്നു. ട്രൈബ്യൂൺ വിട്ടശേഷം *ടൈംസ് ഓഫ് ഇന്ത്യ*യിൽ ജോലി ചെയ്തു. ചൂതാട്ടവും ചീട്ടുകളിയുമൊക്കെ ഇഷ്ടവിനോദങ്ങൾ ആയിരുന്നു. ധാരാളം പണം അങ്ങനെ നഷ്ടപ്പെടുത്തിയിട്ടുണ്ട്. വളരെ സൗഹൃദ സ്വഭാവമുള്ള ആളായിരുന്നു. അദ്ദേഹത്തിൽനിന്നാണ് വിജയം മാത്രമല്ല ജീവിതലക്ഷ്യം എന്ന് ഞങ്ങൾ മനസ്സിലാക്കിയത്. സ്നേഹനിധിയായ, ഫലിതബോധമുള്ള വ്യക്തിയായിരുന്നു. പുരുഷന്മാർ കായികമായും മാനസികമായും

ശക്തരായിരിക്കണം എന്ന പൊതുധാരണയെ തിരുത്താൻ ഞങ്ങൾ പഠിച്ചത് അച്ഛനെ കണ്ടിട്ടാണ്.

അമ്മയും അച്ഛനും കഴിഞ്ഞാൽ പിന്നെ ഏറ്റവും അടുപ്പമുള്ളത് സഹോദരങ്ങളോടാണ്. ഞങ്ങൾ തമ്മിൽ ഏറെ പ്രായ വ്യത്യാസമില്ല. എന്റെ സഹോദരന്മാരുടെയും സഹോദരിയുടെയും സുഹൃത്തുക്കൾ എന്റെയും സുഹൃത്തുക്കളാണ്. അംബാലയിൽ സ്കൂളിൽ പഠിക്കുന്ന കാലത്ത് ഞങ്ങൾ ഒരുമിച്ചാണ് പഠിച്ചിരുന്നത്. അംബാല വലിയ പട്ടണമല്ല. എല്ലാവർക്കും പരസ്പരം അറിയാം. വീട്ടിൽനിന്നും അകലെയുള്ള സിനിമ ഹാളിലേക്ക് ഞങ്ങൾ ഒരുമിച്ച് പോകും. തീയേറ്റർ ഉടമയ്ക്ക് എന്റെ മാതാപിതാക്കളെ അറിയാം. ഇടയ്ക്ക് വിളിച്ച് കുട്ടികൾ സുരക്ഷിതരാണ് എന്നു പറയും. ചിലപ്പോൾ ഞങ്ങളെ വീട്ടിൽ കൊണ്ടുവന്നാക്കും. എല്ലാ കടകളും പരിചിതമാണ്. ഒറ്റയ്ക്കുപോയി ലസ്സിയും മിൽക്ക് ഷേക്കുമൊക്കെ കഴിക്കും. അവിടെ ഒരു പുസ്തകശാലയുണ്ട്. അവിടെ ചെന്നിരുന്ന് ഇംഗ്ലീഷ് കോമിക്സ് വായിക്കലാണ് മറ്റൊരു പണി. ഒരിക്കലും കടയുടമ ആ പുസ്തകം വാങ്ങി വായിക്കണം എന്നു പറഞ്ഞിട്ടില്ല. രണ്ടാഴ്ച കൂടുമ്പോൾ അമ്മ ഞങ്ങളെ പുറത്ത് കൊണ്ടുപോകും. ഒരു ചോക്കലേറ്റ് അല്ലെങ്കിൽ ഐസ്ക്രീം. ഒരു ചോക്കലേറ്റിന് 50 പൈസ. ഞങ്ങൾ 2 $^{1}/2$ രൂപ ചെലവാക്കും. ഈ യാത്രകൾ ഒരു പിക്നിക് പോലെയാണ് തോന്നാറ്. അന്ന് ഞങ്ങൾ ഒട്ടുംതന്നെ പണക്കാർ ആയിരുന്നില്ല. അമ്മ പെൺകുട്ടികളുടെ കോളേജിൽ പഠിപ്പിക്കുകയായിരുന്നു. 700 രൂപ ശമ്പളം കിട്ടും. ഈ പണം കൊണ്ടാണ് നാലുകുട്ടികളും 3 ബന്ധുക്കളും അമ്മായിയമ്മയും അടങ്ങുന്ന കുടുംബം കഴിഞ്ഞിരുന്നത്.

എയർഫോഴ്സ് സ്കൂളിലാണ് പഠിച്ചത്. 12 കുട്ടികൾ കയറുന്ന സൈക്കിൾ റിക്ഷയിലാണ് യാത്ര. സ്കൂളിൽ ആൺപെൺ വേർതിരിവ് തോന്നിയിട്ടില്ല. പിന്നെ ഞങ്ങൾ ഡൽഹിയിലെത്തിയപ്പോൾ പെൺകുട്ടികൾ മാത്രം പഠിക്കുന്ന ഒരു സ്കൂളിലാണ് ചേർന്നത്. മാർട്ടി ഡെ കോൺവെന്റ്. അച്ഛന് അന്ന് *ടൈംസ് ഓഫ് ഇന്ത്യ*യിൽ ജോലിയുണ്ടായിരുന്നു. അമ്മ അംബാലയിലെ ജോലി ഉപേക്ഷിച്ച് ഈ സ്കൂളിൽ പഠിപ്പിക്കാൻ തുടങ്ങി. അതിനാൽ എനിക്കും സഹോദരിക്കും സൗജന്യമായി മാർട്ടി ഡെ കോൺവെന്റിൽ പഠിക്കാൻ കഴിഞ്ഞു. അന്ന് സ്കൂൾ ജീവിതത്തിൽ പ്രകടമായ ആൺപെൺ വേർതിരിവ് തോന്നിയിട്ടില്ല. പക്ഷേ, പൊതുജീവിതത്തിൽ വിവേചനം ഉണ്ടായിരുന്നു. നിങ്ങളുടെ സഹോദരൻ ചെയ്യുന്നത് നിങ്ങൾക്ക് ചെയ്യാനാവില്ല.

ഏറ്റവും കൂടുതൽ വിവേചനം യൂണിവേഴ്സിറ്റി പഠനകാലത്താണ് തോന്നിയിട്ടുള്ളത്. ഞങ്ങളുടെ മാതാപിതാക്കൾ ഞങ്ങളെ ഒന്നിൽനിന്നും വിലക്കിയിട്ടില്ല. ഒരു കാര്യം അവർ നിർബ്ബന്ധമായി പറഞ്ഞിരുന്നു. ഒന്നും ഒളിച്ചു വയ്ക്കരുത്, പുകവലിക്കരുത് എന്നുപോലും പറഞ്ഞിട്ടില്ല. അന്നത്തെ കുട്ടികളിൽ പലരും പുകവലിക്കാരായിരുന്നു. പക്ഷേ, ഞങ്ങളാരും പുക വലിച്ചിട്ടില്ല. മാതാപിതാക്കളോട് പ്രതിഷേധിച്ച് എന്റെ എല്ലാ

സുഹൃത്തുക്കളും പുകവലിക്കും.

പെൺകുട്ടികൾ മാത്രമുള്ള സ്കൂളിൽ പഠിച്ചതുകൊണ്ട് വിവേചനം തോന്നിയിട്ടില്ല എന്ന് പറഞ്ഞല്ലോ- പക്ഷേ, ആ പഠനാന്തരീക്ഷം പെൺകുട്ടികൾക്ക് പലപ്പോഴും ഗുണം ചെയ്യില്ല. ചിലപ്പോഴത് നിങ്ങൾക്ക് വലിയ സങ്കോചം ഉണ്ടാകും. പൊതുസ്ഥലത്ത് പുരുഷന്മാരുമായി ഇട പെടാൻ മടിയുണ്ടാകും. അംബാലയിലെ സഹവിദ്യാഭ്യാസം കഴിഞ്ഞ് ഡൽഹിയിലെ പെൺകുട്ടികൾ മാത്രമുള്ള വിദ്യാലയത്തിൽ എത്തിയ പ്പോൾ അപൂർണ്ണമായി തോന്നി. നിവൃത്തിയില്ലാഞ്ഞിട്ടാണ് അമ്മ ഞങ്ങളെ അവിടെ പഠിപ്പിച്ചത്. അച്ഛന് 1100-1200 രൂപയായിരുന്നു ശമ്പളം. അത് നാലുപേരെ പഠിപ്പിക്കാൻ തികയില്ല. വാടക കൊടുക്കണം. അമ്മയ്ക്ക് മാർട്ടിഡേ സ്കൂളിൽ ജോലിയുണ്ടായിരുന്നതിനാൽ ഞങ്ങൾക്ക് പഠനം സൗജന്യമായിരുന്നു. കലാശാലകളിൽ പേരെടുത്തവയെല്ലാം ഒന്നുകിൽ പെൺകുട്ടികൾക്ക് മാത്രമുള്ളത്, അല്ലെങ്കിൽ ആൺകുട്ടികൾക്ക് മാത്ര മുള്ളത് ആയിരുന്നു. സഹവിദ്യാഭ്യാസമായിരുന്നു എനിക്ക് ഇഷ്ടമെങ്കിലും ഞാൻ മിറിൻഡ കോളേജിൽ ചേർന്നു. കാരണം അന്ന് ആ കോളേജ് വളരെ പ്രശസ്തമായിരുന്നു.

1973 ൽ ഡൽഹി യൂണിവേഴ്സിറ്റിയിൽനിന്നും ഇംഗ്ലീഷ് സാഹിത്യ ത്തിൽ എം എ കഴിഞ്ഞതിനുശേഷം ഞാനൊരു അദ്ധ്യാപികയാവും എന്നാണ് എന്റെ ബന്ധുക്കളും വീട്ടുകാരും അദ്ധ്യാപകരും കരുതിയത്. ഇംഗ്ലീഷ് സാഹിത്യം എനിക്ക് വളരെ ഇഷ്ടവുമായിരുന്നു. എന്നാൽ അന്നു തന്നെ സ്ത്രീപക്ഷ ചിന്താഗതി എന്നിൽ ശക്തമായി ഉണ്ടായിരുന്നു. കോളേജിൽ മിൽട്ടന്റെ കവിത പഠിപ്പിച്ചതുകൊണ്ട് എന്തുഗുണം എന്നാ യിരുന്നു എന്റെ ചിന്ത. അന്ന് ഡൽഹിയിലെ ഗലികളിൽ സ്ത്രീകൾ ആക്ര മിക്കപ്പെടുന്ന കഥകൾ നിരന്തരമായി പത്രമാധ്യമങ്ങളിൽ വന്നുകൊണ്ടി രുന്നു. അതെന്നെ വല്ലാതെ അസ്വസ്ഥയാക്കിയിരുന്നു. കവികളുടെ കവി തകൾ സുന്ദരമാണ്, കാല്പനികമാണ്. അവരുടെ ചിന്താഗതിയും വിശാ ലമാണ്. പക്ഷേ, അതുകൊണ്ട് സമൂഹത്തിനെന്ത് നേട്ടം?

അദ്ധ്യാപനം എന്ന ആശയം ഉപേക്ഷിക്കാൻ തീരുമാനിച്ചു. പിന്നെന്ത്? അതൊരു വലിയ ചോദ്യചിഹ്നമായിരുന്നു. ഒരു ജോലി കൂടിയേ തീരൂ. അച്ഛനേയും അമ്മയേയും സഹായിക്കണം. എനിക്ക് ജീവിക്കണം. ഞാൻ അക്കാലത്ത് ഫ്രഞ്ച് പഠിക്കാൻ പോയിരുന്നു. വെറുതെ ഒരു നേര മ്പോക്കിന് തുടങ്ങിയതാണ്. അവിടെ എന്നോടൊപ്പം ഓക്സ്ഫോഡ് യൂണിവേഴ്സിറ്റി പ്രസിൽ ജോലി നോക്കിയിരുന്ന ഒരു പെൺകുട്ടിയു ണ്ടായിരുന്നു. ഷെഹ്നാസ് എന്നായിരുന്നു പേര്. അവിടെ സെക്രട്ടറിയുടെ ജോലിയാണ് ചെയ്തുകൊണ്ടിരുന്നത്. അവൾ ഒരു ദിവസം എന്നെ പ്രസി ലേക്ക് ക്ഷണിച്ചു. അവിടെ ഒരുപാട് സ്വതന്ത്രതൊഴിലാളികൾ ഉണ്ട്. താല്പര്യമുണ്ടെങ്കിൽ ചെയ്യാം എന്ന അവളുടെ നിർദ്ദേശം ഞാൻ സ്വീക രിച്ചു. ഞാനവരുടെ ആഫീസിൽപ്പോയി. അവർ ചില്ലറ ജോലികൾ എനിക്ക് തരികയും ചെയ്തു. വളരെ രസകരമായ ഒരു ജോലിയായി

രുന്നു അത്. അക്കാലത്ത് ഓക്സ്ഫോഡ് പ്രസ് അച്ചടിച്ചിരുന്ന ഇംഗ്ലീഷ് പാഠപുസ്തകങ്ങൾ മലേഷ്യയിലാണ് അച്ചടിച്ചിരുന്നത്. അവയെല്ലാം ഇന്ത്യൻ സാഹചര്യങ്ങൾക്ക് അനുയോജ്യമായരീതിയിൽ മാറ്റണം അതായിരുന്നു ജോലി.

പ്രസിദ്ധീകരണത്തിന്റെ ഒരു സാക്രമണ കാലഘട്ടമായിരുന്നു. ഇംഗ്ലീഷ് പ്രസാധകർ ഇന്ത്യ വിട്ടുപൊയ്ക്കൊണ്ടിരുന്നു. ഇന്ത്യൻ പ്രസാധകരാകട്ടെ ഇന്ത്യയിൽ ചുവടുറപ്പിക്കാൻ ശ്രമിക്കുന്ന കാലവും. അവർ അവരുടെ പ്രസാധകരംഗം വിപുലപ്പെടുത്തുകയും മെച്ചപ്പെടുത്തുകയും ചെയ്യുന്ന കാലം. അതത്ര എളുപ്പമായിരുന്നില്ല. അതിനാൽ അവർ ഇംഗ്ലീഷ് പാഠപുസ്തകങ്ങളെ ഇന്ത്യൻ സാഹചര്യങ്ങൾക്ക് പൊരുത്തപ്പെടുത്തുന്ന രീതിയിൽ മാറ്റിത്തീർക്കുകയായിരുന്നു. ഇംഗ്ലീഷ് പേരുകളെ ഇന്ത്യൻ പേരുകളാക്കുക എന്നതായിരുന്നു എന്റെ ജോലി. ഉദാഹരണമായി ജോണിനെയും മേരിയേയും രാമനും സീതയുമാക്കി. അക്കാലത്ത് ഇന്നത്തെപ്പോലെ കമ്പ്യൂട്ടർ വന്നിട്ടില്ല. മെറ്റൽ ടൈപ്പ് സെറ്റിങ് ആണ്. ഫോട്ടോ സെറ്റിങ് പോലും വന്നു തുടങ്ങുന്നേയുള്ളൂ.

അടുത്തുതന്നെയുള്ള ഒരു ടൈപ്പ് സെറ്റിങ് സ്ഥാപനം കുറേ രാമൻ, സീത എന്ന് ആർട്ട് പേപ്പറിൽ അടിച്ചുതന്നു. ഞാനത് മുറിച്ചെടുത്ത് ജോൺ എന്ന് ഉള്ളിടത്തെല്ലാം രാമൻ എന്ന് ഒട്ടിച്ചു. മേരി എന്നിടത്ത് സീതയെന്നും. മുകളിൽ പേരൊട്ടിക്കുന്ന തൊഴിലാളിയായിട്ടാണ് ഞാൻ പ്രസാധന രംഗത്ത് കടന്നുവന്നത്. റബ്ബർ ദ്രാവകം അന്നാണ് ഞാൻ ആദ്യമായി കാണുന്നത്. പശകൾ രണ്ടുതരമുണ്ട്. ഒന്ന് ചുവന്നതും മറ്റേത് വെളുത്തതും. ഞങ്ങൾ വെളുത്ത പശയാണ് ഉപയോഗിച്ചിരുന്നത്. ചുവന്ന പശ ഉപയോഗിച്ചാൽ കടലാസിനടിയിലൂടെ ചുവപ്പ് നിറം കാണും. സൈക്കിൾ കടകളിലാണ് വെളുത്ത പശ കിട്ടുക. അതിനായി ഞാൻ സൈക്കിൾ കടകൾ കയറിയിറങ്ങി. പ്രസാധന രംഗത്തേക്കുള്ള എന്റെ കാൽവെപ്പ് രസകരമായിരുന്നു - സൈക്കിൾ കടകൾ കയറിയിറങ്ങി പശ സംഘടിപ്പിക്കുക - മുറിക്കുക - ഒട്ടിക്കുക.

എന്റെ ഓഫീസിൽ ഒരു കലാകാരനുണ്ടായിരുന്നു. അയാളുടെ ജോലി അതിലും രസമായിരുന്നു. സ്വർണ്ണത്തലമുടി കറുത്തതാക്കുക, നീലക്കണ്ണുകൾ തവിട്ടുനിറമാക്കുക. ഡബിൾ ഡക്കർ ബസുകൾ അന്ന് ഇന്ത്യൻ നിരത്തിൽ ഉണ്ടായിരുന്നില്ല. അതിനാൽ ഡബിൾ ഡക്കർ ബസിന്റെ ചിത്രത്തിലെ മുകൾഭാഗം മുറിച്ചു മാറ്റുക. യാതൊരു സർഗ്ഗാത്മകതസംത്രാസവും ആവശ്യമില്ലാത്ത ജോലി.

ആറുമാസം ആ പണി ചെയ്തു. ആറുമാസം കഴിഞ്ഞപ്പോൾ അവരെനിക്ക് പ്രൊഡക്ഷൻ മാനേജരുടെ തസ്തിക വാഗ്ദാനം ചെയ്തു. യാതൊരു മുൻപരിചയവും ഇല്ലാത്ത ജോലിയാണ്. അച്ചടി, ബയന്റിങ് എല്ലാം ആദ്യം മുതൽ പഠിക്കണം. പക്ഷേ, ഞാനതിൽ ചാടിവീണു എന്നു പറയുകയാവും ശരി. ശമ്പളം കുറവായിരുന്നു. അമ്മയും അച്ഛനും എതിരൊന്നും പറഞ്ഞില്ല. അദ്ധ്യാപന ജോലിക്ക് അന്നത്തെ വേതനം 1100

രൂപയായിരുന്നു. 400 രൂപയാണ് ഈ പണിക്ക് കിട്ടുക. എന്തിനാണ് ഈ പണി സ്വീകരിച്ചത് എന്ന് പലരും ചോദിച്ചു. എനിക്ക് ഭ്രാന്താണ് എന്നു വരെ പറഞ്ഞു. പക്ഷേ, എനിക്ക് ആ തൊഴിൽ ഇഷ്ടമായിരുന്നു. ഒരിക്കൽപ്പോലും ആ തീരുമാനം തെറ്റായിപ്പോയി എന്നു തോന്നിയിട്ടില്ല. എഡിറ്റോറിയൽ പണികളും എനിക്ക് ഇഷ്ടമായിരുന്നു. ആറുവർഷത്തോളം ആ പണി ചെയ്തു.

അപ്പോഴാണ് ഡൽഹി യൂണിവേഴ്സിറ്റി പ്രസാധനത്തെക്കുറിച്ച് ഒരു പുതിയ കോഴ്സ് തുടങ്ങിയത്. എന്നെ അവിടെ പഠിപ്പിക്കാൻ ക്ഷണിച്ചു. ഓക്സ്ഫോഡ് പ്രസിൽ അന്ന് എന്റെ ശമ്പളം 1000 രൂപയായിരുന്നു. ഒറ്റയ്ക്ക് മാറിത്താമസിക്കണമെന്ന മോഹം കലശലായുണ്ടായിരുന്നു. ഈ പണം ഒന്നിനും തികയില്ല. മാത്രമല്ല രാവിലെ 9 മണിക്ക് പോയാൽ 5 മണിവരെ പണിതന്നെ. സ്ത്രീപക്ഷ സംഘടനാ പ്രവർത്തനങ്ങൾക്ക് തീരെ സമയം കിട്ടുന്നില്ല. ഞാൻ സർവ്വകലാശാലയുടെ വാഗ്ദാനം സ്വീകരിക്കാൻ തീരുമാനിച്ചു. ഡൽഹി സർവ്വകലാശാലയിൽ പണിയെടുത്തുകൊണ്ടുതന്നെ ഓക്സ്ഫോഡിലെ ചില പണികളും ഞാൻ ചെയ്തു. സ്ത്രീപക്ഷ സംഘടനാ പ്രവർത്തനത്തിലും ഇടപെട്ടു പ്രവർത്തിച്ചു. അതൊരു നല്ല കാലമായിരുന്നു. പഠിപ്പിക്കലും പണിചെയ്യലുമായി പ്രസാധന കല എനിക്ക് സ്വായത്തമായി.

പഠിപ്പിച്ചുകൊണ്ടിരിക്കെ സഹപ്രവർത്തകരായ പലരും പി എച്ച് ഡി എടുക്കണം, ശമ്പളം കൂടുതൽ കിട്ടും എന്ന് ഉപദേശിച്ചു. പിന്നീട് അതിനുള്ള ശ്രമമായി. ഫുൾബ്രൈറ്റ് സ്കോളർഷിപ്പ് ഇക്കാലത്താണ് എനിക്ക് കിട്ടിയത്. പഠിക്കാനായി ഹവായിലേക്ക് പോകുന്ന വഴിയിൽ ഞാൻ ലണ്ടനിൽ ഇറങ്ങി. എന്റെ ഒരു സുഹൃത്ത് അവിടെ ഉണ്ടായിരുന്നു. കുറച്ചുദിവസം ലണ്ടനിൽ തങ്ങാം എന്നു കരുതി. ലണ്ടനിലെ ഇസെഡ് ബുക്ക് പ്രശസ്തരായ പ്രസാധകരാണ്. അവർ വളരെ നല്ല പുസ്തകങ്ങൾ ഇറക്കിയിട്ടുണ്ട്. വളരെ താല്പര്യത്തോടെ ഞാനത് ശ്രദ്ധിച്ചിരുന്നു. അതിൽ പലതും സ്ത്രീപക്ഷ രചനകളായിരുന്നു. ഞാനാണെങ്കിൽ സ്ത്രീപക്ഷ രചനകൾ പ്രസിദ്ധീകരിക്കാനായി ഒരു പ്രസാധക സംഘം (കാളി ഫോർ വിമൻ) ആരംഭിക്കുന്നതിനെക്കുറിച്ച് ഗൗരവമായി ആലോചിക്കുന്ന കാലമായിരുന്നു. അതിനൊരു കാരണമുണ്ട്. സ്ത്രീപക്ഷ രചനകൾ പ്രസിദ്ധീകരിക്കാൻ പല പ്രസാധകരേയും സമീപിച്ചെങ്കിലും നിരാശയായിരുന്നു ഫലം. എങ്കിൽ ഞാൻ തന്നെ അത് ചെയ്യും എന്ന് മനസ്സാ ഉറപ്പിച്ചിരിക്കയായിരുന്നു. എനിക്കാണെങ്കിൽ പ്രസാധനത്തിന്റെ എല്ലാവശവും നല്ല പിടിയില്ല.

എനിക്ക് ചെറുപ്പമാണ്, വേണ്ടത്ര ഇരുത്തം വന്നിട്ടില്ല. മാത്രമല്ല അമേരിക്കയിൽ പോകാനുള്ള ഒരു സാദ്ധ്യത വന്നിരിക്കുന്നു. അതും നല്ല തുകയ്ക്കുള്ള ഒരു സ്കോളർഷിപ്പ്. അതിനാൽ അമേരിക്കയിൽ പോകാൻ ഉറപ്പിച്ചാണ് ലണ്ടനിൽ ഇറങ്ങിയത്. ഒരുദിവസം ഞാനും സുഹൃത്തും ഇസെഡ് ബുക്സിൽ പോയി. സംസാരത്തിനിടയിൽ എഡിറ്റർ എന്നോടു

ചോദിച്ചു. 'ഹവായിൽ പോയി മടങ്ങിവന്നിട്ട് നിങ്ങൾ ജീവിതം കൊണ്ട് എന്തുചെയ്യും?' ഒരു സ്ത്രീപക്ഷ പ്രസാധനം തുടങ്ങണം എന്നായിരുന്നു എന്റെ മറുപടി.

'നിങ്ങൾക്ക് നീന്തൽ അറിയാമോ?'

'സർഫിങ്ങിൽ താല്പര്യമുണ്ടോ?'

അവരുടെ ചോദ്യം എന്നെ അമ്പരപ്പിച്ചു. എനിക്കാണെങ്കിൽ ഇതു രണ്ടും വശമില്ല.

'പിന്നെ നിങ്ങൾ എന്തിന് ഹവായിൽ പോകണം? ഇവിടെ ജോലിക്ക് ചേരൂ.'

രണ്ടു മൂന്നു ദിവസത്തെ ആലോചനയും സുഹൃത്തുമായുള്ള ചർച്ചയ്ക്കും ശേഷം ഞാൻ ലണ്ടനിൽ തങ്ങാൻ തീരുമാനിച്ചു. എനിക്ക് പ്രസാധനം തുടങ്ങണം. പി എച്ച് ഡിയല്ല വേണ്ടത് - ഞാൻ ഉറപ്പിച്ചു. പ്രസാധനം തുടങ്ങാനുള്ള പ്രവൃത്തി പരിചയം എനിക്ക് ആവശ്യമാണ്.

പി എച്ച് ഡി പഠനം ഉപേക്ഷിക്കയാണെന്നു കാണിച്ച് ഞാൻ അവർക്ക് എഴുതി. 'ക്ഷമിക്കണം. മറ്റൊരാളുടെ അവസരം ഞാൻ നഷ്ട പ്പെടുത്തിയതിൽ ഖേദമുണ്ട്!' വളരെ മാന്യമായിരുന്നു അവരുടെ മറു പടി. എനിക്ക് എപ്പോൾ വേണമെങ്കിലും വരാമെന്നും തല്ക്കാലം അവ രുടെ പട്ടികയിലെ മറ്റാർക്കെങ്കിലും അവസരം നല്കാം എന്നും അവർ എഴുതി. അവർ വളരെ നല്ല കൂട്ടരാണ്. എനിക്ക് തന്ന വിമാനക്കൂലി തിരിച്ച് ചോദിച്ചില്ല.

എന്റെ തീരുമാനമറിഞ്ഞപ്പോൾ ഇസെഡ് ബുക്സ് അവരുടെ കൂടെ ജോലി ചെയ്യാൻ ആവശ്യപ്പെട്ടു. 'ഞങ്ങൾ സ്ത്രീ രചനകൾ കൈകാര്യം ചെയ്യാൻ ഉദ്ദേശിക്കുന്നു. ഞങ്ങൾക്കത് എങ്ങനെ ചെയ്യണമെന്ന് അറി യില്ല. നിങ്ങളത് ഏറ്റെടുക്കണം. കൂടാതെ വിപണനത്തിനും സഹായി ക്കണം.'

ഒരു വർഷം ലണ്ടനിൽ താമസിച്ച് ജോലി ചെയ്യണം എന്നാണ് ഉദ്ദേ ശിച്ചത്. പക്ഷേ, രണ്ടു വർഷം അവിടെ തങ്ങി പല പുസ്തകങ്ങളും പുറ ത്തിറക്കി. പ്രസാധനരംഗത്ത് ഒരുപാട് നല്ല ബന്ധങ്ങൾ ഞാനുണ്ടാക്കി. വിപണന രംഗത്തും പണിയെടുത്തതിനാൽ ആ രംഗത്തെ ധാരാളം പേരെ പരിചയപ്പെടാൻ സാധിച്ചു. ഈ കാലയളവിനുള്ളിൽ പ്രസാധന രംഗത്തെ പല ജോലികളും ഞാൻ പരിശീലിച്ചു. പ്രസാധനത്തെക്കുറിച്ച് ഒരു സമ്പൂർണ്ണചിത്രം എനിക്ക് ലഭിച്ചു.

ഇംഗ്ലണ്ടിൽ പണിയെടുക്കുമ്പോൾ എനിക്ക് 30 വയസ്സായിരുന്നു. ചെറുപ്പമായിരുന്നു. കാര്യങ്ങൾ എല്ലാം തീരുമാനിച്ചിരുന്നത് പുരുഷന്മാ രായ സഹപ്രവർത്തകരാണ്. എനിക്ക് ഒരിക്കലും ഉയർന്ന ഒരുസ്ഥാ നത്ത് എത്തിച്ചേരാൻ കഴിഞ്ഞില്ല. വളരെയധികം ഗൗരവമേറിയ ജോലി കൾ ഞാൻ ചെയ്തു. എന്റെ സഹപ്രവർത്തകർ വളരെ നല്ലവരായിരുന്നു. പക്ഷേ, അവരുടെ മനസ്സിൽ സ്ത്രീകൾക്ക് ഉയരാനുള്ള മോഹം ഇത്രയ്ക്ക് വേണോ എന്ന ചിന്തയായിരുന്നു. ഇവരെയൊക്കെ മറികടന്ന്

ഉയരണമെന്ന് ഞാൻ മോഹിച്ചു. ഇന്ത്യക്കാരായ പുരുഷന്മാർ യാഥാസ്ഥിതികരാണ്. വിദേശത്തുള്ളവർ വ്യത്യസ്തരാണ് എന്നൊക്കെ ആളുകൾ പറയാറുണ്ട്. ശുദ്ധ അസംബന്ധമാണ്. അവരും വ്യത്യസ്തരല്ല.

ഇസെഡ് ബുക്സ് സഹകരണാടിസ്ഥാനത്തിൽ പ്രവർത്തിച്ചിരുന്ന സ്ഥാപനമാണ്. അവിടെ എല്ലാവർക്കും തുല്യമായ വേതനമാണ്. ആന്തരികമായി ഒരു ശ്രേണീബന്ധമുണ്ട്. അതിൽ മുകളിൽ എപ്പോഴും പുരുഷന്മാർ ആയിരുന്നു. അവരായിരുന്നു തീരുമാനങ്ങൾ എടുത്തിരുന്നത്. ഒരുസ്ത്രീക്ക് ഉയരാനുള്ള ത്വരയും കൂടുതൽ ചുമതലകൾ ഏറ്റെടുക്കണമെന്ന മോഹവും ഉണ്ടാവാം എന്ന കാര്യം ഒരിക്കലും അവർക്ക് മനസ്സിലായിരുന്നില്ല. രണ്ടോ മൂന്നോ സഹപ്രവർത്തകർക്കൊപ്പം നടന്ന ചർച്ച ഞാനിപ്പോഴും ഓർക്കുന്നു! 'ഓ! നിങ്ങൾ വളരെ ഉന്നതാഭിലാഷക്കാരിയാണല്ലേ?' ഉന്നതിയിലെത്താൻ അഭിലഷിക്കുന്നത് എന്തോ വലിയ പാതകമാണെന്ന തരത്തിലായിരുന്നു അവരുടെ ഭാവം. ഒരു പുരുഷനാണ് ഈ അഭിലാഷമെങ്കിൽ അതിനെ നിങ്ങൾ വളരെ നല്ല കാര്യമായിട്ടാണ് കാണുക. ഒരു സ്ത്രീക്ക് അത്തരം അഭിലാഷമുണ്ടായാൽ എന്താണ് പ്രശ്നം? എന്റെ ജീവിതംകൊണ്ട് ക്രിയാത്മകമായി എന്തെങ്കിലും ചെയ്യണമെന്ന് എനിക്കുണ്ട്. അതിലെന്താണ് തെറ്റ്?

1982 ൽ ഫെലോഷിപ്പിനായി ഇന്ത്യവിട്ട ഞാൻ 1984 ൽ മടങ്ങിയെത്തി പ്രസാധനസംരംഭം ആരംഭിച്ചു. *കാളി ഫോർ വിമൻ*. പല പുരുഷന്മാരും സംശയത്തോടെയാണ് അതിനെ വീക്ഷിച്ചത്. നിങ്ങൾ സ്ത്രീകളെക്കുറിച്ചുള്ളത് മാത്രമേ പ്രസിദ്ധീകരിക്കൂ എന്നുണ്ടോ? അവർ ചോദിച്ചു. അതെ. അവർ ഈ ലോകത്തിന്റെ പകുതിയിലേറെ വരും. അവർ പകുതി ആകാശത്തിനും പകുതി ഭൂമിക്കും പകുതി സ്ഥാനമാനങ്ങൾക്കും അർഹരാണ്. സ്ത്രീകൾ എഴുതുമോ? അവർ വായിക്കുമോ? എന്റെ അനുഭവത്തിൽ സ്ത്രീകളാണ് കൂടുതൽ വായിക്കുന്നത്. ഞങ്ങൾ ഒരു സർവ്വേ നടത്തി. അതിൽ കണ്ടെത്തിയത് അതാണ്. സ്ത്രീകൾക്ക് ഒരു വാണിജ്യ സ്ഥാപനം നടത്തിക്കൊണ്ടുപോകാൻ കഴിയുമോ? നിങ്ങൾ എങ്ങനെ അച്ചടിശാല ഏർപ്പാടാക്കും? നടത്തിക്കൊണ്ടുപോകും? പേപ്പർ വാങ്ങണം എന്തെല്ലാം ചെയ്യണം?

ഇതൊരു ചീത്തപ്രവണതയാണ്. ശരിയാണ്, ഒരു യുവതി എന്ന നിലയിൽ ഞാൻ പല ബുദ്ധിമുട്ടുകളും അനുഭവിച്ചു. ഓക്സ്ഫോഡിലായിരുന്നപ്പോഴും സ്വന്തമായി പ്രസാധനം തുടങ്ങിയപ്പോഴും. നിങ്ങൾക്ക് പലപ്പോഴും പുരുഷന്മാരിൽനിന്ന് അകലം പാലിക്കേണ്ടിവരും. നിങ്ങൾ അവിവാഹിതയാണെങ്കിൽ പ്രത്യേകിച്ചും. നിങ്ങളെ പെട്ടെന്ന് വളയ്ക്കാം എന്നാണവരുടെ ധാരണ. നിങ്ങൾ സ്വതന്ത്രമായി സഞ്ചരിക്കുന്നവൾ ആണെങ്കിലും ഇതുതന്നെയാണ് ധാരണ. ഞാൻ പലപ്പോഴും വെട്ടിത്തുറന്ന് പറഞ്ഞിട്ടുണ്ട്. നിങ്ങൾ അങ്ങനെ പ്രതീക്ഷിക്കുന്നതിൽ ഒരു അർത്ഥവുമില്ല. നിങ്ങളുമായി ലൈംഗിക ബന്ധത്തിൽ ഏർപ്പെടാൻ എനിക്ക് ഒരു താല്പര്യവുമില്ല. അവരിൽ പലരും വളരെ ഉയർന്ന നിലയിൽ ഉള്ളവ

രാണ്. മാന്യരുമാണ്. അവരൊന്നും ഭീകരമായ ബലാത്സംഗക്കാരൊന്നുമല്ല. പക്ഷേ, ഇതാണവരുടെ മനോഭാവം, സമൂഹത്തിൽ ഇറങ്ങി പ്രവർത്തിക്കുന്നവരെല്ലാം എളുപ്പത്തിൽ വഴങ്ങുന്നവരാണ്. അവർ ചില ഗൂഢമാർഗ്ഗങ്ങളിലൂടെയാണ് താല്പര്യം അറിയിക്കുക. നേരിട്ട് പറയില്ല. 'നമുക്കൊരുമിച്ച് ഒരു കാപ്പി കുടിക്കാം.' അതൊരു സൂചനയാണ്. അതിൽ കൊത്തിയാൽ അടുത്ത പടിയിലേക്ക് കടക്കും. 'എന്തൊരു വിഡ്ഢിത്തരമാണ് നിങ്ങൾ പറയുന്നത്? നിങ്ങളെപ്പോലെ കഷണ്ടിക്കാരനായ ഒരുത്തന്റെ കൂടെ കാപ്പികുടിക്കാൻ എനിക്ക് താല്പര്യമില്ല.' അല്പം നർമ്മം കലർത്തി ഞാൻ പറയും. അതാണെന്റെ രീതി.

എന്റെ സ്വന്തം ബിസിനസ് തുടങ്ങിയപ്പോഴും ഇതുതന്നെയായിരുന്നു വഴി. എന്നാൽ ഇവിടെ നമ്മൾ കുറച്ചുകൂടി ശ്രദ്ധിക്കണം. കാരണം അവരുമായി പലപ്പോഴും നമുക്ക് വാണിജ്യബന്ധങ്ങൾ ഉണ്ടാകും. അത് നഷ്ടപ്പെടുത്താതിരിക്കുകയും വേണം. അവരെ പിണക്കിയാൽ അത് നമ്മുടെ സ്ഥാപനത്തെ ബാധിക്കും. ചില്ലറ പ്രശ്നങ്ങൾ ഇത്തരത്തിൽ ഞാൻ നേരിട്ടിട്ടുണ്ട്. വിവാഹിതയാണെങ്കിൽ കാര്യങ്ങൾ കുറച്ചു വ്യത്യസ്തമാണ്. കാരണം നിങ്ങൾക്കൊരു പുരുഷനുണ്ട്. ഇന്ന് എനിക്ക് അറുപതിനടുത്ത് പ്രായമുണ്ട്. ഇനി അത്തരം പ്രശ്നങ്ങൾ അഭിമുഖീകരിക്കേണ്ടിവരില്ല എന്നു തോന്നുന്നു. പക്ഷേ, ചെറുപ്പത്തിൽ ധാരാളം വന്നിട്ടുണ്ട്. പോകെപ്പോകെ ഈ കക്ഷികൾക്ക് നിങ്ങളോട് ബഹുമാനമാകും. നിങ്ങൾ ഒരു പ്രൊഫഷണൽ ആണ്, നിങ്ങളോട് മോശമായി പെരുമാറാൻ പാടില്ല, നിങ്ങളുമായി ഒരു അകലം പാലിക്കണം, അവരെ ബഹുമാനിക്കണം, അവർ തിരിച്ചറിയും. ഇന്ന് അവരെല്ലാം എന്റെ നല്ല സുഹൃത്തുക്കൾ ആണ്. അവരൊക്കെ എന്നെ ബഹുമാനിക്കുന്നു. നന്നായി സഹകരിക്കുന്നു. സ്ത്രീകൾക്ക് ഇന്ന് അരക്ഷിതാവസ്ഥയാണ്. പലതും തിരസ്കരിക്കാൻ അവർക്ക് പലപ്പോഴും കഴിയാറില്ല. സൗഹാർദ്ദത്തോടെ തന്നെ തിരസ്കരിക്കാൻ എനിക്ക് വശമുണ്ട്. മറുവശത്തെ പ്രകോപിപ്പിക്കാതെ തന്നെ ഞാനത് സാധിക്കാറുണ്ട്. വളരെക്കാലം അവിവാഹിതയായി തുടരുന്ന ഒരു സ്ത്രീക്ക് ഈ വിദ്യ സ്വായത്തമാക്കിയേ പറ്റൂ.

എന്റെ കുടുംബം വിവാഹത്തിന് അത്ര വലിയ പ്രാധാന്യമൊന്നും നല്കിയിട്ടില്ല. അവിവാഹിതയായി തുടരുക എന്നത് എന്റെ തീരുമാനമായിരുന്നു. നിങ്ങളുടെ തീരുമാനത്തെ ബഹുമാനിക്കാൻ നിങ്ങൾക്ക് കഴിയുമെങ്കിൽ ഇതൊക്കെ കൈകാര്യം ചെയ്യാൻ എളുപ്പമാണ്. പക്ഷേ, ഇന്നത്തെ പെൺകുട്ടികൾ വളർത്തപ്പെടുന്നത് അവരുടെ ആഗ്രഹത്തെ പരിമിതപ്പെടുത്താനുള്ള പരിശീലനം നല്കിക്കൊണ്ടാണ്. വിജയത്തിൽ വിശ്വസിക്കാനല്ല പഠിപ്പിക്കുന്നത്, അവരുടെ ആത്മവിശ്വാസം തകർക്കുകയാണ്. അതുകൊണ്ടുതന്നെ പുറംലോകവുമായി നന്നായി ഇടപഴകാൻ അവർക്ക് ബുദ്ധിമുട്ടാണ്. പ്രത്യേകിച്ച് ഈ പുരുഷാധിപത്യ സമൂഹത്തിൽ. പെൺകുട്ടികളെ ആത്മാഭിമാനമുള്ളവരും അവനവന്റെ കഴിവിൽ വിശ്വാസമുള്ളവരുമായി വളർത്തണം. എനിക്കതിന് ഭാഗ്യമുണ്ടായി.

ആത്മാഭിമാനത്തോടെ വളരാൻ സൗകര്യമൊരുക്കിത്തന്ന മാതാപിതാക്കളെയാണ് എനിക്ക് ലഭിച്ചിട്ടുള്ളത്.

നമ്മൾ ചെറുതാണ്, പുരുഷന്മാരേക്കാൾ കഴിവ് കുറഞ്ഞവരാണ് എന്ന് നമ്മെ ചിന്തിപ്പിക്കുക എന്നത് പുരുഷന്മാരുടെ ഗൂഢതന്ത്രമാണ്. സ്ത്രീകൾക്ക് ചിട്ടയില്ല, ജീവിതമെന്തെന്ന് അവർക്ക് അറിയില്ല എന്ന് അവർ നിരന്തരം പറഞ്ഞുകൊണ്ടിരിക്കും. അതുകൊണ്ട് നിങ്ങളെ സംരക്ഷിക്കേണ്ട ചുമതല പുരുഷന്മാരുടേതാണ്. സുരക്ഷിതരാവാൻ സഹായിക്കാം. ഇതെല്ലാമാണ് വായ്ത്താരി. നിങ്ങൾക്ക് സ്വയം ബോദ്ധ്യമുണ്ടെങ്കിൽ നിങ്ങളെ പറ്റിക്കാനാവില്ല. പക്ഷേ, എല്ലാ സ്ത്രീകൾക്കും ആത്മാഭിമാനത്തോടെ ജീവിക്കാൻ സാധിക്കുന്ന, പഠിപ്പിക്കുന്ന അന്തരീക്ഷം ലഭിച്ചുകൊള്ളണമെന്നില്ല. കുടുംബാന്തരീക്ഷം വളരെ പ്രധാനമാണ്.

സ്വന്തമായി ഒരു പ്രസാധന സംരംഭം തുടങ്ങിയപ്പോൾ മറ്റുചില വെല്ലുവിളികൾ കൂടി മുന്നിലുണ്ടായിരുന്നു. സ്ത്രീകളെ എഴുത്തിലേക്ക് ആകർഷിക്കാൻ കഴിയുമോ, ഗുണനിലവാരം ഉറപ്പുവരുത്താൻ കഴിയുമോ, ഈ പ്രസ്ഥാനത്തിന് നല്ലൊരു പേരെടുക്കാൻ കഴിയുമോ? ആശങ്കകൾ പലതായിരുന്നു.

1987 ൽ ഉണ്ടായ ഒരു സംഭവം പറയാം. ഗ്രാമത്തിലെ കുറച്ചുസ്ത്രീകളും സാമൂഹ്യപ്രവർത്തകരായ നാലു സ്ത്രീകളും അവരുണ്ടാക്കിയ സ്ത്രീ ശരീരത്തെക്കുറിച്ചുള്ള പുസ്തകം പ്രസിദ്ധീകരിക്കണം എന്ന് ആവശ്യപ്പെട്ടുകൊണ്ട് സമീപിച്ചു. *ശരീർ കീ ജാൻകാരി* (ശരീരത്തെക്കുറിച്ചുള്ള വിവരങ്ങൾ). ഒരു പെൺകുട്ടിയുടെ വളർച്ചയുടെ വിവിധ ഘട്ടങ്ങളിൽ ശരീരത്തിൽ ഉണ്ടാകുന്ന മാറ്റങ്ങളെക്കുറിച്ചാണ് പുസ്തകത്തിൽ പ്രതിപാദിച്ചിരുന്നത്. അവരീ പുസ്തകവുമായി ആദ്യം ഗ്രാമീണ സ്ത്രീകളെ കണ്ടപ്പോൾ ഉണ്ടായ അനുഭവം അവർ പറയുകയുണ്ടായി. പുസ്തകത്തിൽ സ്ത്രീകളുടെ ശരീരഭാഗം നഗ്നമായി ചിത്രീകരിക്കുന്ന പടം ഉണ്ടായിരുന്നു. 'നിങ്ങൾക്ക് ഇത് യഥാർത്ഥമാണെന്ന് എങ്ങനെ പറയാൻ കഴിയും. നഗ്നയായ സ്ത്രീയെ ഞങ്ങൾ കണ്ടിട്ടില്ല.' പിന്നീട് അവർ പൂർണ്ണമായി വസ്ത്രം ധരിച്ച ഒരു സ്ത്രീയുടെ ചിത്രം അതിനുമുകളിൽ സ്ഥാപിച്ച് ഫ്ളാപ്പുകൾ ഇട്ട് അവ ഉയർത്തി ശരീരഭാഗങ്ങൾ പരിചയപ്പെടുത്തുകയും ചെയ്തു. ഞങ്ങൾക്ക് ഈ പുസ്തകം പ്രസിദ്ധീകരിക്കാൻ കഴിയുമോ എന്നായിരുന്നു ചോദ്യം - ഞങ്ങളുടെ സ്വപ്നമായിരുന്നു ഇത്തരം ഒരു പുസ്തകം. 70000 കോപ്പികൾ വിറ്റഴിച്ചു. ഒരു ലാഭവും ഞങ്ങൾ അതിൽനിന്ന് എടുത്തിട്ടില്ല. നഷ്ടവും വന്നിട്ടില്ല.

വളരെ അവിചാരിതമായാണ് ഞാൻ വായ്മൊഴി ചരിത്രത്തിലേക്ക് എത്തപ്പെട്ടത്. ചരിത്രം എന്റെ വിഷയമല്ല. സിനിമ നിർമ്മാതാക്കളായ ഒരുപാട് സുഹൃത്തുക്കൾ എനിക്കുണ്ട്. വിഭജനത്തെക്കുറിച്ച് ജനങ്ങളുടെ ഓർമ്മ അടിസ്ഥാനമാക്കി അവർ ഒരു സിനിമ നിർമ്മിക്കാൻ തീരുമാനിച്ചു. 1984 ലോ 85 ലോ ആണ്; അവർ അതിനെക്കുറിച്ച് എന്നോട് സംസാരിച്ചത്. ഇതുമായി ബന്ധപ്പെട്ട് വിവരശേഖരണം ചെയ്യാനാവുമോ എന്നവർ

ചോദിച്ചു. ആളുകളെ കണ്ടെത്തണം, അഭിമുഖം നടത്തണം. അന്ന് പഞ്ചാബിലെ അവസ്ഥ അത്ര സുഖകരം ആയിരുന്നില്ല. ഞാൻ പൻയാൽ, ദുർഗ്ഗാപൂർ, ലുധിയാന എന്നിവിടങ്ങളിൽ സഞ്ചരിച്ച് ആളുകളെ കണ്ടെത്തി. വിഭജന കഥകൾ കേട്ട് വളർന്ന ബാല്യമായിരുന്നു എന്റേത്. അതെല്ലാം എന്റെ മനസ്സിൽ ഉണ്ടായിരുന്നു. പക്ഷേ, ഞാനത് കേട്ട് മറന്നിരുന്നു. ഏതോ പഴങ്കഥകൾ. കണ്ടെത്തിയ ആളുകളോട് സംസാരിച്ചപ്പോൾ പെട്ടെന്ന് ആ പഴങ്കഥകൾക്ക് അർത്ഥം ഉണ്ടായി. സാധാരണ ജനങ്ങളിൽ വിഭജനം ഉണ്ടാക്കിയ പ്രശ്നങ്ങളെക്കുറിച്ച് വേണ്ടത്ര പഠിച്ചിട്ടില്ലെന്ന് എനിക്ക് തോന്നി.

എന്തെങ്കിലും ചെയ്യണം എന്നുറച്ച് ഇരിക്കുമ്പോഴാണ് ഇന്ദിരാഗാന്ധി കൊല്ലപ്പെടുന്നത്. ഈ വൻനഗരം അരക്ഷിതമായിത്തീർന്നു. എല്ലായിടത്തും സിഖുകാർ വധിക്കപ്പെടുന്നു. അക്രമം, കൊലപാതകം. ഒരു മദ്ധ്യവർഗ്ഗ കുടുംബത്തിൽനിന്ന് വന്ന എനിക്ക് ഇതൊക്കെ വലിയ ആഘാതമുണ്ടാക്കി. മറ്റൊരു തരം ജീവിതം ഞാൻ കണ്ടിട്ടില്ലായിരുന്നു. ഞാൻ ഏറെക്കാലം ജീവിച്ചിരുന്ന ഡൽഹി പെട്ടെന്നു മാറിപ്പോയപോലെ തോന്നി. നാഗരിക് ഏകതാ മഞ്ച് എന്ന പേരിൽ ഞങ്ങൾ ഒരു പൗരസമിതി രൂപീകരിച്ചു. അക്രമം ബാധിച്ച സ്ഥലങ്ങളിൽ പ്രവർത്തിച്ചു. ഫകത്പൂർ ആയിരുന്നു എന്റെ പ്രവർത്തന മേഖല. ഒരു രജിസ്റ്റർ സൂക്ഷിച്ച് അതിൽ ആളുകളുടെ അനുഭവങ്ങൾ രേഖപ്പെടുത്തലായിരുന്നു എന്റെ ജോലി. എന്തെങ്കിലും നഷ്ടപരിഹാരം വാങ്ങിക്കൊടുക്കാൻ കഴിയുമോ എന്നായിരുന്നു ആലോചന. തെളിവുകൾ ശേഖരിക്കുന്നതിനിടയിൽ വിഭജനം കടന്നുവന്നു. അന്നത്തെ അനുഭവം അവർ ഓർത്തു. സ്വന്തം രാജ്യത്തും അതേ അനുഭവം വന്നല്ലോ എന്നവർ വിലപിച്ചു. ആളുകളുടെ ജീവിതത്തെ ആഴത്തിൽ സ്പർശിച്ച വിഭജനം എന്തായിരുന്നു? ഇതിനെക്കുറിച്ച് നമുക്ക് വേണ്ടത്ര അറിയില്ല. സ്വന്തം കുടുംബത്തിൽ നിന്നുതന്നെ തുടങ്ങാൻ ഞാൻ തീരുമാനിച്ചു.

എന്റെ അമ്മാമൻ പാകിസ്ഥാനിലാണ്. അദ്ദേഹം ഇസ്ലാംമതം സ്വീകരിച്ചു. മുത്തച്ഛന്റെ വീടായ തറവാട്ടുവീട്ടിലാണ് അദ്ദേഹം താമസിക്കുന്നത്. എന്റെ അമ്മ ജനിച്ചതും വളർന്നതും അവിടെയാണ്. അതിനാൽ മേൽവിലാസം കൃത്യമായി അറിയാമായിരുന്നു. ഞാനവിടെപ്പോയി. അദ്ദേഹത്തെ കണ്ടു. വിഭജനം കുടുംബത്തിൽ ഉണ്ടാക്കിയ ആഘാതം ചർച്ച ചെയ്തു. ഇതെന്നെ വല്ലാതെ സ്വാധീനിച്ചു. വായ്മൊഴി ചരിത്രമെഴുതാൻ അതെന്നെ പ്രേരിപ്പിച്ചു. പരമ്പരാഗത രീതിയിലുള്ള ചരിത്ര രചനയിൽ എനിക്കു താല്പര്യം ഉണ്ടായിരുന്നില്ല. ഒരു പുസ്തകം എഴുതാനുള്ള ഉദ്ദേശ്യമൊന്നും അന്ന് ഉണ്ടായിരുന്നില്ല.

ഞാൻ വിഭജനത്തിന്റെ ഇരകളെ കണ്ടെത്തി അഭിമുഖങ്ങൾ ആരംഭിച്ചു. എന്റെ കൈയിൽ പണമൊന്നും ഉണ്ടായിരുന്നില്ല. ഒരു സ്പോൺസറും ഇല്ലായിരുന്നു. ഞാൻ എനിക്ക് തോന്നിയപോലെയാണ് ചെയ്തത്. ഒരിടത്ത് ചെല്ലുമ്പോൾ അവർ മറ്റൊരാളുടെ പേര് പറയും

അവിടെ ചെല്ലും. 10 വർഷം കഴിഞ്ഞപ്പോൾ ഞാൻ ശേഖരിച്ച വിവരങ്ങൾ വളരെ സമ്പന്നമാണെന്നു തോന്നിയപ്പോഴാണ് പുസ്തകമെഴുതുന്നതിനെക്കുറിച്ച് ചിന്തിച്ചത്.

ഈ യാത്രയ്ക്കിടയിൽ ഞാനെന്റെ അമ്മാമനെ കണ്ടിരുന്നു. അതെന്നെ വല്ലാതെ സ്പർശിച്ചു. എന്റെ അമ്മാമനെക്കുറിച്ച് ഞാൻ ഏറെ കേട്ടിട്ടുണ്ട്. കേട്ടത് പലതും അത്ര സന്തോഷകരമല്ലാത്തതാണ്. എങ്കിലും അമ്മാമനെ കാണാൻ ഉറച്ച് ഞാൻ ലാഹോറിലെ സുഹൃത്തിന്റെ വീട്ടിൽ എത്തി. ഒരു ദിവസം കഴിഞ്ഞു, രണ്ടുദിവസം കഴിഞ്ഞു.... അമ്മാമനെ കാണാൻ പോകാൻ ധൈര്യം തോന്നിയില്ല. മൂന്നാമത്തെ ദിവസം സുഹൃത്തിന്റെ സഹോദരി ചോദിച്ചു.

'എന്താണ് അമ്മാമനെ കാണാൻ പോകാത്തത്?'

'ധൈര്യമില്ല' എന്റെ മറുപടി കേട്ട് അവർ മറ്റൊരു നിർദ്ദേശം വച്ചു.

'ശരി, നമുക്ക് പുറത്തിറങ്ങി ഒരു പാൽ കുടിച്ചിട്ട് വരാം.'

ലാഹോറിൽ നല്ല പാൽ കിട്ടുന്ന ഒരുസ്ഥലത്തെപ്പറ്റി അമ്മ എപ്പോഴും പറയാറുണ്ട്. അതിനടുത്താണ് അമ്മാമന്റെ വീട്.

'നമുക്ക് പാൽ കുടിച്ച് മാമുവിന്റെ വീടെങ്കിലും കണ്ടുവരാം.' സുഹൃത്ത് നിർബ്ബന്ധിച്ചു. രാത്രിയാണ് സമയം. ഞങ്ങൾ വീടിനടുത്തെത്തിയപ്പോൾ പടിവാതിൽ തുറന്നു കിടക്കുന്നു. ഒരു ബംഗ്ലാവാണത്. ഞങ്ങൾ കാറോടിച്ച് അകത്ത് കയറി. വൃത്താകൃതിയിൽ ഉള്ള ഒരു പാത മതിലിനകത്ത് ഉണ്ടായിരുന്നു. അതിലൂടെ കാറോടിച്ചു. മുൻവാതിൽ അടഞ്ഞു കിടന്നിരുന്നു. പക്ഷേ, അകത്ത് വെളിച്ചമുണ്ട്.

'നമുക്ക് തിരിച്ചുപോവാം.' എന്ന എന്റെ നിർദ്ദേശത്തോട് സുഹൃത്ത് പ്രതികരിച്ചത് ഇങ്ങനെയാണ്.

'ഇല്ല. നാം തിരിച്ചുപോകുന്നില്ല. നീ വന്നത് അമ്മാമനെ കാണാനാണ്.' എന്ന് ഓർമ്മിപ്പിച്ചുകൊണ്ട് എന്നെ അവിടെ ഇറക്കിവിട്ട് സുഹൃത്ത് തിരിച്ചുപോയി. എനിക്ക് മറ്റുവഴിയില്ലായിരുന്നു. ഏറെ മടിച്ച് ഞാൻ മണിയടിച്ചു. രണ്ടു മിനിറ്റ് കഴിഞ്ഞുകാണും വാതിൽ പാതി തുറന്നു. മൂന്നു സ്ത്രീകളാണ് വാതിലിനപ്പുറം ഉണ്ടായിരുന്നത് (പിന്നീട് ഞാനറിഞ്ഞു അതെന്റെ അമ്മാമന്റെ ഭാര്യയും മകളും മരുമകളുമായിരുന്നു). ആരാണ് എവിടന്നാണ് എന്ന പതിവ് ചോദ്യത്തിന് എന്റെ അമ്മാമനെ കാണാൻ ഇന്ത്യയിൽനിന്നും വന്നതാണ് എന്ന് ഞാൻ പറഞ്ഞു. ഏതു സഹോദരിയുടെ മകളാണ് എന്നതായിരുന്നു അടുത്ത ചോദ്യം. എന്റെ അമ്മയുടെ പേര് പറഞ്ഞു. വാതിൽ മലർക്കെത്തുറന്ന് വളരെ ഊഷ്മളതയോടെ അവരെന്നെ അകത്തേക്ക് ക്ഷണിച്ചു. ഞാനവരുടെ കുടുംബാംഗമാണെന്ന രീതിയിൽ തന്നെയാണവർ പെരുമാറിയത്. അരമണിക്കൂറോ ഒരു മണിക്കൂറോ സംസാരിച്ചശേഷം ഞാൻ തിരിച്ചുപോന്നു. അമ്മാമൻ അവിടെ ഉണ്ടായിരുന്നില്ല. യാത്രയിലായിരുന്നു. അന്നു രാത്രി വരും.

ഞങ്ങൾ തിരിച്ചു സുഹൃത്തിന്റെ വീട്ടിൽ ചെന്ന് ചായകുടിച്ച് സംസാരിച്ചിരിക്കയായിരുന്നു. സമയം 12 മണി ആയിക്കാണും. ഫോൺ ബെല്ല

ടിച്ചു. ഈ അസമയത്ത് ആരാണ് വിളിക്കുന്നത് എന്ന് അത്ഭുതപ്പെട്ടു കൊണ്ട് സുഹൃത്ത് ഫോൺ എടുത്തു. മറുതലയ്ക്കൽ എന്റെ അമ്മാവൻ ആയിരുന്നു. 'ഞങ്ങൾടെ മോള് അവിടെ താമസിക്കുന്നുണ്ട്. അവളെ വിളിക്കൂ.' ഞാൻ ചെന്ന് സംസാരിച്ചു.

'മോളേ, നീയെന്തിനാണ് അവിടെ താമസിക്കുന്നത്? ഇവിടെ നമുക്ക് വീടില്ലേ? ഇങ്ങോട്ട് പോരൂ.'

'ഇല്ല ഇപ്പോൾ രാത്രി 12 മണിയായില്ലേ. രാവിലെയാവട്ടെ.' ഞാൻ മറുപടി പറഞ്ഞു.

'എല്ലാ സാധനങ്ങളും എടുത്തിട്ട് പോരണം' അമ്മാമൻ വീണ്ടും നിർബ്ബന്ധിച്ചു. ശരി എന്നുപറഞ്ഞെങ്കിലും എനിക്ക് അമ്മാമനോടൊത്ത് താമസിക്കാൻ ഉദ്ദേശ്യമില്ലായിരുന്നു. കാരണം അപരിചിതമായ വീട്, ബന്ധുക്കൾ എങ്കിലും അപരിചിതരായ ആളുകൾ. പിറ്റേന്ന് ഞാൻ പോയെങ്കിലും എന്റെ സാധനങ്ങൾ ഞാൻ കൊണ്ടുപോയിരുന്നില്ല. വീട്ടിലേക്ക് കടന്നയുടനെ- 'എവിടെ സാധനങ്ങൾ' ഉടനെ സുഹൃത്തിന്റെ വീട്ടിൽ എത്തി എല്ലാം എടുത്ത് ഒരാഴ്ച മുഴുവൻ ഞാൻ അദ്ദേഹത്തോടൊപ്പം താമസിച്ചു. ഞങ്ങൾ മണിക്കൂറുകളോളം സംസാരിച്ച് ഇരിക്കും. അദ്ദേഹത്തിന് പറയാനുള്ളത് കേട്ടത് അപ്പോഴാണ്. എന്റെ അമ്മ എപ്പോഴും അമ്മാമനെ കുറ്റപ്പെടുത്താറുണ്ട്. കാരണം അദ്ദേഹം ലാഹോറിൽ തങ്ങി. അമ്മയെ കൂടെ നിർത്തി - കാരണം സ്വത്ത് അവരുടെ പേരിലായിരുന്നു. അമ്മമ്മയെ ഇസ്ലാമാക്കി. അടിയുറച്ച മതവിശ്വാസിയായിരുന്നു അമ്മമ്മ. മതംമാറ്റം അവരിൽ വലിയ ആഘാതം ഉണ്ടാക്കിക്കാണും. ഇതായിരുന്നു അമ്മയുടെ പരാതി. വിഭജനം കഴിഞ്ഞ് ഒന്നോ രണ്ടോ വർഷം കഴിഞ്ഞ് അവർ മരിച്ചുപോയി എന്നാണ് ഞങ്ങൾ കേട്ടിരുന്നത്. പക്ഷേ, അതായിരുന്നില്ല സത്യം. വിഭജനം കഴിഞ്ഞ് ഒമ്പത് വർഷക്കാലം അവർ ആരോഗ്യത്തോടെ ജീവിച്ചിരുന്നു.

ഡൽഹിയിൽനിന്ന് ലാഹോറിൽ എത്താൻ 1/2 മണിക്കൂർ വിമാനയാത്രയേ വേണ്ടൂ. റോഡിലൂടെയാണെങ്കിൽ എട്ട് മണിക്കൂർ. അമ്മമ്മയും അമ്മാമനുമൊഴിച്ച് മറ്റ് മക്കളെല്ലാം വിഭജനത്തിൽ മറുഭാഗത്തായിപ്പോയി. പിന്നീടൊരിക്കലും അവർ തമ്മിൽ കണ്ടിട്ടില്ല. ഇതാണ് ഓരോ ചരിത്ര സംഭവവും വ്യക്തിജീവിതത്തിൽ ഉണ്ടാക്കുന്നത് എന്ന് ഞാൻ അറിഞ്ഞു. അതോടൊപ്പം സമ്പന്നമായ വായ്മൊഴി ചരിത്രം നിലനില്ക്കുന്നു എന്നും ഞാനറിഞ്ഞു. ഞാൻ അതിലൂടെ പോയി. എന്റെ ഗവേഷണം കഴിഞ്ഞ് പുസ്തകമാവാൻ 10 വർഷമെടുത്തു.

ഈ അന്വേഷണത്തിനിടയിൽ മോന എന്ന മൂന്നാം ലിംഗക്കാരിയെ കുറിച്ച് ഞാൻ അറിയാനിടയായി. മതം അംഗീകരിക്കാത്ത ന്യൂനപക്ഷങ്ങളുടെ പ്രശ്നവുമായി ബന്ധപ്പെട്ട് അന്വേഷിക്കുമ്പോൾ ആരോ മോനയെക്കുറിച്ചു പറഞ്ഞു. മാതൃത്വം ജൈവശാസ്ത്രപരമാണ് എന്നാണ് മോനയെ കാണുന്നതുവരെ ഞാൻ കരുതിയിരുന്നത്. പത്തുവർഷത്തിൽ ഏറെയായെങ്കിലും ഞാൻ പുസ്തകം എഴുതിയിട്ടില്ല. മോന എന്നിൽ

ഒരുപാട് ചോദ്യങ്ങൾ ഉയർത്തുന്നു. സ്ത്രീകൾ ഇത്രയും അക്രമവും വിവേചനവും അനുഭവിക്കുന്ന കാലത്ത് പുരുഷനായി ജനിച്ചിട്ടും സ്ത്രീയാവാൻ മോന കൊതിക്കുന്നു!"

അക്ഷരലോകത്തെ പ്രവർത്തനത്തിരക്കിനിടയിലും ഉർവ്വശി ബുട്ടാലിയ സാമൂഹ്യപ്രവർത്തനരംഗത്ത് സജീവമാണ്. 1984ലെ കലാപകാലത്ത് കലാപബാധിതർക്ക് നഷ്ടപരിഹാരം വാങ്ങിക്കൊടുക്കാൻ ശ്രമിച്ചു. 'സമത' എന്ന സ്ത്രീ സംഘടനയിൽ സജീവമാണ്. സ്ത്രീകൾക്ക് നേരെയുള്ള അതിക്രമങ്ങൾക്കെതിരെ പോരാടുന്നു.

പെൺകുട്ടികൾ മാത്രമുള്ള ഡൽഹിയിലെ മിറാൻഡ കോളേജിലെ വിദ്യാർത്ഥിയൂണിയന്റെ നേതൃസ്ഥാനത്ത് പ്രവർത്തിച്ചുകൊണ്ട് ഡൽഹി യൂണിവേഴ്സിറ്റി യൂണിയനിൽ എത്തി. വിദ്യാർത്ഥി രാഷ്ട്രീയത്തിൽ സജീവമായി ഇടപെട്ടു. അക്കാലത്ത് *മാനുഷി* എന്നൊരു മാസിക അവർ ഇറക്കിയിരുന്നു.

രാഷ്ട്രീയത്തിലും സാഹിത്യത്തിലും സാമൂഹ്യപ്രവർത്തനത്തിലും ഇടപെട്ടുകൊണ്ടിരിക്കുന്ന ഉർവ്വശി ബുട്ടാലിയ കഥ പറയുന്ന ഒഴുക്കോടെ തന്നെയാണ് എല്ലാ വർത്തമാനങ്ങളും പറയുക.

വിഭക്ത മീരയുടെ ഔഷധീയ സമരങ്ങൾ
മീരശിവ

എന്താണ് തന്റെ അടിത്തറ? ഗാന്ധിയൻ മൂല്യങ്ങൾ. എന്താണ് തന്റെ പ്രത്യയശാസ്ത്രം? ഗാന്ധിസത്തിലെ അന്ത്യോദയം എന്ന പരികല്പന. എന്താണ് തന്റെ പ്രവർത്തന പദ്ധതി? ഗാന്ധിമാർഗ്ഗം. അടിമുടി ഗാന്ധിയനാണ് ഡോ. മീര ശിവ.

ലുധിയാന മെഡിക്കൽ കോളേജിൽനിന്ന് എം ബി ബി എസും എം ഡിയും എടുത്ത മീര പൊതുജനാരോഗ്യരംഗത്തെ നിറസാന്നിദ്ധ്യമാണ്. സ്ത്രീകളുടെ ആരോഗ്യം, സ്ത്രീകളുടെ പ്രത്യുല്പാദനപരമായ ആരോഗ്യപ്രശ്നങ്ങൾ, പരിസ്ഥിതിയും സ്ത്രീകളുടെ ആരോഗ്യവും ഭക്ഷണവും പോഷകാഹാരസുരക്ഷയും, സാമൂഹ്യനീതിയിലും സ്ത്രീ നീതിയിലും അധിഷ്ഠിതമായ ആരോഗ്യാവകാശങ്ങൾ എന്നീ മേഖലകളിലെല്ലാം ഡോ. മീര പ്രവർത്തിക്കുന്നു.

ഭക്ഷ്യ-ഔഷധ ക്രമീകരണത്തിന് നിയമനിർമ്മാണത്തിനുള്ള 12-ാം പദ്ധതിയുടെ കർമ്മസേനയിലെ അംഗമായിരുന്നു ഡോ. മീര. ജനകീയാരോഗ്യസംഘടന, ഹെൽത്ത് ആക്ഷൻ ഇന്റർ നാഷണൽ ഏഷ്യൻ പസഫിക് ഓർഗനൈസേഷൻ തുടങ്ങി ആരോഗ്യവും തുല്യനീതിയുമായി ബന്ധപ്പെട്ടു പ്രവർത്തിക്കുന്ന ഒട്ടനവധി സംഘടനകളിൽ അവർ സജീവമായി ഇടപെടുന്നു.

ആരോഗ്യമന്ത്രാലയത്തിനു കീഴിൽ പ്രവർത്തിക്കുന്ന ഭക്ഷ്യസുരക്ഷ ഉപഭോക്തൃ വിദ്യാഭ്യാസ കർമ്മസേനയുടെ അദ്ധ്യക്ഷയായിരുന്നു അവർ. ശാസ്ത്രസാങ്കേതിക വിദ്യാവകുപ്പിന്റെ കീഴിലുള്ള വിഗ്യാൻപ്രസാറിന്റെ ലിംഗപദവിയും ആശയവിനിമയവും എന്ന ഉപദേശകസമിതിയിലെ അംഗ വുമാണ്. ഔഷധവുമായി ബന്ധപ്പെട്ട് പൊതുജനങ്ങളിൽ ബോധവല്ക്ക രണം നടത്തുന്ന നിരവധി സമിതികളിലും ഡോ. മീര അംഗമായി പ്രവർത്തിക്കുന്നുണ്ട്. ആൾ ഇന്ത്യാ ഡ്രഗ് ആക്ഷൻ നെറ്റ്വർക്കിന്റെ പ്രാരംഭ സംഘാടകയാണ്. 1988 ൽ യമുനാ തീരത്ത് കോളറ പിടിപെട്ട പ്പോൾ സുപ്രീം കോടതി നിയമിച്ച മൂന്നംഗ കമ്മീഷനിൽ അംഗമായിരു ന്നു. മനുഷ്യജീവന് അപകടകരമായ മരുന്നുകൾ നിരോധിക്കണം എന്നാ വശ്യപ്പെട്ടുകൊണ്ട് പൊതുതാല്പര്യഹർജികൾ ഫയൽ ചെയ്ത് അതി നായി പോരാടിക്കൊണ്ടിരിക്കുന്നു.

1986 ലെ ഡോ. ദലിഹാൻസൻ അവാർഡ് ഡോ. മീരയെ തേടി യെത്തി. 2005 ലെ ശാസ്ത്രസാങ്കേതിക വകുപ്പിന്റെ സ്ത്രീ ഗവേഷ കർക്കുള്ള അവാർഡ്, ഇറ്റലിയിലെ ജനോവയിൽ പ്രവർത്തിക്കുന്ന ടെർസാറിയോ സോന ആസ്കോം കോൺഫികമേർവ്യോ കമ്മിറ്റി നല്കുന്ന അന്താരാഷ്ട്ര അവാർഡ് എന്നിവയും ഡോ. മീരയ്ക്ക് ലഭിച്ചിട്ടു ണ്ട്. മരുന്നുകളുടെ തെറ്റായ ഉപയോഗം മരുന്നുകമ്പനികളുടെ കുത്സിക പ്രവർത്തനങ്ങൾ ദുർബ്ബല ജനവിഭാഗങ്ങളെ എങ്ങനെ ബാധിക്കുന്നു. എന്ന് തുറന്നു കാട്ടുന്നതടക്കം അവർ നടത്തിയ പ്രവർത്തനങ്ങളുടെ അംഗീകാരമാണ് ഈ അവാർഡുകൾ.

ഖോസ്ഖാസിലെ അരബിന്ദോ മാർഗ്ഗിലെ എക്സ് ഫൈവിലാണ് ഡോ. മീരയുടെ താമസവും ഓഫീസും. മുന്നിലെ മുറികളെല്ലാം ഓഫീ സായി പ്രവർത്തിക്കുന്നു. പുസ്തകങ്ങളും ഫയലുകളും അട്ടിയിട്ട അവ രുടെ ഓഫീസിൽ ഞങ്ങൾ സംസാരിക്കാൻ ഇരുന്നു.

ഉത്തരാഖണ്ഡിലെ നൈനിത്താളിൽ 1951 ലാണ് മീര ജനിച്ചത്. ഒരു ജ്യേഷ്ഠ സഹോദരനും അനിയത്തിയും ഉണ്ട്. അനിയത്തി പ്രശസ്ത യായ ഡോ. വന്ദന ശിവ. അച്ഛന് പട്ടാളത്തിലായിരുന്നു ജോലി. ഏഴാം ക്ലാസുവരെ പഠിച്ചത് നൈനിറ്റാളിലാണ്.

ഗാന്ധിയൻ ആദർശങ്ങളിൽ അടിയുറച്ച് വിശ്വസിച്ചിരുന്ന അമ്മ ഒരു വിദ്യാഭ്യാസ പ്രവർത്തകയായിരുന്നു. ലാഹോറിനടുത്തുള്ള ഒരു ഗ്രാമ ത്തിലായിരുന്നു അമ്മ ജനിച്ചത്. മറ്റ് സഹോദരങ്ങളേക്കാൾ അവർ വിദ്യാ ഭ്യാസം നേടി. ലാഹോറിലെ ലേഡി മെറ്റലൈൻ കോളേജിൽനിന്ന് ബി എ പാസായ അവർ പിന്നീട് ബി ടി എടുത്തു. അച്ഛൻ ഫോറസ്റ്റ് സർവ്വീ സിലായിരുന്നു. വിദ്യാഭ്യാസ പ്രവർത്തനവുമായി മുന്നോട്ടു പോകാനാ യിരുന്നു അമ്മയ്ക്ക് താല്പര്യം. ഒരു വിവാഹം അവർ ആഗ്രഹിച്ചിരു ന്നില്ല.

വിദ്യാഭ്യാസത്തിനുവേണ്ടി രക്തസാക്ഷിയായ ഒരു പിതാവിന്റെ പുത്രിയായിരുന്നു മീരയുടെ അമ്മ. ധനതത്ത്വശാസ്ത്രജ്ഞനായ അച്ഛന്

ഗ്രാമത്തിൽ ഒരു സ്കൂൾ ഉണ്ടായിരുന്നു. അത് ഒന്ന് അപ്ഗ്രേഡ് ചെയ്യാൻ അദ്ദേഹത്തിനു വലിയ മോഹമായിരുന്നു. നിരവധി അപേക്ഷകൾ അയ ച്ചെങ്കിലും സർക്കാർ കനിഞ്ഞില്ല. അദ്ദേഹം നിരാഹാരം കിടന്നു. എന്നിട്ടും സർക്കാരിന്റെ കണ്ണു തുറന്നില്ല. അവസാനം അവിഭക്ത ഇന്ത്യൻ ചരിത്ര ത്തിൽ ഒരു വിദ്യാഭ്യാസ പ്രവർത്തകൻ രക്തസാക്ഷിയായി. അടുത്ത വർഷം സ്കൂൾ അപ്ഗ്രേഡ് ചെയ്തു.

"അമ്മ എനിക്കിട്ട പേര് സാധന എന്നായിരുന്നു. സാധനയും വന്ദ നയും. പക്ഷേ, എന്തോ എനിക്ക് ആ പേര് അത്രയ്ക്കങ്ങ് പിടിച്ചില്ല. സാധന എന്നാൽ പ്രാർത്ഥന എന്നാണ് അർത്ഥം എന്നൊക്കെ അമ്മ പറഞ്ഞുനോക്കി. വന്ദനയും പ്രാർത്ഥനയാണ്. അക്കാലത്താണ് സാധ നയെന്നൊരു സിനിമ നടിയുണ്ടെന്ന് ഞാനറിയുന്നത്. പിന്നെ പറയണ്ട- ആ പേര് എനിക്ക് വേണ്ട എന്ന് പറഞ്ഞ് ഞാൻ ശാഠ്യമായി. എന്നാൽ നിനക്ക് ഏത് പേര് വേണം? നിങ്ങൾക്ക് ഊഹിക്കാൻ കഴിയുമോ രക്ഷി താക്കളിൽനിന്ന് ഇത്രയും സ്വാതന്ത്ര്യം? ഞാനന്ന് കൊച്ചുകുട്ടിയായിരുന്നു. അക്കാലത്താണ് ഞാൻ മീരബായിയെക്കുറിച്ച് കേട്ടത്. മീരയെ കൊല്ലാൻ പാമ്പിനെ അയച്ചതും അവൾ അതൊന്നും കാര്യമാക്കാതെ സന്തോഷ ത്തോടെ പ്രാർത്ഥിച്ചതും കഥയായി ഞാൻ കേട്ടിരുന്നു. മീരയിൽ ഒരു അസാധാരണത്വം ഞാൻ കണ്ടു. ഇന്നും മീരയും മീരയുടെ ഭജനകളും ജനഹൃദയങ്ങളിൽ ഇടം പിടിക്കുന്നു. ഞാൻ അച്ഛനമ്മമാരോട് പ്രഖ്യാ പിച്ചു- എന്റെ പേര് മീര എന്നാണ്. അങ്ങനെ ഞാൻ സ്വയം തെരഞ്ഞെ ടുത്തതാണ് എന്റെ പേര്.

കുട്ടിക്കാലം തൊട്ടേ എനിക്ക് പുസ്തകങ്ങളെ വലിയ ഇഷ്ടമാണ്. ധാരാളം വായിക്കുമായിരുന്നു. സ്കൂളിലെ ഇടവേളകളിൽ ഭക്ഷണത്തോ ടൊപ്പം വായിച്ച പുസ്തകങ്ങളിലെ കഥകൾ പങ്കുവയ്ക്കും. ഒരു കുട്ടിപ്പ ട്ടാളമായിരുന്നു. ശരിയല്ലെന്നു തോന്നുന്നതിനെ ഒക്കെ ഞങ്ങൾ എതിർത്തിരുന്നു. പക്ഷേ, വിലകുറഞ്ഞ തമാശകൾ കാണിക്കാറില്ല. ആലി ബാബയും 41 കള്ളന്മാരുമായിരുന്നു ഇഷ്ടപ്പെട്ട കളി.

സ്കൂളിൽ പഠിക്കുമ്പോൾ സദാചാര പഠനത്തിൽ ഞാനെന്നും തോല്ക്കും. എന്റെ വികടം പിടിച്ച ആശയങ്ങൾ ഒക്കെ ഞാനതിൽ എഴു തിവയ്ക്കും. പിന്നെ തോല്ക്കാതെ തരമില്ലല്ലോ. എനിക്കൊരു പട്ടിയു ണ്ടായിരുന്നു, സിന്റ. അവൻ സസ്യാഹാരമേ കഴിക്കൂ. ഒരു ബുദ്ധിസ്റ്റ് ലാമയുടെ ആത്മാവാണ് പട്ടിക്ക് എന്നായിരുന്നു എന്റെ വിശ്വാസം. മനുഷ്യരുടേത് മാത്രമല്ല മൃഗങ്ങളുടെയും ആത്മാവ് അനശ്വരമാണ് എന്നൊക്കെയായിരുന്നു ഞാൻ വിശ്വസിച്ചിരുന്നത്. ഇതൊക്കെ ചോദ്യ രൂപത്തിൽ ഞാൻ പരീക്ഷക്കടലാസിൽ എഴുതിവയ്ക്കും. പോരേ പൂരം!

ഞാൻ ഒരിക്കലും ആത്മീയകേന്ദ്രങ്ങളിൽ പോകാറില്ല. അമ്മയ്ക്ക് എല്ലാ മതത്തിനെയും ബഹുമാനമായിരുന്നു. ഞങ്ങളെ അങ്ങനെയാണ് വളർത്തിയത്. അമ്മ തികഞ്ഞ ഗാന്ധിയൻ ആയിരുന്നു എന്നു പറഞ്ഞ ല്ലോ. വീട്ടിൽ പ്ലാസ്റ്റിക് പോലുള്ള കൃത്രിമ വസ്തുക്കൾ ഒന്നും ഉണ്ടായി

രുന്നില്ല. അധികവും മരം കൊണ്ടും മണ്ണുകൊണ്ടും ഉള്ള പാത്രങ്ങൾ ആയിരുന്നു. എനിക്കും വന്ദനയ്ക്കും ഒരേ തരം ഉടുപ്പുകൾ ആയിരുന്നു. ഖാദിയിൽ ബാത്തിക്പെയിന്റ് ചെയ്തത്. ഒരേനിറം ഒരേതരം. ഞങ്ങൾ സ്കൂളിൽ പഠിക്കുന്ന കാലത്ത് ക്ലാസിലെ മറ്റ് കുട്ടികൾക്ക് പുള്ളികൾ ഉള്ള നൈലോൺ ഉടുപ്പുകൾ ഉണ്ടായിരുന്നു. ഞങ്ങൾക്കത് വലിയ ഇഷ്ടമായി. അത്തരം ഉടുപ്പുകൾ വേണം എന്ന് ഞങ്ങൾ അമ്മയോട് പറഞ്ഞു. അമ്മയുടെ മറുപടി ഇതായിരുന്നു: 'പുള്ളികൾ ഉള്ള നൈലോൺ ഉടുപ്പ് നിങ്ങൾ ധരിക്കുകയാണെങ്കിൽ ഒരു ധനികന് വലിയ ഒരു കാറ് വാങ്ങാനുള്ള പണം നിങ്ങൾ നല്കുന്നതിന് തുല്യമാണ്. വലിയ കാറ് അല്ലെങ്കിൽ രണ്ടാമത് ഒരു കാറ് കൂടി. എന്നാൽ നിങ്ങൾ ഖാദി ധരിച്ചാലോ 'കിസിക്കാ ഖർമേം ഝൂല ചലേഗ' (ചില വീടുകളിൽ അടുപ്പ് പുകയും) അവരുടെ കുട്ടികൾക്ക് ആഹാരം കിട്ടും.' കുട്ടികൾക്ക് ആഹാരമില്ലാത്ത അവസ്ഥ ഞങ്ങൾക്ക് ചിന്തിക്കാൻ ആവുമായിരുന്നില്ല. അതിനാൽ ഞങ്ങൾ പറഞ്ഞു 'ഞങ്ങൾക്ക് ഖാദി മതി.'

പുത്തൻ സാമ്പത്തിക നയത്തിന്റെ വരും വരായ്കകൾ ജനങ്ങൾ ഇന്നും വേണ്ടത്ര മനസ്സിലാക്കിയിട്ടില്ല. മനസ്സിലാക്കിയിരുന്നെങ്കിൽ അവരുടെ തെരഞ്ഞെടുപ്പുകൾ വ്യത്യസ്തമായേനെ. പ്രകൃതിദത്ത നിറങ്ങൾ പെട്ടെന്നു മങ്ങുമായിരിക്കും. കൃത്രിമ തുണികൾക്ക് വിലകുറവാണ്. ഇതിൽ ഏതു വേണമെങ്കിലും നിങ്ങൾക്ക് ധരിക്കാം. പക്ഷേ, നാം ഒന്ന് ചിന്തിക്കണം. ഇത് ഞാൻ വാങ്ങിയാൽ അതിന്റെ ഗുണം ആർക്കാണ്?

അമ്മ മറ്റൊരു കാര്യം കൂടി പറയാറുണ്ട്. നാം ഒരു പച്ചക്കറി മാർക്കറ്റിൽ ചെല്ലുന്നു. അവിടെ ഒരു സ്ത്രീയും പുരുഷനും പച്ചക്കറി വില്ക്കുന്നുണ്ട്. നിങ്ങൾ സ്ത്രീയുടെ കൈയിൽനിന്നും പച്ചക്കറി വാങ്ങണം. വയസ്സായ സ്ത്രീയും ചെറുപ്പക്കാരിയും വില്ക്കുന്നുണ്ടെങ്കിൽ വയസ്സായ സ്ത്രീയിൽനിന്നും വാങ്ങുക. ഇതൊക്കെ ഞങ്ങളുടെ മനസ്സിൽ പതിഞ്ഞിരുന്നു.

ലുധിയാനയിലെ ക്രിസ്ത്യൻ മിഷൻ മെഡിക്കൽ കോളേജിലാണ്

ഞാൻ പഠിച്ചത്. അവിടത്തെ അദ്ധ്യാപകർ എല്ലാം വിവരമുള്ളവരും വിവേകികളും ആയിരുന്നു. അവരൊന്നും പണത്തിനു പിറകെ പോകുന്നത് ഞാൻ കണ്ടിട്ടില്ല. സൈക്കിളിൽ വന്നുപോയിരുന്ന ഒരു പ്രൊഫസർ അവിടെ ഉണ്ടായിരുന്നു. ജൂനിയർ ഡോക്ടർമാർക്ക് എന്തു പ്രശ്നമുണ്ടായാലും അദ്ദേഹത്തെ സമീപിക്കാം. അദ്ദേഹം വളരെ നൈതികതയുള്ള മനുഷ്യനായിരുന്നു. മരുന്നുകളുടെ ജനറിക് പേരാണ് കുറിച്ചുകൊടുക്കുക. എനിക്ക് അദ്ദേഹത്തെ വലിയ ബഹുമാനമായിരുന്നു. ഇത്തരത്തിൽ ബഹുമാനം തോന്നുന്നവരുടെ കീഴിലായിരുന്നു എന്റെപഠനം. അവരുടെയെല്ലാം മുഖത്ത് തികഞ്ഞ ശാന്തതയായിരുന്നു. ഇത്തരത്തിലുള്ളവരുടെ കീഴിൽ പഠിക്കാൻ കഴിഞ്ഞത് എന്റെ ഭാഗ്യം.

അക്കാലത്താണ് അൽമാർട്ട ചാർട്ടർ* വന്നത്. ആരോഗ്യ പ്രവർത്തനരംഗത്ത് ഒരുദിശാബോധം നല്കാൻ എന്നെ അത് സഹായിച്ചു. എന്റെ സഹപാഠികളിൽ പകുതി പേർ വിദേശത്തുപോയി. ഞാൻ ആ വഴി സ്വീകരിച്ചില്ല. രണ്ടാമത്തെ സാദ്ധ്യത വലിയ ആശുപത്രികളിൽ പണിയെടുക്കുക എന്നതാണ്. അല്ലെങ്കിൽ സ്വകാര്യ പ്രാക്ടീസ്. ഞാനീ വഴിയൊന്നും തെരഞ്ഞെടുത്തില്ല. നല്ല ആളുകൾക്ക് ഒപ്പം പണിയെടുക്കുക എന്നതായിരുന്നു എന്റെ തീരുമാനം. എത്ര പണം ഉണ്ടാക്കാനാകും എന്ന് ഞാൻ ചിന്തിച്ചില്ല.

ഞാൻ നിരവധി കമ്യൂണിറ്റി ഹെൽത്ത് പരിപാടികൾ സന്ദർശിച്ചു. കമ്യൂണിറ്റി മെഡിസിനിൽ തുടരാനുള്ള തീരുമാനം തെറ്റായിട്ടാണ് എന്റെ ചുറ്റുമുള്ളവർ കണ്ടത്. ഞാൻ അവിവാഹിതയായി തുടരാൻ തീരുമാനിച്ചതും അധികമാളുകൾക്കും ഉൾക്കൊള്ളാനായിട്ടില്ല. എന്തുകൊണ്ടാണ് ഈ തീരുമാനം? എല്ലാവർക്കും വലിയ ആകംക്ഷയാണ്.

കുട്ടിക്കാലത്ത് മുത്തശ്ശി നിരവധി പുരാണകഥകൾ പറഞ്ഞുതരും. ശ്രീകൃഷ്ണന്റെയും സുദാമാവിന്റെയും സൗഹൃദത്തിന്റെ കഥ ഞാനിപ്പോഴും ഓർക്കുന്നു. എന്റെ ആത്മീയത ആചാരബദ്ധമായിരുന്നില്ല. വിമോചനദൈവശാസ്ത്രത്തിനോടാണ് എനിക്ക് താല്പര്യം തോന്നിയിട്ടുള്ളത്.

സ്വയം മറന്ന് പ്രവർത്തനങ്ങളിൽ ഏർപ്പെടുന്ന നിരവധി പേരെ ഞാൻ കണ്ടിട്ടുണ്ട്. അവർക്കെല്ലാം ഓരോ പ്രതിസന്ധിഘട്ടങ്ങളിൽ അധിക ഊർജ്ജം വേണ്ടിവരും, അത് എവിടെ നിന്നുമാകാം. നിങ്ങൾ ഗാഢമായി വിശ്വസിക്കുന്ന ഏതിൽ നിന്നുമാകാം. അത്തരം ഘട്ടങ്ങളിൽ ആദർശങ്ങളിൽ വിട്ടുവീഴ്ച ചെയ്യരുത്. തെറ്റുമായി നമ്മളുണ്ടാക്കുന്ന വിട്ടുവീഴ്ചയ്ക്ക് ഇപ്പോൾ പ്രായോഗികത എന്നു പറഞ്ഞുകേൾക്കാറുണ്ട്. നിങ്ങൾക്കു വേണ്ടത് പക്വമായ ഒരു കാഴ്ചപ്പാടാണ്. പുസ്തകങ്ങൾ, നല്ല വ്യക്തിത്വമുള്ളവർ എന്നിവ എന്നെ സ്വാധീനിക്കാറുണ്ട്.

* 1978 സെപ്തംബർ 12-ാം തീയതി ഇന്നത്തെ കസാക്കിസ്ഥാനിൽ ചേർന്ന പ്രാഥമികാരോഗ്യസംരക്ഷണത്തിനായുള്ള അന്താരാഷ്ട്ര സമ്മേളനത്തിൽ അംഗീകരിച്ച നിർദ്ദേശങ്ങളാണ് ഇത്. ഈ നിർദ്ദേശങ്ങളനുസരിച്ച് എല്ലാ സർക്കാരുകളും ആരോഗ്യപ്രവർത്തകരും ലോകത്തുള്ള എല്ലാ ജനങ്ങളുടെയും ആരോഗ്യത്തിനായി പ്രവർത്തിക്കണം എന്ന് അനുശാസിക്കുന്നു.

എന്റെ പ്രൊഫസറായിരുന്ന ബെറ്റി കവൻ എന്നെ ഏറെ സ്വാധീനിച്ച വ്യക്തിത്വമാണ്. മെഡിസിൻ ആയിരുന്നു അവർ പഠിപ്പിച്ചിരുന്നത്. ഗുരുതരമായ ചില ആരോഗ്യപ്രശ്നങ്ങൾ അവർക്ക് ഉണ്ടായിരുന്നു. ഒരു വൃക്ക മാത്രമേ പ്രവർത്തിച്ചിരുന്നുള്ളൂ. ഹൃദ്രോഗം ഉണ്ടായിരുന്നു. നടപടിക്രമങ്ങൾ പാലിച്ചേ രോഗനിർണ്ണയം നടത്താൻ പാടുള്ളൂ എന്നവർക്ക് ശാഠ്യമുണ്ടായിരുന്നു. അങ്ങേയറ്റം വിളറിയ, രക്തക്കുറവുള്ള ഒരു രോഗി വന്നു എന്നിരിക്കട്ടെ, രക്തസ്രാവം ഉണ്ടാവാം അല്ലെങ്കിൽ ഹുക്ക്‌വേം ഉണ്ടാവാം. രോഗി പറയുന്ന ലക്ഷണങ്ങൾ വയറുവേദന, മലം പോയില്ല എന്നൊക്കെയാണ്. ഇതിൽനിന്നും നിഗമനത്തിൽ എത്താൻ അവർ സമ്മതിക്കില്ല. പരിശോധനാ ഫലം അടക്കമുള്ള എല്ലാ നടപടികളും പൂർത്തീകരിച്ചിട്ടേ രോഗനിർണ്ണയം നടത്താവൂ എന്നവർ നിഷ്കർഷിക്കും. കവൻ എന്റെ ഗൈഡ് ആയിരുന്നു. അമീബയാസിസിൽ ഗവേഷണം നടത്തണമെന്ന് എനിക്ക് ആഗ്രഹമുണ്ടായിരുന്നു. പക്ഷേ, ഒരാളുടെ മലം കൾച്ചർ ചെയ്ത് പരിശോധിക്കാൻ 1000 രൂപയിൽ കൂടുതൽ വേണം. അത് യൂണിവേഴ്സിറ്റി അനുവദിച്ച് തരുമായിരുന്നില്ല. ഞാൻ അതിനാൽ 1000 പേരെ വിലയിരുത്തി. വിളർച്ചാ സാദ്ധ്യതയുള്ള 500 പേർ, നിലവിൽ വിളർച്ചയുള്ള 500 പേർ.

അക്കാലത്ത് വയറിളക്കം, ഹൈപ്പർ അസിഡിറ്റി എന്നീ ലക്ഷണങ്ങളോടെ ഒരു രോഗിവന്നു. ഗാസ്ട്രോ എന്ററൈറ്റീസ് ആണോ ഹൃദയ സംബന്ധിയായ പ്രശ്നമാണോ എന്നറിയണമെങ്കിൽ വിശദമായ പരിശോധനയും രോഗചരിത്രവും വേണം. ഇതിനൊക്കെ സമയമെടുക്കും. വിശദമായ പരിശോധന കഴിഞ്ഞാൽ നമുക്ക് എംപിരിക്കൽ രോഗനിർണ്ണയത്തിനു കഴിയും. എന്നിട്ടേ അതിനുവേണ്ട ക്ലിനിക്കൽ പരിശോധനയ്ക്ക് പോകാവൂ. ഇതാണ് രീതി.

എന്നാൽ ഇന്നത്തെയാളുകൾ ക്ലിനിക്കൽ പരിശോധനയെ വല്ലാതെ ആശ്രയിക്കുന്നു. എംപിരിക്കൽ രോഗനിർണ്ണയവും ക്ലിനിക്കൽ പരിശോധനാ ഫലവും താരതമ്യം ചെയ്യലായിരുന്നു എന്റെ പഠനം. വിശദമായ പരിശോധനയും കേസ് ഹിസ്റ്ററിയും തയ്യാറാക്കിയില്ലെങ്കിൽ നിങ്ങൾ ക്ലിനിക്കൽ പരിശോധനയെ വല്ലാതെ ആശ്രയിക്കും. രോഗം പ്രതിരോധിക്കാവുന്നതാണോ എത്രമാത്രം ഗുരുതരമാണ് എന്ന് ഞാൻ വിശകലനം ചെയ്തു.

എന്റെ നിഗമനം ഇതായിരുന്നു. 70% രോഗവും പ്രതിരോധിക്കാവുന്നതും അത്രതന്നെ നിസ്സാരവുമാണ്. ഇത്രയും പണം ചെലവാക്കി ആശുപത്രിയിലേക്ക് വരേണ്ടതില്ല. അമൃത്സറിൽനിന്നും വരുന്ന ഒരു രോഗിയുണ്ടായിരുന്നു. അസിഡിറ്റിയാണ് പ്രശ്നം. അയാൾ എത്രദൂരം യാത്ര ചെയ്യണം? എന്റെ അഭിപ്രായത്തിൽ ആളുകളെ അടുത്തുള്ള ഹോസ്പിറ്റലിലാണ് ചികിത്സിക്കേണ്ടത്. സാധാരണരോഗങ്ങൾക്ക് ചികിത്സിക്കാൻ ഉന്നതബിരുദമുള്ള ഡോക്ടർ വേണമെന്നില്ല. പക്ഷേ, എന്റെ തിസീസ് തള്ളിക്കളഞ്ഞു. ഞാൻ മെഡിസിൻ ഡിപ്പാർട്ടുമെന്റിലെ വിദ്യാർത്ഥിനി

യാണ്. പഠനം കമ്യൂണിറ്റി മെഡിസിൻ വിഭാഗത്തിൽ പെട്ടതാണ് എന്നാണ് തള്ളിക്കളഞ്ഞതിന് കാരണം പറഞ്ഞത്. ഡോ. കവൻ വല്ലാതെ സങ്കട പ്പെട്ടു. ഞാൻ അതിനായി നടത്തിയ ബുദ്ധിമുട്ടുകളെക്കുറിച്ച് അവർക്ക് കൃത്യമായിട്ട് അറിയാം. പലരും ലാബിൽനിന്നും സാമ്പിളുകൾ ശേഖ രിച്ച് എളുപ്പമായ രീതിയിലാണ് പഠനം നടത്തിയിരുന്നത്. ഹൃദയരോഗ ത്തിനുള്ള കാരണം കണ്ടെത്തലായിരുന്നു പലരുടെയും ഗവേഷണവി ഷയം. ലാബിൽപ്പോയി ഏതാനും ബ്ലഡ് സാമ്പിൾ ലെവൽ പരിശോധി ച്ചാൽ മാത്രം മതി. സ്വന്തമായി ഒന്നും ചെയ്യണ്ട. എഴുതപ്പെട്ട രേഖകളാ ണെങ്കിൽ ധാരാളം ലഭ്യവുമാണ്. അവ പരിശോധിച്ചാൽ മാത്രം മതി. പലരും ചുരുങ്ങിയ സമയംകൊണ്ട് ഗവേഷണം അവസാനിപ്പിച്ചു. പക്ഷേ, ഞാൻ ഒരുപാട് സമയമെടുത്ത് ആത്മാർത്ഥമായിട്ടാണ് അത് ചെയ്തത് മെഡിക്കൽ റെക്കോഡ് പരിശോധിച്ചു. നീണ്ട അഭിമുഖങ്ങൾ നടത്തി.

'നിന്റെ നിഗമനങ്ങൾ മാറുകയാണ് അവർക്ക് ആവശ്യം' ഡോ. കവൻ പറഞ്ഞു. 'എല്ലാം നന്നായിട്ടുണ്ട് അവർ അതിനെ അഭിനന്ദിക്കുന്നുണ്ട്. പക്ഷേ, നിഗമനം പ്രശ്നമാണ്.' അവർ തുടർന്നു. എന്റെ നിഗമനം മാറ്റാൻ ഉദ്ദേശിക്കുന്നില്ലെന്ന് ഡോ. കവനിനോട് ഞാൻ തറപ്പിച്ചു പറഞ്ഞു. ഡോ. കവൻ പിന്നെയും നിർബ്ബന്ധിച്ചു. പക്ഷേ, ഞാൻ എന്റെ നിലപാടിൽ ഉറ ച്ചുനിന്നു.

ഇതിനിടയിൽ ഞാൻ ഒരു കാര്യം മനസ്സിലാക്കി. അത് ഒരു രോഗി യുടെ അനുഭവത്തിൽ നിന്നാണ്. രോഗിയുടെ മാനസികപ്രശ്നങ്ങളിൽ നിന്നും ഉടലെടുക്കുന്ന രോഗങ്ങളെ കൈകാര്യം ചെയ്യാൻ വേണ്ട പരി ശീലനം ഒരു സാധാരണ ഡോക്ടർക്ക് ലഭിക്കുന്നില്ല. അതിനാൽ ആറു മാസം ഞാൻ സെക്യാട്രിയിൽ ശ്രദ്ധ കേന്ദ്രീകരിച്ചു. പക്ഷേ, അവിടെ രോഗികളെയല്ല സ്കീസോഫ്രീനിയ മുതലായ രോഗങ്ങളെ ആണ് ചികി ത്സിക്കുന്നത്. ക്ലിനിക്കൽ സൈക്കോളജിക്ക് യാതൊരു പ്രാധാന്യവുമില്ല. വിഷാദരോഗത്തിന് അടിമയായവരെ എങ്ങനെ രക്ഷിക്കാം എന്നതിന് പരി ശീലനം കിട്ടുന്നില്ല.

ഒരു രോഗി മരിച്ചാൽ മുഖം പുതപ്പിട്ടുമൂടി ശരീരം മോർച്ചറിയിലേക്ക് മാറ്റാൻ നമ്മൾ പറയുന്നു. രോഗിയുടെ ബന്ധുക്കളെ സാന്ത്വനിപ്പിക്കാൻ നമുക്ക് സമയമില്ല. വേണ്ടത്ര ഡോക്ടർമാരില്ല. ജൂനിയർ ഡോക്ടർ അങ്ങോട്ടുമിങ്ങോട്ടും ഓടുന്നു. രണ്ടുദിവസമായി ഈ രോഗിയുടെ പിന്നാ ലെയാവും. ഉറങ്ങിയിട്ടുണ്ടാവില്ല. ഇതാണ് അവസ്ഥ. സൈക്കോ സിന്ത സിസ്, ട്രാൻസാക്ഷൻ അനാലിസിസ് ഒക്കെ സൈക്യാട്രിയിൽ പഠിപ്പി ക്കും. പക്ഷേ, രോഗിയെ സാന്ത്വനിപ്പിക്കാൻ പഠിപ്പിക്കാറില്ല.

ലോഗോ തെറാപ്പി എന്നു കേട്ടിട്ടുണ്ടോ? ഡോ. ആർതർ ഫ്രാങ്കളിൻ ആണ് ഇതിനെക്കുറിച്ച് പറഞ്ഞത്. അദ്ദേഹം തടിച്ച ശരീരമുള്ളവരേയും മെലിഞ്ഞ ശരീരമുള്ളവരേയും നിരീക്ഷിച്ചപ്പോൾ കട്ടി ശരീരമുള്ളവരാണ് പെട്ടെന്ന് മരിച്ച് പോകുന്നത് എന്ന് മനസ്സിലാക്കി. മെലിഞ്ഞവർ കൂടു തൽ കാലം ജീവിക്കുന്നു. അവർക്ക് കുറച്ച് ഭക്ഷണമേയുള്ളൂ കണ്ടമാനം

പണിയെടുക്കും. അത്തരക്കാരെ അതിജീവിപ്പിക്കുന്ന ഘടകമെന്താണ്. അതിനെക്കുറിച്ച് അദ്ദേഹം ഒരു പുസ്തകം എഴുതി. എല്ലാ മനുഷ്യർക്കും ജീവിക്കാനുള്ള വാഞ്ഛയും മരിക്കാനുള്ള ത്വരയും ഉണ്ട്. ഇതിൽ ഏതാണ് കൂടുതൽ എന്നത് അനുസരിച്ചിരിക്കും അതിജീവനത്തിനുള്ള സാദ്ധ്യത. ഇതിൽ ജീവിക്കാനുള്ള താല്പര്യവും ജീവിതത്തിന്റെ അർത്ഥവും തമ്മിൽ ബന്ധമുണ്ട്. അതിനാൽ മരുന്നിനോടൊപ്പം ജീവിതവാഞ്ഛയും വളർത്തണം. ജീവിതത്തിന് അർത്ഥമുണ്ടാക്കിക്കൊടുക്കാനുള്ള പ്രവർത്തനം ചെയ്യണമെന്ന് രോഗിയെ ബോദ്ധ്യപ്പെടുത്തണം ഇതാണ് ലോഗോ തെറാപ്പി. ഇതൊന്നും മെഡിക്കൽ കോളേജിൽ പഠിപ്പിക്കുന്നില്ല. ഇത് ബോദ്ധ്യപ്പെട്ട സിസ്റ്റർ കർളാൽ ഹോസ്പിറ്റൽ അഡ്മിനിസ്ട്രേഷനിൽ പി എച്ച് ഡി പ്രോഗ്രാം തുടങ്ങി. അതിൽ പ്രധാനമായും വ്യക്തികൾ തമ്മിലുള്ള ബന്ധത്തെക്കുറിച്ചാണ് പഠിപ്പിച്ചിരുന്നത്.

ഞാൻ ഹൃദയാഘാതത്തെ കുറിച്ച് പഠിച്ചു. സാധാരണ വ്യക്തിത്വത്തെപ്പോലെ കാർഡിയാക് വ്യക്തിത്വവുമുണ്ട്. ഹൃദയാഘാതം, ക്യാൻസർ എന്നിവയ്ക്ക് മനസ്സുമായി ബന്ധമുണ്ട്. സ്ത്രീകളിലും കുട്ടികളിലും നടത്തിയ ഒരുപഠനം നാമിവിടെ ശ്രദ്ധിക്കേണ്ടതുണ്ട്. 200 സ്ത്രീകളെ പഠിച്ച് ക്യാൻസർ ഉണ്ടാവാൻ സാദ്ധ്യതയുള്ളവരെ തിരിച്ചറിഞ്ഞു. അവരിൽ 70% പേർക്കും പിന്നീട് ക്യാൻസർ ബാധിച്ചു. മനസ്സും ആരോഗ്യവും തമ്മിലുള്ള ബന്ധം- മനസ്സും പ്രതിരോധ ശക്തിയും തമ്മിലുള്ള ബന്ധം- മസ്തിഷ്ക നാഡീ ശാസ്ത്രവും ആരോഗ്യവും തമ്മിലുള്ള ബന്ധം- ഇവയെല്ലാം പ്രധാനമാണ്. മനസ്സിനെ ശക്തമാക്കുക, മനസ്സാണ് നിങ്ങളെ പ്രചോദിപ്പിക്കുന്നത്. വളരെ നെഗറ്റീവ് ആയി ചിന്തിക്കുന്നവർ മറ്റുള്ളവരെ അകറ്റുന്നു. നിങ്ങളെ പ്രചോദിപ്പിക്കുന്നവരുമായുള്ള സമ്പർക്കം നിങ്ങളെ ഉത്തേജിതരാക്കും അവരുമായി മാത്രം ബന്ധപ്പെടുക."

വികസനവും പരിസ്ഥിതിയും തമ്മിലുള്ള ബന്ധത്തെക്കുറിച്ചുള്ള എന്റെ ചോദ്യത്തിന് ഡോ. മീര ശിവ ഇങ്ങനെ പ്രതികരിച്ചു.

"വികസനം നമുക്ക് എല്ലായ്പ്പോഴും ഗുണം മാത്രമല്ല നല്കുന്നത്. വികസനത്തിന്റെ പേരിൽ പലപ്പോഴും നമുക്ക് കടുത്ത വില നല്കേണ്ടി വരും. ഉദാഹരണമായി ഏറെ പ്രകീർത്തിക്കാറുള്ള ഒരു പദ്ധതിയാണ് രാജസ്ഥാൻ കനാൽ പദ്ധതി. ഇന്ന് അതിന്റെ പേര് ഇന്ദിരാഗാന്ധി കനാൽ പദ്ധതി എന്നാണ്. മരുഭൂമിയെ ഹരിതവല്ക്കരിക്കുക എന്ന മഹത്തായ ലക്ഷ്യമാണ് അതിന് ഉണ്ടായിരുന്നത്. രാജസ്ഥാനിൽ കനാൽ പണിയാൻ വന്നത് ബീഹാറിൽ നിന്നുള്ള തൊഴിലാളികളാണ്. വരണ്ട പ്രദേശമായ രാജസ്ഥാനിൽ അതുവരെ മലേറിയ ഉണ്ടായിരുന്നില്ല. ബീഹാറി തൊഴിലാളികൾ താമസിക്കുന്ന ഇടങ്ങൾ വളരെ മോശമായിരുന്നു. അവിടെ നിന്ന് മലേറിയ പടർന്നു. ബീഹാറി തൊഴിലാളികൾ Endemic area യിൽ നിന്നു വന്നവരാണ്. അവർക്ക് മലേറിയ ചെറുക്കാൻ കഴിയും. പക്ഷേ, അവരെ കടിച്ച കൊതുകുകൾ രോഗവാഹകരാണ്. അതോടൊപ്പം കനാൽ

മൂലം ഉണ്ടായ വെള്ളക്കെട്ടിൽ ഇവർ പെറ്റ് പെരുകി. തദ്ദേശീയരിലേക്ക് രോഗം പരത്തി. നിരവധി പേർ മലേറിയ ബാധിച്ച് മരിച്ചു. അവിടെ ഒന്നാന്തരം വിളവുണ്ടായി. പക്ഷേ, കൊയ്തെടുക്കാൻ ആളുണ്ടായില്ല. ഇപ്പോൾ അവിടെനിന്ന് നിരന്തരം കേട്ടുകൊണ്ടിരിക്കുന്നത് കൊതുക് പരത്തുന്ന രോഗങ്ങളെക്കുറിച്ചാണ്. സ്ത്രീകളും കുട്ടികളുമാണ് ഇതിന് ഇരയാവുന്നത്.

തലതിരിഞ്ഞ നയങ്ങളാണ് പലപ്പോഴും നാം കൈക്കൊള്ളുന്നത്. അസമിൽ മലേറിയ പടർന്നുപിടിച്ച കാലത്ത് എയ്ഡ്സിനെക്കുറിച്ച് വലിയ ചർച്ചയും സെമിനാറും അവിടെ നടന്നു. കുറേ കുറിപ്പുകളും പ്രസിദ്ധം ചെയ്തു. എന്നാലവർ മലേറിയയെക്കുറിച്ച് അസമിസ് ഭാഷയിൽ ഒരൊറ്റ കുറിപ്പുപോലും ഇറക്കിയില്ല. 1991 ൽ നാലു കോടി രൂപയാണ് എച്ച് ഐ വിക്കു വേണ്ടി ചെലവിട്ടത്. 1992 ൽ 70 കോടി. ഈ 70 കോടിയും ലോക ബാങ്ക് വായ്പയാണ്. ഭാര്യാഭർത്തൃബന്ധത്തിൽ വിശ്വസ്തത പുലർത്തണം എന്ന് ഒരൊറ്റ ലഘുലേഖയിലും പറയുന്നില്ല. ഗർഭനിരോധന ഉറ ഉപയോഗിക്കാനാണ് ഉപദേശിക്കുന്നത്. ഉറയാണെങ്കിൽ അതിനുള്ള വിപണി സാദ്ധ്യത ഉണ്ടല്ലോ. അതേസമയം ജീവിതപങ്കാളിയായ സ്ത്രീക്ക് ഇന്ത്യൻ സമൂഹത്തിൽ വലിയ വിലയൊന്നുമില്ല. വിവാഹപ്രായം ഉയർത്താൻ അവർ പറയുന്നില്ല. വിവാഹപ്രായം ഉയർത്തിയാൽ കുറച്ചുകൂടി ബോധവാന്മാരാകും. ബോധവതികളാകും. കുടുംബാസൂത്രണത്തിനും എച്ച് ഐ വി വിരുദ്ധ പ്രചാരണത്തിനും ധാരാളം പണം കിട്ടും. ഒരുപാട് കാര്യങ്ങൾ ചെയ്യാമായിരുന്നു. പക്ഷേ, ഇത്തരം തലതിരിഞ്ഞ വികസനപ്രവർത്തനങ്ങളുടെ ഫലമായി സ്ത്രീപുരുഷാനുപാതം കുറഞ്ഞു.

പ്രകൃതി ദുരന്തമായാലും വരൾച്ച വന്നാലും അത് ഏറ്റവും കൂടുതൽ ബാധിക്കുന്നത് സ്ത്രീകളെയാണ്. അതുകൊണ്ടും സ്ത്രീപുരുഷാനുപാതം കുറയാം. മാത്രമല്ല ആൺകുഞ്ഞിനെ വീട്ടുകാർ നന്നായി നോക്കും. പെൺകുഞ്ഞുങ്ങൾക്ക് വേണ്ടത്ര ശ്രദ്ധ കിട്ടാറില്ല. പെൺകുഞ്ഞിനെ പ്രസവിക്കുന്ന അമ്മയുടെ കാര്യവും കഷ്ടമാണ്. സത്യത്തിൽ പുരുഷക്രോമസോമാണ് ലിംഗം നിർണ്ണയിക്കുന്നത്. പക്ഷേ, അതിനും പഴി പെണ്ണിന്.

ഈയിടെ ബിനായക് സെൻ ഒരു കാര്യം പറയുകയുണ്ടായി. വിദർഭയിൽ വിവാഹം കഴിഞ്ഞ് കുട്ടികൾ ഉണ്ടായിക്കഴിഞ്ഞാൽ ഭാര്യമാരെ ഉപേക്ഷിക്കുമത്രേ! അവളെക്കൊണ്ടുള്ള ആവശ്യം തീർന്നല്ലോ. ബന്ധങ്ങൾക്ക് ഒരു വിലയുമില്ല.

ഇവിടെ, ഇന്ത്യയിൽ പ്രസവം എന്നത് പെണ്ണിന്റെ കടമയും ബാദ്ധ്യതയുമാണ്. ഗർഭത്തെ ചെറുക്കേണ്ടതും അവൾ തന്നെ. അവൾ എം ടി പി ചെയ്യണം. പ്രസവിക്കുകയാണെങ്കിൽ ആൺകുഞ്ഞിനെ പ്രസവിക്കണം.

ലോകാരോഗ്യസംഘടനയ്ക്കുവേണ്ടി നാഷണൽ ഹെൽത്ത് ആന്റ്

ഡെവലപ്മെന്റ് സർവ്വേ നടത്തുകയുണ്ടായി. 8000 സ്ത്രീധന കുറ്റകൃത്യങ്ങളാണ് കണ്ടെത്തിയത്. യഥാർത്ഥ വസ്തുത അതിലും പത്ത് മടങ്ങ് കൂടുതലാണ് എന്ന് നമുക്ക് അറിയാം. വരന്റെ വീട്ടുകാർക്ക് ആർത്തിയാണ്. ആർത്തി കൂടുംതോറും പെൺകുട്ടികളുടെ മാതാപിതാക്കളുടെ മുതുക് വളഞ്ഞുകൊണ്ടിരിക്കുന്നു.

എല്ലാവരും വിവാഹിതരായേ തീരൂ എന്നൊരു അലിഖിത നിയമം ഉള്ള പോലെയാണ് പലരും സംസാരിക്കുന്നത്. ഹിതമല്ലാത്ത ഒരു വിവാഹത്തിൽ നിങ്ങൾ 100 കണക്കിന് തവണ മരിച്ചു കൊണ്ടേയിരിക്കും."

ജീവിതത്തിലെ മനോഹര നിമിഷം:

ഒലി ഹാൻസൻ അവാർഡ് ലഭിച്ചു എന്നറിഞ്ഞ നിമിഷം. സ്വീഡനിൽനിന്നുള്ള ന്യൂറോളജിസ്റ്റ് ആയിരുന്നു ഒലിഹാൻസൻ. മരുന്നുകളുടെ പാർശ്വഫലത്തെക്കുറിച്ച് അദ്ദേഹം എഴുതി. ഇരകളുടെ ഭാഗത്തുനിന്നുകൊണ്ട് വലിയ മരുന്നു കമ്പനികൾക്കെതിരെ പോരാടി. എനിക്ക് അദ്ദേഹത്തെ വലിയ ബഹുമാനമാണ്. കാരണം അദ്ദേഹം തന്റെ അറിവ് ഇരകൾക്ക് വേണ്ടി പോരാടാൻ വിനിയോഗിച്ചു. നിങ്ങൾക്ക് അറിവിനെ എങ്ങനെ വേണമെങ്കിലും വിനിയോഗിക്കാം. പണത്തിന് വില്ക്കാം, ജനോപകാരമായ രീതിയിൽ വിനിയോഗിക്കാം.

വേദനാ സംഹാരിയായ സെനാബിറ്റസോൺ, ഓക്സോഡോൺ എന്നീ മരുന്നുകൾ കഴിച്ചതിന്റെ പാർശ്വഫലമായി ബോൺമാരോ കുറഞ്ഞ് ശ്വേതാണുക്കൾ നശിച്ച് ആയിരക്കണക്കിന് ആളുകൾ മരിച്ചു. കമ്പനിക്ക് അകത്തുള്ളവർ തന്നെയാണ് റിപ്പോർട്ടുകൾ പുറത്തുവിട്ടത്. ഡോ. ഒലിഹാൻസന് ലിംഫോ സൈക്കോമ ടൈപ്പ് II വന്നു. കടുത്ത വേദനയായിരിക്കും. മരുന്നു കഴിച്ചില്ലെങ്കിൽ വേദന താങ്ങാനാവില്ല. കഴിച്ചാൽ ബോൺമാരോ നശിക്കും. കമ്പനിക്കെതിരെ പോരാടാൻ ഒലിഹാൻസൻ തീരുമാനിച്ചു. സീബഗാഗിക്കെതിരെ ഒലിഹാൻസൻ മരണക്കിടക്കയിൽ കിടന്നുപോലും പോരാടി. മരുന്ന് പിൻവലിപ്പിച്ചു. അതാണ് ഒലിഹാൻസൻ.

വളരെ മനഃശക്തിയുള്ള ആളായിരുന്നു അദ്ദേഹം. രോഗബാധിതനായി ആശുപത്രിയിൽ കിടക്കുമ്പോൾ ഞാൻ അദ്ദേഹത്തെ വിളിച്ചു. അധികം സംസാരിക്കുന്ന പ്രകൃതമല്ല. വളരെ മാന്യനും സുഭഗനുമായിരുന്നു. ഞാൻ വർത്തമാനപ്രിയയാണ്. ഞാനിങ്ങനെ സംസാരിച്ചുകൊണ്ടേയിരുന്നു. താങ്കൾക്ക് ഒന്നും സംഭവിക്കില്ല. താങ്കൾ തിരിച്ചുവരും. അദ്ദേഹം എന്നോട് പറഞ്ഞു. 'മീര ഞാൻ തിരിച്ചുവരും.' എനിക്ക് സന്തോഷവും ആശ്വാസവും തോന്നി. വല്ലാത്തൊരു വ്യക്തിത്വമായിരുന്നു അദ്ദേഹത്തിന്റേത്.

ജപ്പാനിൽനിന്ന് തിരിച്ചുവരുമ്പോഴാണ് ഒരിക്കൽ അദ്ദേഹം ഇന്ത്യയിൽ വന്നത്. അന്ന് ഞാൻ ആൾ ഇന്ത്യാ മെഡിക്കൽ ഇൻസ്റ്റിറ്റ്യൂട്ടിലെ

വിദ്യാർത്ഥിനിയാണ്. അവിടത്തെ ന്യൂറോളജി വിഭാഗത്തിന്റെ സഹകരണത്തോടെ അദ്ദേഹത്തിന്റെ പ്രഭാഷണം കോളേജിൽ നടത്താൻ തീരുമാനിച്ചു. സീബഗാഗിക്ക് എതിരെ കൈകൊണ്ടെഴുതിയ പോസ്റ്റർ കോളേജിൽ നിറയെ പതിച്ചു. ന്യൂറോളജി വിഭാഗത്തിന്റെ ഹാൾ സൗജന്യമായി തരാമെന്ന് ഒരു അദ്ധ്യാപകൻ ഏറ്റിരുന്നു. അദ്ദേഹം അവസാന നിമിഷം കാലുമാറി. മറ്റൊരു ഹാൾ ബുക്ക് ചെയ്യണം. കൈയിൽ പണമില്ല. അപ്പോഴേക്കും ഒലിഹാൻസ് ഇന്ത്യയിൽ എത്തിക്കഴിഞ്ഞു. ഞാൻ അദ്ദേഹത്തെ കാണാൻ പോയി. വിഷണ്ണയായ എന്നെ കണ്ട് അദ്ദേഹം ചോദിച്ചു. 'Anything troubling you Meera?' ഞാനീ പ്രശ്നം അദ്ദേഹത്തോട് പറഞ്ഞു. ഒന്നും വിഷമിക്കണ്ട. ഞാൻ എന്റെ പ്രസംഗത്തിൽ സീബഗാഗിയെക്കുറിച്ച് നേരിട്ടൊന്നും പറയില്ല. പക്ഷേ, ആരെങ്കിലും ചോദ്യം ചോദിച്ചാൽ ഉത്തരം പറയും. ആ ഉറപ്പിൽ ഹാൾ അനുവദിച്ചു. ഞങ്ങൾ ചോദ്യം ചോദിക്കാൻ ചിലരെ ഏർപ്പാടാക്കി. ആ യോഗത്തിൽ ഡപ്യൂട്ടി ഡ്രഗ്സ് കൺട്രോളർ ഉണ്ടായിരുന്നു. അദ്ദേഹം പിന്നീട് സീബഗാഗിയുടെ ആ മരുന്ന് ഇന്ത്യയിൽ നിരോധിച്ചു. അതാണ് ഡോ. ഒലിഹാൻസ്!

ഡോ. ഒലിഹാൻസ് മരിച്ചശേഷം അദ്ദേഹത്തിന്റെ പേരിൽ ഏർപ്പെടുത്തിയ പ്രഥമ പുസ്കാരം ലഭിച്ചത് എനിക്കായിരുന്നു. അതെന്നെ ഏറെ സന്തോഷിപ്പിച്ചു.

ഇഷ്ടപ്പെട്ട എഴുത്തുകാരൻ:

പല കാലങ്ങളിൽ പലരായിരുന്നു. കുട്ടിയാകുമ്പോൾ ഡെൻസി വീക്കേ, അഗതാക്രിസ്റ്റി. അതീന്ദ്രിയ ശക്തികളെക്കുറിച്ച് വിക്കെ ധാരാളം എഴുതിയിട്ടുണ്ട്. മാർഗനറ്റ് മിഷേലിന്റെ *Gone with the wind*ൽ നായകൻ പറയുന്നു. 'ദുരന്തങ്ങളിൽനിന്ന് നിങ്ങൾക്ക് പണമുണ്ടാക്കാം.' ഇപ്പോഴത്തെ പല സന്ദർഭങ്ങളിലും എനിക്കത് ഓർമ്മ വരാറുണ്ട്.

താമസസ്ഥലം അന്വേഷിച്ച് അലയുന്നതിനിടയിൽ അവിചാരിതമായാണ് അരബിന്ദോയെക്കുറിച്ച് ഞാൻ കേൾക്കുന്നത്. എനിക്ക് അദ്ദേഹത്തിന്റെ ലേഖനങ്ങൾ വളരെ ഇഷ്ടപ്പെട്ടു. സായുധ വിപ്ലവം നടത്താനായി ഇറങ്ങിത്തിരിച്ച അദ്ദേഹം ഋഷിയായി. അരബിന്ദോയുടെ ഗീതാവ്യാഖ്യാനങ്ങൾ എനിക്ക് വലിയ ഇഷ്ടമായിരുന്നു.

ക്രിസ്തുവിനെക്കുറിച്ചും ഞാൻ വായിച്ചു. അദ്ദേഹം സംസാരിച്ചത് സാധാരണക്കാരുടെ ഭാഷയാണ്. അന്യാപദേശ കഥകളിലൂടെ ആശയം പ്രചരിപ്പിച്ചു.

ഗസലുകളും സൂഫി സംഗീതവും എനിക്കിഷ്ടമാണ്. നല്ല മനുഷ്യരുടെ സൗഹൃദത്തിന് വലിയ പ്രാധാന്യം കൊടുക്കുന്നു. ഉപ്പുമാവും ഡിക്കോഷൻ കാപ്പിയും എനിക്കിഷ്ടമാണ്.

സർക്കാർ ഏജൻസികളിലും പൊതുജനങ്ങൾക്കിടയിലും ഞാൻ പ്രവർത്തിക്കുന്നുണ്ട്. കമ്മിറ്റികളിൽ എന്താണോ പറയുന്നത്, അത് തന്നെയാണ് പുറത്ത് വേദികളിലും പറയുന്നത്. അത്യാവശ്യമരുന്നകുൾക്ക് വില

നിർണ്ണയിക്കുന്ന കമ്മിറ്റിയിലും മരുന്നിനും ഭക്ഷണത്തിനുമായുള്ള സർക്കാരിന്റെ വർക്കിങ് ഗ്രൂപ്പിലും ഞാൻ അംഗമാണ്. നെസ്ലേ പോലുള്ള വിദേശകമ്പനികൾ ഇതിന്റെ പരിധിയിൽ വരും. എന്റെ എതിർപ്പുകൾ ഞാൻ എഴുതി നല്കാറുണ്ട്. ജി എം (ജെനറ്റിക്കലി മോഡിഫൈഡ്) ഉല്പന്നങ്ങൾക്ക് വേണ്ടിയാണ്. കപിൽ സിബലിനെപ്പോലുള്ളവർ വാദിക്കുന്നത്. നമുക്ക് വ്യത്യസ്തതയുള്ള ഇനങ്ങൾക്ക് കുറവില്ല. പിന്നെയെന്തിന് ജി എം? വിത്തിലുള്ള നിയന്ത്രണമാണ് ലക്ഷ്യം. വിത്ത് നിയന്ത്രിക്കുകയെന്നാൽ ഭക്ഷണം നിയന്ത്രിക്കുക എന്നാണ് അർത്ഥം.

ഭക്ഷണത്തിലെ ഹോർമോൺ, കീടനാശിനികളുടെ വർദ്ധിച്ച അളവ്, കുപോഷണം എന്നിവയെക്കുറിച്ചൊന്നും അധികാരികൾക്ക് വേവലാതിയില്ല. മൻമോഹൻ സിങ്ങും കപിൽ സിബലും മൊണ്ടേസിങ് അലുവാലിയയ്ക്കും ജി എം ഫുഡ് കൊണ്ടുവരാൻ ശ്രമിക്കുന്നു. ആരോഗ്യവകുപ്പ് മന്ത്രി അൻപ് മണി രാമദാസിന് സ്വകാര്യമേഖലയിൽ മെഡിക്കൽ കോളേജുകൾ കൊണ്ടുവരണം. കോർപ്പറേറ്റുകൾ മെഡിക്കൽ വിദ്യാഭ്യാസ രംഗം ഏറ്റെടുക്കുന്നു. ഇതിനിടയിൽ ഞാൻ കുപോഷണത്തെക്കുറിച്ച് പറയാൻ ശ്രമിക്കും. ഇന്നും നമുക്ക് പോഷണനയം ഇല്ല. ശരദ് പവാറും പ്രധാനമന്ത്രിയും പറയുന്നത് എല്ലാം മാർക്കറ്റ് തീരുമാനിക്കും എന്നാണ്.

'ഭക്ഷ്യസുരക്ഷ' എന്ന വാക്കുതന്നെ ഉപയോഗിക്കരുത്. ഭക്ഷണം നമ്മുടെ അടിസ്ഥാന ആവശ്യമാണ്. അത് ഉറപ്പുവരുത്താൻ സർക്കാരിനു കഴിയണം. വളരെ കുറച്ച് പേർക്ക് മാത്രം കുറഞ്ഞ ചെലവിൽ ഭക്ഷ്യധാന്യം നല്കുന്നതാണോ ഭക്ഷ്യസുരക്ഷ? പൊതുജനങ്ങളുടെ നിശ്ശബ്ദത എന്തുകൊണ്ടെന്ന് മനസ്സിലാവുന്നില്ല. ഇത് അപകടമാണ്.

ഭക്ഷണവും വെള്ളവുമെല്ലാം സ്വകാര്യവല്ക്കരിക്കപ്പെടുന്നു. പക്ഷേ, ഇതൊന്നും ശ്രദ്ധിക്കാൻ നിങ്ങൾക്ക് നേരമില്ല.

ഇപ്പോ ധാരാളമായി കേൾക്കുന്ന പ്രശ്നമാണ് നേരത്തെയുള്ള ആർത്തവവിരാമം. കുപോഷണവും ഭക്ഷണത്തിലെ ഹോർമോണുകളും മാനസിക സമ്മർദ്ദങ്ങളും കാരണമാവാം. ഒരു ചെറിയ രക്തസ്രാവം കണ്ടാൽ ഉടൻ ഗർഭപാത്രവും അണ്ഡാശയവും എടുത്തുകളയും. ആരോഗ്യരംഗത്തെ വാണിജ്യവല്ക്കരണം തുറന്നു കാട്ടേണ്ടതുണ്ട്.

പ്രത്യുല്പാദന രംഗത്ത് സ്ത്രീകൾ നേരിടുന്ന ചൂഷണം ഭീകരമാണ്. ആർത്തവം ഉണ്ടാവാൻ, നീട്ടിവെക്കാൻ, ഗർഭം ധരിക്കാൻ എല്ലാം ഹോർമോൺ ഗുളികകൾ നല്കുന്നു. ഗർഭം ധരിച്ചാലും ഹോർമോൺ ഗുളികകൾ! ആർത്തവ വിരാമകാലത്തും ഹോർമോൺ ഗുളികകൾ! ഇത് ശരീരത്തിന്റെ ഹോർമോൺ സന്തുലിതാവസ്ഥയ്ക്ക് ഉണ്ടാക്കുന്ന ദോഷത്തെക്കുറിച്ച് ആരെങ്കിലും ചിന്തിച്ചിട്ടുണ്ടോ?

അതുപോലെ ചിന്തിക്കാത്ത ഒരു ആശയമാണ് 'വാടക ഗർഭപാത്രം' ഇത് തേടി വരുന്നത് അധികവും വിദേശികളാണ്. ഗുജറാത്ത്, രാജസ്ഥാൻ ഭാഗത്താണ് കൂടുതൽ ഇത്തരം പ്രശ്നങ്ങൾ നടക്കുന്നത്. അവർക്കെല്ലാം

ആൺകുട്ടികൾ വേണം. വാടകഗർഭപാത്രം വാണിജ്യാടിസ്ഥാനത്തിൽ വരുന്നതും യഥാർത്ഥത്തിൽ മെഡിക്കൽ സേവനങ്ങൾക്കായി നല്കുന്നതും വ്യത്യസ്തമാണ്. അതിൽ ഉൾപ്പെട്ടിട്ടുള്ള വൈകാരിക പ്രശ്നങ്ങളും പരിഗണിക്കണം.

എന്റെ ജീവിതത്തെ മാറ്റിത്തീർത്ത സംഭവത്തെക്കുറിച്ച് കൂടി പറയട്ടെ. 1984 ലാണ്. ഡ്രഗ് പോളിസിയുടെ ഒരു കോപ്പി രഹസ്യമായി എനിക്ക് കിട്ടി. അത് ഫോട്ടോ കോപ്പിയെടുക്കാൻ ഞാൻ പുറത്തുപോയി. റോഡിലൂടെ നടക്കുമ്പോൾ ഒരു വാഹനം കത്തുന്നു. അപകടമെന്നാണ് കരുതിയത്. അപ്പോഴതാ മറ്റൊന്നുകൂടി കത്തുന്നു. റോഡിൽ ആരും ഇല്ല. ഇന്ദിരാഗാന്ധി കൊല്ലപ്പെട്ട വിവരം അപ്പോൾ എനിക്ക് അറിയില്ല. ഞാനെന്റെ ഒരു സുഹൃത്തിനെ വിളിച്ചു. 'മീര നീ പുറത്തിറങ്ങരുത്. ഡൽഹി കത്തുകയാണ്.' മൂന്നാം ദിവസം കലാപ ബാധിതപ്രദേശത്ത് ഞാൻ പോയി. വളരെ പ്രായമായ പലരും നാലഞ്ചുദിവസമായി വീട്ടിൽ പോകാൻ കഴിയാതെ പാർക്കിൽ കഴിയുകയാണ്. (കലാപ ബാധിതരുടെ പ്രശ്നങ്ങളും അനുഭവങ്ങളും ചേർത്ത് പിന്നീട് PUCL ഒരു പുസ്തകം പുറത്തിറക്കി) എല്ലായിടത്തും മുറിവുകളും പൊള്ളലും- ഈ കലാപം ഉണ്ടാക്കിയ മാനസികാഘാതം എത്രയോ കൂടുതലാണ്. മുറിവേറ്റവരെ തങ്ങൾ ജനക് പുരി ആശുപത്രിയിൽ ആക്കി. ഒരു കുടുംബത്തിലെ എല്ലാ പുരുഷന്മാരെയും കലാപകാരികൾ കൊന്നൊടുക്കി. ഒരു തലമുറയാകെ തുടച്ചുമാറ്റപ്പെട്ടു. തുറന്ന പൊതുപ്രവർത്തനത്തിലേക്ക് ഞാൻ ഇറങ്ങിയത് അതിനുശേഷമാണ്.

ഞാൻ വിവാഹിതയല്ല, കുട്ടികളും ഇല്ല. അതിനാൽ എനിക്കെന്ത് സംഭവിക്കും എന്ന ഭയം തീരെയില്ല. എന്റെ കുടുംബത്തെക്കുറിച്ചും വേവലാതിയില്ല. അതുകൊണ്ട് എനിക്ക് ഞാനായി നിലനില്ക്കാൻ കഴിയുന്നു.

കൃഷ്ണമ്മാൾ
ഇങ്ങനെയും ഒരാൾ നമ്മോടൊപ്പമുണ്ട്

നമ്മൾ പറയുമല്ലോ - കണ്ടാൽ കാൽക്കാശിനു വകയില്ലാത്ത ആൾ എന്ന്. നിറം മങ്ങിയ ഒരു കോട്ടൺസാരി വലിച്ചുചുറ്റി മുന്നിലിരിക്കുന്ന ഈ സ്ത്രീയെ കണ്ടാൽ അങ്ങനെയേ തോന്നൂ. പക്ഷേ, മലയാളിക്ക് അപരിചിതയായ ഒരുപക്ഷേ, ഇപ്പോൾ തന്റെ പരിമിത വൃത്തത്തിനു പുറത്ത് ആർക്കും അറിയാത്ത, ഈ സ്ത്രീയാണ് കൃഷ്ണമ്മാൾ. പ്രായമേറെയായി. ഉള്ളിൽ അവരിപ്പോഴും തമിഴകത്തെ ഗ്രാമങ്ങളിൽ നിലനില്ക്കുന്ന ജാതീയവും വർഗ്ഗപരവുമായ കടുത്ത അനീതികൾക്കെതിരെ പ്രവർത്തനങ്ങൾ എങ്ങനെ സംഘടിപ്പിക്കാം എന്ന സംഘർഷം പേറുന്നു. ഇനിയിപ്പോൾ സോണിയ ഗാന്ധിയെ കണ്ടിട്ട് എന്താണ് കാര്യം എന്നു സങ്കടപ്പെടുമ്പോഴും കൃഷ്ണമ്മാൾ പുൽക്കടെതലത്തിൽ സമരമുറകൾ ആലോചിക്കുകയാണ്. സ്ത്രീ വിമോചനം/ ദളിതർക്ക് തുല്യനീതി എന്നീ ആശയങ്ങൾ പ്രസ്ഥാനരൂപങ്ങൾ കൈക്കൊള്ളുന്നതിനും എത്രയോ മുമ്പ് അവർ ജീവിതംകൊണ്ട് സ്ത്രീ വിമോചകയും ദളിതർക്ക് നീതിക്കായുള്ള പോരാട്ട നായികയായിക്കഴിഞ്ഞിരുന്നു. ദളിതകുടുംബത്തിൽ ജനിച്ച സ്ത്രീ എന്ന ഇരട്ട അധഃകൃതാവസ്ഥ ഭേദിക്കാൻ അവർ തെരഞ്ഞെടുത്തതും ഇരട്ട മാർഗ്ഗങ്ങളാണ്- ഗ്രാമങ്ങളിൽ മൂർത്ത സാഹചര്യങ്ങൾ ആവശ്യപ്പെടുന്ന സന്ദർഭങ്ങളിൽ കായികമായ ചെറുത്തുനില്പ്പിന് ദളിതരെയും സ്ത്രീകളെയും പ്രേരിപ്പിച്ചും അവരുടെ ഒപ്പം പോരാ

ടിയും അവർ സ്ത്രീകളുടെയും ദളിതരുടെയും വീരനായികയായി; അതോടൊപ്പം വിശാലമായ ദേശീയ പ്രസ്ഥാനത്തിന്റെ അഹിംസാമാർഗ്ഗത്തിൽ പങ്കുചേർന്ന് അവർ ത്യാഗത്തിന്റെ പ്രതീകവുമായി. ഇങ്ങനെ ഒരു വനിത നമുക്കിടയിൽ ഇന്നും ജീവിച്ചിരിക്കുന്നു എന്ന് അടയാളപ്പെടുത്താതെ ഇന്ത്യയിലെ ദേശീയ പ്രസ്ഥാനത്തിന്റെയും സ്വാതന്ത്ര്യാനന്തരം നടന്നു വരുന്ന സ്ത്രീ ദളിതസമരങ്ങളുടെയും ചരിത്രം പൂർണ്ണമാകുന്നില്ല.

"ഏകലോക കുടുംബം സ്ഥാപിക്കാനുള്ള ചുമതലയും വെല്ലുവിളിയും നാം ഏറ്റെടുക്കാനാണ് ഇന്നിവിടെ ഒത്തുകൂടിയിരിക്കുന്നത്. ഇന്നത്തെ സാഹചര്യത്തിൽ ഈ ചിന്ത അനിവാര്യമായിരിക്കുന്നു. അതിർത്തി പ്രശ്നങ്ങൾ, മതവൈരം, ജാതി, വംശീയത, പണമില്ലാത്തവനും പണമുള്ളവനും തമ്മിലുള്ള പ്രശ്നങ്ങൾ, എല്ലായിടത്തും വൈരുദ്ധ്യങ്ങളാണ്, സംഘർഷങ്ങളാണ്."

2008 ലെ റൈറ്റ് ലൈവ്‌ലി ഹുഡ് അവാർഡ് മറ്റ് നാലുപേർക്കൊപ്പം കൈപ്പറ്റിക്കൊണ്ട് കൃഷ്ണമ്മാൾ പറഞ്ഞു. തൊണ്ണൂറിനടുത്ത് എത്തിയ കൃഷ്ണമ്മാളെ 2014 ജനുവരിയിൽ കാണുമ്പോഴും അവർ വളരെ ഊർജ്ജസ്വലയായിരുന്നു.

1926 ജൂൺ 16 നാണ് കൃഷ്ണമ്മാൾ ജനിച്ചത്. ഭൂരഹിതമായ ദളിത് കുടുംബമായിരുന്നു അവരുടേത്. ദാരിദ്ര്യവും കഷ്ടപ്പാടും നിറഞ്ഞ ബാല്യം. ഡിണ്ടികൽ ജില്ലയിലെ അയ്യൻ കോട്ടൈ എന്ന ഗ്രാമത്തിൽ ജനിച്ച കൃഷ്ണമ്മാളുടെ അമ്മ കഠിനമായി ജോലി ചെയ്താണ് ഇവരെ പോറ്റിയിരുന്നത്. അച്ഛൻ നാഗസാമി വിദ്യാഭ്യാസത്തിന് വളരെയധികം പ്രാമുഖ്യം കൊടുക്കുന്ന ആളായിരുന്നു. പന്ത്രണ്ടുമക്കളിൽ അഞ്ചാമതായ കൃഷ്ണമ്മാളെ പഠിക്കാനായി അച്ഛൻ നിരന്തരം പ്രോത്സാഹിപ്പിച്ചിരുന്നു. ദാരിദ്ര്യം മൂലം തനിക്ക് പഠിക്കാൻ കഴിയാത്തതിന്റെ ദുഃഖം ആ പിതാവിനെ അലട്ടിയിരുന്നു. അമ്മയ്ക്ക് അക്ഷരാഭ്യാസം ഉണ്ടായിരുന്നില്ല.

"രാവിലെ 3 മണി മുതൽ അമ്മയുടെ ജീവിതം ആരംഭിക്കും. പാടത്ത് വളമായി ഇടാനുള്ള ചവറ് ശേഖരിക്കാൻ മറ്റ് സ്ത്രീകൾക്കൊപ്പം പോകും. ഏഴ് മൈലോളം നടന്ന് മലമുകളിൽ നിന്നാണത് ശേഖരിക്കുക. അതു ഭൂഉടമയുടെ നിലത്തിൽ എത്തിച്ച് വീടണയുമ്പോഴേക്കും നേരം ഇരുട്ടിയിരിക്കും. ചൂട്ട് കത്തിച്ചാണ് വീട്ടിലേക്കു മടങ്ങുന്നത്. പിന്നെ വീട്ടുജോലികൾ. വെള്ളം ചുമന്നു കൊണ്ടുവരണം, വീട് വൃത്തിയാക്കണം, രാവിലെ മുതൽ ഒന്നും കഴിച്ചിട്ടുണ്ടാവില്ല, ഭക്ഷണം പാകം ചെയ്യണം- വിശ്രമമില്ലാത്ത ജോലി.

ഗ്രാമത്തിലെ സ്ത്രീകൾക്ക് അക്ഷരാഭ്യാസം ഉണ്ടായിരുന്നില്ല. അതിനെക്കുറിച്ചൊന്നും ഓർക്കാൻ പോലും അവർക്ക് സമയമുണ്ടായിരുന്നില്ല. ശക്തമായ ഫ്യൂഡൽ വ്യവസ്ഥ നിലനിന്നിരുന്ന കാലമായിരുന്നു അത്. പണി കഴിഞ്ഞാൽ കൂലിക്കായി സംഘനേതാവിനെ കാണണം. ഈ പാവം പെണ്ണുങ്ങളെ പരമാവധി ചൂഷണം ചെയ്തിരുന്നു. ജോലി നഷ്ടപ്പെടുമോ എന്നു കരുതി ആരും ഒന്നും പറയില്ല. ഞാൻ നാലാം

ക്ലാസിൽ പഠിക്കുന്ന കാലം - അവിടത്തെ ഏറ്റവും പഠിപ്പുകാരി ഞാനായിരുന്നു. അന്ന് നാലാംക്ലാസു പഠിച്ചാൽ അദ്ധ്യാപികയാവാം- ഞാൻ സ്ത്രീകളുടെ പേര് ഉറക്കെ വിളിക്കും. അപ്പോൾ അവർ വന്ന് കൂലി വാങ്ങും. വളരെ ചെറിയ കൂലി മാത്രമാണ് അവർക്ക് ലഭിച്ചിരുന്നത്. ജാതി വ്യവസ്ഥ ശക്തമായിരുന്നു. ജനാധിപത്യം അവരുടെ ജീവിതത്തിൽ ഉണ്ടായിരുന്നതേ ഇല്ല.

ഈ സ്ത്രീകൾക്കായി എന്തെങ്കിലും ചെയ്യണമെന്ന് അന്നേ തോന്നിയിരുന്നു. സ്ത്രീകളുടെ അവസ്ഥ മോശമായിരുന്നു. ഹരിജൻ സ്ത്രീകളുടേത് അതിനേക്കാൾ കഷ്ടം.

പഠിക്കാൻ ഞാൻ മിടുക്കിയായിരുന്നു. 8-ാം ക്ലാസിൽ പഠിക്കുന്ന സമയം- എനിക്ക് എന്നോട് തന്നെ ഒരു മതിപ്പ് തോന്നിയിരുന്നു. കാരണം അന്നേവരെ ഞങ്ങളുടെ ഗ്രാമത്തിൽ ഒരു ഹരിജൻ പെൺകുട്ടി അത്രവരെ പഠിച്ചിരുന്നില്ല. ഞാനാകെ സന്തോഷത്തിലായിരുന്നു. വയലിലേക്ക് അമ്മയ്ക്കും അച്ഛനും അവരുടെ ഉച്ചഭക്ഷണമായ ചോറും ഉപ്പും ഉള്ളിയുമായി പോകുമ്പോൾ അത് കൈയിൽനിന്നും വീണ് നശിച്ചുപോയി. അച്ഛൻ എന്നെ വല്ലാതെ തല്ലി. ഞാൻ കരഞ്ഞുകൊണ്ട് വീട്ടിലെത്തി. അന്ന് അണ്ണൻ വീട്ടിൽ ഉണ്ടായിരുന്നു. ഞങ്ങൾ രണ്ടുപേരും ഒളിച്ചോടാൻ തീരുമാനിച്ചു. 12 അണ കൈയിൽ ഉണ്ടായിരുന്നു. ടിക്കറ്റൊന്നും എടുക്കാതെ മധുരയ്ക്ക് തീവണ്ടി കയറി. തുടർന്നു പഠിക്കാൻ സ്കൂൾ

കണ്ടെത്തണം. പക്ഷേ, അതത്ര എളുപ്പമായിരുന്നില്ല. ഒരുപാട് അലഞ്ഞ ശേഷം ചിൻകഡൈ സ്കൂളിൽ പ്രവേശനം ലഭിച്ചു.

മധുരയിലെ അറിയപ്പെടുന്ന ഗാന്ധിയൻ ആയിരുന്നു ഡോ. സുന്ദരം രാമചന്ദ്രൻ. സ്കൂൾ ഹെഡ്മിസ്ട്രസ് എനിക്ക് അഭയം നല്കണം എന്ന് അവരോട് അഭ്യർത്ഥിച്ചു. എന്റെ വേദനയും പഠിക്കാനുള്ള താല്പര്യവും കണ്ട് ഡോ. സുന്ദരാമ്മാൾ എന്നെ അവരുടെ കൂടെ താമസിപ്പിച്ചു.

അന്ന് സ്വാതന്ത്ര്യസമരം ഉച്ചസ്ഥായിയിലായിരുന്നു. ഗാന്ധിയൻ ആദർശങ്ങൾ സമൂഹത്തിലാകെ പ്രചരിച്ചിരുന്നു. ഹൈസ്കൂൾ ക്ലാസുകളിൽ പഠിക്കുമ്പോൾത്തന്നെ ഡോ. സുന്ദരാമ്മാളുടെ സ്വാധീനത്താൽ കൃഷ്ണമ്മാളും ചർക്കയിൽ നൂൽ നൂല്ക്കാൻ പഠിച്ചു. പല സാമൂഹ്യ സേവന പ്രവൃത്തികളിലും ഏർപ്പെട്ടു.

മധുരയിലെ വേശ്യാത്തെരുവിൽ ഞങ്ങൾ പോകും. ഈ തൊഴിലിൽനിന്നു പിന്തിരിയാൻ അവരോട് ആവശ്യപ്പെടും. അവർക്ക് നൂൽനൂല്ക്കാനും പഠിക്കാനുമുള്ള അവസരം ഒരുക്കിക്കൊടുത്ത് അവരെ പുനരധിവസിപ്പിക്കാനുള്ള പ്രവർത്തനങ്ങൾ ചെയ്യും. ഈ പ്രവർത്തനങ്ങളിൽ എല്ലാം ഞാൻ സജീവ പങ്കാളിയായിരുന്നു. അതൊരു വല്ലാത്ത കാലമായിരുന്നു. എവിടെ നിന്നാണ് എനിക്ക് അന്ന് ഊർജ്ജം കിട്ടിയിരുന്നത് എന്ന് ഓർക്കുമ്പോൾ ഇന്ന് അത്ഭുതം തോന്നുന്നു. രാവിലെ മുതൽ വൈകിട്ട് വരെ സ്കൂൾ പഠനം. അതിനുശേഷം ബ്രിട്ടീഷുകാർക്കെതിരെ മുദ്രാവാക്യം വിളിച്ച് തെരുവുകളിലൂടെ സഞ്ചാരം. പിന്നെ സുന്ദരമ്മാളോടൊത്ത് സാമൂഹ്യസേവനം. രാത്രി പത്തുമണിയാവും താമസസ്ഥലത്ത് എത്തുമ്പോൾ. എന്നിട്ടാണ് പഠനം."

മികച്ച വിജയത്തോടെയാണ് കൃഷ്ണാമ്മാൾ സ്കൂൾ വിദ്യാഭ്യാസം പൂർത്തിയാക്കിയത്. തുടർന്ന് മധുരയിലെ അമേരിക്കൻ കോളേജിൽ ചേർന്നു. അതോടൊപ്പം രാത്രി പാവപ്പെട്ട കുട്ടികളെ പഠിപ്പിക്കും. ഗാന്ധി സ്റ്റഡിസർക്കിളിൽ സജീവമായിരുന്നു. റാട്ടിലും ചർക്കയിലും നൂൽനൂല്ക്കും. അത് സ്ത്രീകൾക്ക് പഠിപ്പിച്ച് കൊടുക്കും.

"ഞാൻ ബി എ എക്കണോമിക്സിലാണ് ബിരുദമെടുത്തത്. എന്റെ കോളേജിൽ 4000 പുരുഷന്മാരും 35 സ്ത്രീകളുമാണ് ഉണ്ടായിരുന്നത്. അക്കാലത്ത് സ്ത്രീകൾ പഠിക്കുക എന്നത് ഒരു അത്ഭുതമായിരുന്നു. അതും ഒരു ഹരിജൻ പെൺകുട്ടി. എന്റെ ഗ്രാമത്തിലെ ആദ്യ ഡിഗ്രിക്കാരി ഞാനായിരുന്നു. അമ്മയ്ക്കത് വലിയ അഭിമാനമായിരുന്നു."

ബി എയ്ക്കു ശേഷം അവർ ബി എഡ് ബിരുദവും കരസ്ഥമാക്കി. 1946 ഫെബ്രുവരി 26 നാണ് കൃഷ്ണമ്മാൾ ഗാന്ധിജിയെ ആദ്യമായി കാണുന്നത്. ഹരിജനോദ്ധാരണത്തിന് പണം സ്വരൂപിക്കാൻ എത്തിയതായിരുന്നു. ഗാന്ധി. തമിഴ്നാട്ടിലെ ഗ്രാമങ്ങൾ സന്ദർശിച്ചപ്പോൾ കൃഷ്ണമ്മാൾ ഗാന്ധിക്ക് ഒപ്പം പോയി. അസ്പൃശ്യരായവരുടെ ഉന്നമനത്തിനായുള്ള പ്രവർത്തനങ്ങളിൽ തുടർന്ന് പ്രവർത്തിക്കാൻ അത് പ്രചോദനമായി.

തന്റെ ജീവിതം പാവപ്പെട്ടവർക്കായി സമർപ്പിക്കാനായിരുന്നു കുഞ്ഞുനാൾ മുതൽ കൃഷ്ണമ്മാളുടെ മോഹം. അതുകൊണ്ട് തനിക്ക് ഒരു കുടുംബജീവിതം വേണ്ട എന്നവർ ഉറപ്പിച്ചു. എന്നാൽ തന്റെ വഴികാട്ടിയായിരുന്ന ഡോ. സൗന്ദരം രാമചന്ദ്രൻ കൃഷ്ണമ്മാൾ വിവാഹിതയാവണം എന്ന് നിർബ്ബന്ധിച്ചു. കൃഷ്ണമ്മാൾ ഷഡ്ഗവ്യത്തിലായി. സൗന്ദരാമ്മാളുടെ ഭർത്താവായ രാമചന്ദ്രനാണ് ജഗന്നാഥന്റെ പേര് നിർദ്ദേശിച്ചത്. അന്ന് ജഗന്നാഥൻ കോളേജ് വിദ്യാഭ്യാസം ഉപേക്ഷിച്ച് സാമൂഹ്യസേവനം നടത്തുകയായിരുന്നു. സർവ്വോദയ പ്രസ്ഥാനത്തിന്റെ സജീവപ്രവർത്തകനായിരുന്ന അദ്ദേഹം സമ്പന്ന കുടുംബത്തിലെ അംഗമായിരുന്നു. ഇന്ത്യ സ്വതന്ത്രയായതിനു ശേഷം 1950 ജൂലൈ 6 ന് ഗാന്ധിഗ്രാമിൽ വച്ച് പ്രശസ്ത ഗാന്ധിയനായ ജെ സി കുമരപ്പയുടെ സാന്നിദ്ധ്യത്തിൽ അവർ വിവാഹിതരായി. സ്വയം നൂറ്റ നൂൽകൊണ്ടുള്ള വരണമാല്യം അണിഞ്ഞാണ് അവർ വിവാഹിതരായത്.

1951 ൽ ജഗന്നാഥൻ സർവ്വോദയ പ്രസ്ഥാനപ്രവർത്തനവുമായി വടക്കേ ഇന്ത്യയിലേക്ക് യാത്രയായി. ജഗന്നാഥൻ തിരിച്ചെത്തിയപ്പോൾ ഭൂദാന പ്രസ്ഥാനത്തിന്റെ സന്ദേശം പ്രചരിപ്പിക്കാനായി കൃഷ്ണമ്മാൾ ബീഹാറിലേക്കും ഉത്തർപ്രദേശിലേക്കും പോയി.

1956 ൽ വിനോബ ബാവേ ഭൂദാനപ്രസ്ഥാനത്തെ ഗ്രാമദാന പ്രസ്ഥാനമാക്കി മാറ്റി. ഭൂഉടമകളായ ജന്മികളെ തങ്ങളുടെ ഭൂമി ഗ്രാമവാസികൾക്കായി നല്കാൻ പ്രേരിപ്പിച്ചു. ഈ പ്രസ്ഥാനവുമായി മുന്നോട്ടുപോ

കാൻ കൃഷ്ണമ്മാൾ തീരുമാനിച്ചു. അവർ ഡിണ്ടിഗൽ ജില്ലയിലെ ബറ്റ്ല ഗുണ്ടു ഗ്രാമത്തിൽ സജീവമായി ഇടപെട്ടു. ആദ്യകാലങ്ങളിൽ ഭൂമിദാനം ചെയ്യാനായി ജന്മികളെ പ്രേരിപ്പിച്ചുകൊണ്ട് ഗ്രാമങ്ങളിൽ സഞ്ചരിച്ചു. ലഭിച്ച ഭൂമികൾ പലതും തരിശ്ശായതിനാൽ അതിനെ കൃഷിയോഗ്യമാക്കാൻ പാവപ്പെട്ടവർക്ക് ഒപ്പം നിന്നു. ഈ ഗ്രാമങ്ങളിലെ സ്ത്രീകളെ സംഘടിപ്പിച്ച് അവരുടെ പ്രശ്നങ്ങൾ ചർച്ച ചെയ്തു. കുട്ടികൾക്കായി ബാലവാടികൾ നിർമ്മിച്ചു. ജന്മികളുടെ വീട്ടിൽ അടിമവേല ചെയ്യുന്നവരുടെ മക്കൾ തെരുവിൽ അലഞ്ഞുനടക്കും. അവരെ സ്കൂളിൽ ചേരുന്നതിന് പ്രേരിപ്പിച്ചു. ബാറ്റ്ല ഗുണ്ടു ഗ്രാമത്തിനു സമീപം ഗ്രാമീണ തൊഴിലാളികളെ ചെലവ് കുറഞ്ഞ വീട് നിർമ്മാണത്തിലും സുസ്ഥിര കൃഷിരീതിയിലും പരിശീലനം നല്കാൻ ഒരു പരിശീലന കേന്ദ്രം ആരംഭിച്ചു.

ഭൂദാനമായി കിട്ടിയ ഭൂമി നഷ്ടപ്പെടുന്ന അവസ്ഥ 1954 ൽ സംജാതമായി. കർഷകർ മദ്യപാനത്തിലും ചൂതാട്ടത്തിലും മുഴുകി. ഭൂമി ദാനം ചെയ്ത ജന്മിതന്നെ ഇതിന് ഒത്താശ ചെയ്തുകൊടുത്ത് അവരുടെ ഭൂമി തട്ടിയെടുക്കാൻ ശ്രമിച്ചുകൊണ്ടിരുന്നു. അവർ പൊലീസുകാരെക്കൊണ്ട് ഗ്രാമം റെയ്ഡ് ചെയ്തു. ഈ സംഭവത്തിനിടയിൽ ഒരാൾ കൊല്ലപ്പെട്ടു. 8 പേരെ അറസ്റ്റ് ചെയ്തു. സ്ത്രീകളും കുട്ടികളും വീട് വിട്ട് ഓടിപ്പോയി. തത്സമയം കൃഷ്ണമ്മാൾ ഗ്രാമത്തിൽ ഉണ്ടായിരുന്നില്ല.

“15 ദിവസം കഴിഞ്ഞ് ഞാൻ തിരിച്ച് വന്നപ്പോൾ ഗ്രാമത്തിലെ അന്തരീക്ഷം സംഘർഷഭരിതമായിരുന്നു. ആദ്യമായി എല്ലാവരേയും വീടുകളിലേക്ക് മടക്കിക്കൊണ്ടുവരാൻ ശ്രമിച്ചു. ഞാൻ എല്ലാവർക്കും കടമായി കുറച്ചു തുക നല്കി. പൊലീസുകാർക്കെതിരെ കേസ് ഫയൽ ചെയ്തു. ജന്മിയുടെ ഭീഷണിവകവയ്ക്കാതെ പൊതുയോഗം സംഘടിപ്പിച്ചു. അതിന്റെ ഫലമായി ഈ പൊലീസുകാരെയെല്ലാം സസ്പെന്റ് ചെയ്തു. ഇതെനിക്ക് വലിയൊരു പാഠമായിരുന്നു. ഭൂമി ദാനം ചെയ്തതുകൊണ്ട് മാത്രം കാര്യമില്ല. ജനങ്ങളുടെ ബോധനിലവാരവും സാമൂഹ്യ സാഹചര്യങ്ങളും മാറണം. അതിന്റെ ഭാഗമായി പല പരിശീലനങ്ങളും ആരംഭിച്ചു. കുട്ടികൾക്ക് പഠിക്കാനായി വിദ്യാലയങ്ങൾ സ്ഥാപിച്ചു” 1968 വരെ കൃഷ്ണമ്മാൾ ഈ ഗ്രാമത്തിനെ കേന്ദ്രീകരിച്ചാണ് പ്രവർത്തിച്ചത്.

1968 ക്രിസ്തുമസ് രാത്രി. അന്ന് തഞ്ചാവൂർ ജില്ലയിലെ കീലവെൺമണി ഗ്രാമത്തിൽ 44 ഹരിജൻ സ്ത്രീകളെയും കുട്ടികളെയും തീയിട്ടു കൊന്നു. ഈ സംഭവം കൃഷ്ണമ്മാളുടെ ജീവിതത്തെ മാറ്റി മറിച്ചു.

“അത് എന്നെ വല്ലാതെ ഉലച്ചു കളഞ്ഞു. എന്റെ എല്ലാം നഷ്ടപ്പെട്ടു എന്നാണ് എനിക്ക് ആദ്യം തോന്നിയത്. ജന്മിയും കർഷകരും തമ്മിലുണ്ടായ ഒരു സംഘർഷത്തെ തുടർന്നാണ് ഇത് ഉണ്ടായത് എന്നാണ് ഞങ്ങൾ അറിഞ്ഞത്. പിറ്റേന്ന് ഉച്ചയ്ക്ക് 12 മണിയായതോടെ ഞങ്ങൾ ഗ്രാമത്തിൽ എത്തി. അവിടെ വല്ലാത്ത ഒരു അന്തരീക്ഷമായിരുന്നു. അവരുടെ പ്രശ്നം വെറും ജന്മി കുടിയാൻ സംഘർഷം മാത്രമല്ല എന്ന്

ഞങ്ങൾ മനസ്സിലാക്കി. ഭൂമിയുടെ വലിയഭാഗം കൈവശം വച്ചിരുന്നത് ക്ഷേത്രങ്ങൾ ആയിരുന്നു. നെൽകൃഷിയിൽനിന്ന് വലിയ തോതിൽ അവർക്ക് ആദായം ഉണ്ടായിരുന്നു. ബാക്കി ഭൂമിയാവട്ടെ ജന്മിയുടെ കൈവശവും. ഗ്രാമത്തിലെ ദളിതർ അടിമപ്പണിക്കാർ ആയിരുന്നു. സ്ത്രീകൾക്ക് കഠിനാദ്ധ്വാനം ചെയ്യേണ്ടി വന്നു. കുടുംബത്തിലെ പീഡനങ്ങൾ അസ്സഹനീയമായിരുന്നു. കുട്ടികളെ സംബന്ധിച്ചിടത്തോളം ഈ വിഷമവൃത്തത്തിൽനിന്ന് കരകയറാൻ കഴിയും എന്ന വിശ്വാസം ഇല്ലായിരുന്നു. അവരും വേല ചെയ്തിരുന്നു. എന്തെങ്കിലും പ്രതിഷേധമുണ്ടായാൽ പൊലീസ് എപ്പോഴും ജന്മിമാരെ പിന്തുണയ്ക്കും. കമ്യൂണിസ്റ്റുകാരും നക്സലൈറ്റുകളും മാത്രമാണ് ഇവർക്ക് സഹായത്തിന് ഉണ്ടായിരുന്നത്."

കൃഷ്ണമ്മാളുടെയും ജഗന്നാഥന്റെയും നേതൃത്വത്തിൽ തഞ്ചാവൂർ ജില്ലയിൽ അഞ്ച് സമാധാന കേന്ദ്രങ്ങൾ തുറന്നു. 1969 ൽ ഗാന്ധി സ്മാരക നിധിയുടെ സഹായത്തോടെ അവിടെ സ്കൂൾ ആരംഭിച്ചു. മൂന്നുവർഷക്കാലത്തെ നിരന്തര പ്രവർത്തന ഫലമായിട്ടാണ് ഗ്രാമീണരുടെ വിശ്വാസം നേടിയെടുത്തത്.

കീല വെൺമണി ഗ്രാമത്തിൽനിന്ന് മൂന്നു കിലോമീറ്റർ ദൂരത്താണ് വാണിപുലം ഗ്രാമം. അവിടത്തെ ജന്മിക്ക് 1200 ഏക്കർ സ്ഥലം സ്വന്തമായി ഉണ്ട്. 900 ഏക്കർ ക്ഷേത്രത്തിന്റെ വകയായും ഉണ്ടായിരുന്നു. ഈ ഭൂമിയെല്ലാം ആ ജന്മിയാണ് അനുഭവിച്ചു പോന്നിരുന്നത്. അദ്ദേഹം രാഷ്ട്രീയമായും സാമ്പത്തികമായും വളരെ ശക്തനായിരുന്നു.

"വാണിപുരത്തെ ഗ്രാമീണർ ആദ്യം ഞങ്ങളുമായി സഹകരിക്കാൻ തയ്യാറായില്ല. ഞാൻ ഗ്രാമത്തിലെ കുട്ടികളെ ഇംഗ്ലീഷ് പഠിപ്പിക്കാൻ തുടങ്ങി. അങ്ങനെ ഞങ്ങൾ ഗ്രാമീണരുടെ ജീവിതത്തിലേക്ക് കടന്നു ചെന്നു. സ്ത്രീകളുമായി നല്ല ബന്ധം സ്ഥാപിക്കാനും കഴിഞ്ഞു. ഭജന സംഘങ്ങൾ ഉണ്ടാക്കി സ്ത്രീകളെ മെല്ലെ സംഘടിപ്പിച്ചു. പിന്നീട് എല്ലാവരേയും വിളിച്ചുചേർത്ത് ഒരു വലിയ യോഗം ഞങ്ങൾ സംഘടിപ്പിച്ചു. അടിമപ്പണി ചെയ്യില്ലെന്ന് ഗ്രാമീണരെക്കൊണ്ട് പ്രതിജ്ഞയെടുപ്പിച്ചു. ജന്മി അടുത്ത ഗ്രാമത്തിൽനിന്ന് ഗുണ്ടകളെ കൊണ്ടുവന്ന് ക്ഷേത്രഭൂമി ഉഴുവാൻ ശ്രമിച്ചു. സ്ത്രീകളുടെ സംഘം അവരെ തടഞ്ഞു. ഓരോ ദിവസവും ഓരോ പോരാട്ടങ്ങളായിരുന്നു. മൂന്നാം വർഷത്തിൽ 1100 ഏക്കർ ഭൂമി ജന്മി ഭൂരഹിതർക്കായി വിതരണം ചെയ്തു. ഗ്രാമീണർ സ്വയം പോരാടാൻ സന്നദ്ധരായി എന്നു കണ്ടപ്പോൾ ഞങ്ങൾ സന്തോഷിച്ചു.

1973-75 കാലഘട്ടം. ഞാൻ ബീഹാറിലെ ബോധഗയയിൽപ്പോയി. അവിടത്തെ ശങ്കരാചാര്യ മഠത്തിന് 3000 ഏക്കറോളം ഭൂമി സ്വന്തമായി ഉണ്ടായിരുന്നു. 53 ഗ്രാമങ്ങളിലായാണ് ഈ ഭൂമി കിടന്നിരുന്നത്. അവിടത്തെ മഠാധിപതി സ്വർണ്ണസിംഹാസനത്തിലാണ് ഇരിക്കുന്നത്. മഠത്തിലെ അന്തേവാസികൾ ഗ്രാമീണരെ ചൂഷണം ചെയ്തിരുന്നു. അവരുടെ ജീവിതം വളരെ ആഡംബരം നിറഞ്ഞതായിരുന്നു. ഗ്രാമത്തിലെ സ്ത്രീകളെ അവർ ലൈംഗികമായും പീഡിപ്പിക്കാറുണ്ട്. കസ്തൂർബാ

ഗാന്ധി ട്രസ്റ്റിന്റെ പ്രവർത്തകർ നേരത്തെ തന്നെ അവർക്കിടയിൽ പ്രവർത്തിച്ചിരുന്നു. ട്രസ്റ്റിലെ ഒരു അംഗമായ ഇന്ദിരാ മാമാജി എന്നെ ഊഷ്മളമായി സ്വീകരിച്ചു. 1975 ജനുവരിയിൽ ഞങ്ങൾ മഠത്തിനു മുമ്പിൽ സത്യഗ്രഹം ആരംഭിച്ചു. എനിക്ക് നേരെ വലിയ ഭീഷണി ഉണ്ടായി. മഠാധികാരികൾ പൊലീസിനെ സ്വാധീനിച്ച് എന്നെ അറസ്റ്റ് ചെയ്യാൻ ശ്രമിച്ചു. ഞാൻ അവിടെനിന്നും ഒരുവിധത്തിൽ രക്ഷപ്പെട്ടു. ജെ പി നയിച്ചിരുന്ന സംഘർഷവാഹിനി എന്ന സംഘടന പോരാട്ടം തുടർന്നു. ഗയയിലെ ജില്ലാ ഭരണാധികാരി ഈ പ്രശ്നം സുപ്രീംകോടതിയിൽ എത്തിച്ചു. കോടതി ഇടപെട്ട് 2400 ഏക്കർ ഭൂമി ഭൂരഹിതർക്കായി വീതിച്ചു നല്കി."

1981 ലാണ് കൃഷ്ണമ്മാളും ജഗന്നാഥനും ചേർന്ന് ലാഫ്റ്റി (Land for Tollers) രൂപീകരിച്ചത്. ഗ്രാമത്തിലെ കർഷകർക്ക് ഭൂമി നല്കുന്ന പ്രവർത്തനങ്ങൾക്ക് നേതൃത്വം നല്കുകയായിരുന്നു സംഘടനയുടെ ലക്ഷ്യം. സ്ത്രീകൾക്കാണ് പട്ടയം നല്കിയിരുന്നത്.

"സ്ത്രീകൾക്ക് നല്കുന്ന പട്ടയം അവർക്ക് കൈമാറാൻ കഴിയില്ല. അതിന്റെ ആധാരം സംഘടന കൈവശം വയ്ക്കും. അല്ലെങ്കിൽ സ്ത്രീകളെ പ്രീണിപ്പിച്ച് പുരുഷന്മാർ അത് കൈവശപ്പെടുത്തും, നഷ്ടപ്പെടുത്തും." കൃഷ്ണമ്മാൾ തന്റെ ആശങ്ക തുറന്നു പറഞ്ഞു.

സ്ത്രീകളുടെ സ്വയം സഹായ സംഘങ്ങൾ രൂപീകരിച്ച് പണം സ്വരുക്കൂട്ടി ഭൂഉടമകളിൽനിന്ന് ഭൂമി വാങ്ങാൻ അവരെ പ്രോത്സാഹിപ്പിച്ചു. ഭൂഉടമകളും തൊഴിലാളികളും തമ്മിൽ ചർച്ച സാദ്ധ്യമാക്കുന്ന തരത്തിൽ നല്ല ബന്ധം സ്ഥാപിക്കാൻ കൃഷ്ണമ്മാൾ പ്രയത്നിച്ചു. ബാങ്കുകളിൽ

നിന്ന് ന്യായമായ പലിശയ്ക്ക് ലോൺ വാങ്ങി ഭൂമിയിൽ കൃഷി ചെയ്ത് വായ്പ തിരിച്ചടയ്ക്കാൻ അവരെ പ്രോത്സാഹിപ്പിച്ചു. വളരെ സാവധാന മായിരുന്നു ലാഫ്റ്റിയുടെ വളർച്ച.

"ആദ്യകാലത്ത് സർക്കാർ ഉദ്യോഗസ്ഥരിൽനിന്നും ഒരു സഹായവും ലഭിച്ചില്ല. പ്രാദേശിക ബാങ്കിൽനിന്നും വായ്പ ലഭിക്കാൻ രണ്ടുമാസം നടക്കേണ്ടി വന്നു. ആദ്യ വായ്പ ലഭിച്ചപ്പോൾ ഞങ്ങൾ 82 ഏക്കർ വാങ്ങി ഗ്രാമീണർക്കിടയിൽ വിതരണം ചെയ്തു."

2011 ആയപ്പോഴേക്കും 15000 ത്തോളം ഏക്കർ സ്ഥലം ലാഫ്റ്റി വാങ്ങി ഭൂരഹിതർക്കിടയിൽ വിതരണം ചെയ്തു. ഭൂവിതരണമാണ് പ്രാഥ മിക ലക്ഷ്യമെങ്കിലും ലാഫ്റ്റി ഗ്രാമീണ തൊഴിൽ മേഖലയിലും ശ്രദ്ധ പതിപ്പിക്കുന്നുണ്ട്. ചവിട്ടി നിർമ്മാണം, കയർ നിർമ്മാണം, ഫർണിച്ചർ നിർമ്മാണം മുതലായവ പരിശീലിപ്പിക്കുകയും നിർമ്മിക്കുകയും ചെയ്യു ന്നുണ്ട്. ദളിത് പെൺകുട്ടികൾക്കായി കമ്പ്യൂട്ടർ പരിശീലനം നടത്തിവ രുന്നു.

ഗ്രാമീണ സ്ത്രീകൾക്ക് ലാഫ്റ്റി ആടിനെ വാങ്ങി നല്കും. അതിന് വായ്പ നല്കും. ആടിൽനിന്നും ലഭിക്കുന്ന ആദായത്തിൽനിന്നും മിച്ചം പിടിച്ച് വായ്പ തിരിച്ചടയ്ക്കണം.

സുനാമി തിരമാലകൾ തമിഴ്നാട് തീരങ്ങളെ വിഴുങ്ങിയപ്പോഴും സഹായ ഹസ്തവുമായി കൃഷ്ണമ്മാളും ലാഫ്റ്റിയും രംഗത്തെത്തി. ചെലവ് കുറഞ്ഞതും അതേസമയം പരിസ്ഥിതി സൗഹൃദവുമായ വീടു നിർമ്മാണ പദ്ധതിയിൽ കുടുംബത്തിലെ ഒരാൾ കായികമായി സഹക രിക്കണം എന്ന് കൃഷ്ണമ്മാൾ ഗ്രാമീണരോട് അഭ്യർത്ഥിച്ചു. ഏകദേശം 2000 ത്തിലധികം വീടുകൾ ഈ പദ്ധതിയിലൂടെ നിർമ്മിച്ചു കഴിഞ്ഞു.

ലാഫ്റ്റി പ്രവർത്തനങ്ങൾക്ക് ഒപ്പം ദളിത് സ്ത്രീകളെ സംഘടിപ്പിച്ച് അവരിൽ ആത്മവിശ്വാസം വളർത്താനും കൃഷ്ണമ്മാൾ ശ്രമിച്ചു. തങ്ങ ളുടെ ഉപജീവനമായ കൃഷി നശിപ്പിച്ചുകൊണ്ടുള്ള ചെമ്മീൻ കൃഷിക്കെ തിരെ അവരെ സംഘടിപ്പിച്ചു. സമരം ചെയ്തു. ഗാർഹിക പീഡനത്തിന്റെ മൂലഹേതുവായ ചാരായത്തിന്റെ ലഭ്യത കുറച്ചുകൊണ്ടുവരാനായി സമീ പത്തുള്ള ചാരായഷാപ്പുകൾ അടപ്പിച്ചു.

ചെമ്മീൻകെട്ടുകൾ നടത്തിയിരുന്നത് വലിയ കമ്പനികൾ ആയി രുന്നു. കൃഷ്ണമ്മാൾ അവർക്കെതിരെ പൊതു താല്പര്യഹർജി നല്കി. കേന്ദ്ര ഗവൺമെന്റിന്റെ പരിസ്ഥിതി സംബന്ധമായ പ്രശ്നങ്ങളിൽ പരി ശോധന നടത്തുന്ന നീതി (National Enviornment Engineering Research Institute of India) സ്ഥലം സന്ദർശിച്ചു. തീരത്തിനോട് ചേർന്നുള്ള 500 മീറ്റർ ചെമ്മീൻ കെട്ടുകൾ നിരോധിക്കേണ്ടതാണെന്ന് അവർ റിപ്പോർട്ട് നല്കി. 1996 ൽ വൻകിട ചെമ്മീൻ കൃഷി. സുപ്രീം കോടതി നിരോധി ച്ചെങ്കിലും വൻകിട കമ്പനിക്കാർ സ്വന്തം സ്വാധീനം ഉപയോഗിച്ച് അത് നിർബ്ബാധം തുടർന്നു.

കൃഷ്ണമ്മാളുടെ ഇത്തരം പ്രവർത്തനങ്ങളെ പല വിധത്തിൽ ആദ

രിക്കപ്പെട്ടിട്ടുണ്ട്. 1988 ൽ അവർക്ക് ജാംലാൽ ബജാജ് അവാർഡ് ലഭിച്ചു. 1989 ൽ പത്മശ്രീ നല്കി രാജ്യം അവരെ ആദരിച്ചു. ഇതുകൂടാതെ 15 അവാർഡുകൾ അവരെ തേടിയെത്തി. അതിൽ ജനീവയിലെ വനിതാ ക്കമ്മിറ്റി നല്കിയ 1000 സ്ത്രീകൾക്കുള്ള സമാധാനപുരസ്കാരവും റൈറ്റ് ലൈവ്‌ലി ഗുഡ് അവാർഡും പെടും. 2010 ൽ തമിഴ്നാട് സർക്കാർ അവർക്ക് അംബേദ്കർ അവാർഡ് സമ്മാനിച്ചു.

കൃഷ്ണമ്മാൾക്ക് രണ്ട് കുട്ടികൾ ഉണ്ട്. രണ്ടുപേരും സാമൂഹ്യ സേവനരംഗത്ത് പ്രവർത്തിക്കുന്നു. ഭൂമി കുമാർ എന്ന മകൻ കൊളമ്പി യയിൽ ഡോക്ടറാണ്. അവിടത്തെ പട്ടിണിപ്പാവങ്ങളെ ദുരിതത്തിൽനിന്ന് കരകയറ്റാൻ യത്നിക്കുന്നു. മകൾ സത്യഗ്രഹ. അവർ ശിശുരോഗ വിദ ഗ്ദ്ധയാണ്. പാവപ്പെട്ട കുട്ടികൾക്ക് സൗജന്യ ചികിത്സ ചെയ്തുകൊണ്ട് അവരും സാമൂഹ്യസേവന രംഗത്ത് സജീവമാണ്.

"ലോകത്താകമാനം ദരിദ്രരും അടിച്ചമർത്തപ്പെട്ടവരും ഉണ്ട്. അവർ കാത്തിരിക്കയാണ്. നമുക്കൊന്നായ് അവരെ സഹായിക്കാൻ ഒത്തു ചേരാം." കൃഷ്ണമ്മാൾ പറഞ്ഞു നിർത്തി.

രക്തനദിതാണ്ടി കണ്ണീർച്ചാലുകളിലൂടെ....
ഡോ. ഇലീന സെൻ

നാലു ദശാബ്ദങ്ങളിലേറെയായി സാമൂഹ്യപ്രവർത്തന മണ്ഡലത്തിൽ തന്റേതായ ഒരിടം കണ്ടെത്തിയ വ്യക്തിത്വമാണ് ഇലീന സെൻ. ഛത്തീസ്ഗഢിലെ ആദിവാസികൾക്കിടയിലെ വിദ്യാഭ്യാസ പ്രവർത്തനങ്ങളിലും സ്ത്രീകളുടെ അവകാശപ്പോരാട്ടങ്ങളിലും മനുഷ്യാവകാശപ്പോരാട്ടങ്ങളിലും അവർ സജീവമായി രംഗത്തുണ്ട്. അദ്ധ്യാപനമാണ് അവരുടെ തൊഴിൽ. മഹാത്മാഗാന്ധി അന്താരാഷ്ട്ര ഹിന്ദി സർവ്വകലാശാലയിലെ സ്ത്രീപഠന വിഭാഗത്തിന്റെ ചുമതല വഹിച്ചിരുന്ന അവർ ഇപ്പോൾ മുംബൈയിൽ ടാറ്റ ഇൻസ്റ്റിറ്റ്യൂട്ട് ഓഫ് സോഷ്യൽ സയൻസിൽ സ്ത്രീപഠന വിഭാഗത്തിന്റെ മേധാവിയാണ്. തന്റെ സഹയാത്രികനായ ഡോ. ബിനായക് സെന്നിനെ മാവോവാദി ബന്ധം ആരോപിച്ച് അന്യായമായി തടങ്കലിൽ വച്ച സമയത്ത് ഇന്ത്യയൊട്ടാകെ സഞ്ചരിച്ച് അവർ അദ്ദേഹത്തിന്റെ മോചനത്തിനായുള്ള പ്രചാരണ പരിപാടികൾ സംഘടിപ്പിച്ചു. ഛത്തീസ്ഗഢ് സംസ്ഥാനം രൂപീകരിച്ചപ്പോൾ സംസ്ഥാനത്തിനുള്ള വനിതാ നയത്തിന്റെ കരട് തയ്യാറാക്കിയത് ഡോ. ഇലീന സെൻ ആണ്.

ഡോ. ഇലീന സെന്നും ഡോ. ബിനായക് സെന്നും ചേർന്നാണ് ഛത്തീസ്ഗഢിൽ രൂപാന്തർ എന്ന സംഘടന രൂപീകരിച്ചതും പ്രവർത്തിച്ചതും. *A space within the struggle, women's participation in people's struggles, The Migrant women in Chhatisgarh, Women movements in India, Inside Chhatisgarh* എന്നിവ അവർ രചിച്ച ഗ്രന്ഥങ്ങളാണ്.

വാർദ്ധയിൽ തീവണ്ടി ഇറങ്ങുമ്പോൾ ഞങ്ങളെ കാത്ത് ഇലീനയുടെ വിദ്യാർത്ഥികളായ അപർണ്ണയും സുഹൃത്തും ഉണ്ടായിരുന്നു. ആസാമിൽനിന്നും ഒരു നീണ്ടയാത്രയ്ക്കുശേഷം ഇലീന തിരിച്ചെത്തിയിട്ടേ ഉണ്ടായിരുന്നുള്ളൂ. അർബ്ബുദം അവരുടെ മനഃശക്തിയെ തെല്ലും തളർത്തിയിരുന്നില്ല.

"1951 ലാണ് ഞാൻ ജനിച്ചത്. അച്ഛൻ ആർമി ഡോക്ടർ ആയിരുന്നു. ദേവി പ്രസാദ് റേ. അദ്ദേഹം വിഭജനകാലത്ത് കിഴക്കൻ ബംഗാളിൽ നിന്നും വന്നതാണ്. 1942 ൽ അദ്ദേഹം എം ബി ബി എസ് പാസായി. വലിയൊരു കുടുംബത്തെ സംരക്ഷിക്കാൻ ഉള്ളതുകൊണ്ട് ആർമിയിൽ ചേർന്നു. അദ്ദേഹത്തിന്റെ അച്ഛൻ കോളേജ് അദ്ധ്യാപകനായിരുന്നു.

ആർമിയിൽ ചേരുന്നതിനു മുമ്പ് അനുശീലന സമിതി എന്നൊരു സംഘടനയിൽ അച്ഛൻ പ്രവർത്തിച്ചിരുന്നു. അത് ഒളിവിൽ പ്രവർത്തിക്കുന്ന സംഘടനയായിരുന്നു. സ്വാതന്ത്ര്യ സമരത്തെ പിൻതുണയ്ക്കുന്ന പ്രവർത്തനങ്ങളാണ് അവർ നടത്തിയിരുന്നത്. രണ്ടാംലോക മഹായുദ്ധകാലത്ത് ഇറാഖിലായിരുന്നു. തിരിച്ചുവന്ന് ബരക് പൂരിൽ പ്രവർത്തനം തുടർന്നു. അപ്പോഴേക്ക് എന്റെ അമ്മയെ വിവാഹം ചെയ്തിരുന്നു. അക്കാലത്ത് പൊതുവെ ജീവിതം ദുരിതമായിരുന്നു. വിഭജനം-അതിനു മുൻപ് യുദ്ധക്കെടുതികൾ.

അച്ഛന് നദിക്കരയിൽ വലിയൊരു വീട് ഉണ്ടായിരുന്നു. വിഭജനത്തിൽ അഭയാർത്ഥികളായി എത്തിയ ബന്ധുക്കൾ അടക്കം 40 പേരടങ്ങുന്ന വലിയൊരു കുടുംബം. ഈ വലിയ കുടുംബത്തിലേക്കാണ് വധുവായി അമ്മ കടന്നുചെന്നത്. അച്ഛൻ വളരെ സൗമ്യനായിരുന്നു. ആർമിയുമായി എങ്ങനെ പൊരുത്തപ്പെട്ടു എന്ന് അത്ഭുതപ്പെടാറുണ്ട്. അദ്ദേഹത്തിന്റെ സ്ഥലം മാറ്റത്തിനനുസരിച്ച് പലയിടത്തായിട്ടാണ് എന്റെ കുട്ടിക്കാലം. ചെറിയ ക്ലാസുകളിൽ ഞാൻ പഠിച്ചത് പഞ്ചാബിലായിരുന്നു. പതിനൊന്ന് ക്ലാസ് പഠിക്കുന്നതിനിടയിൽ ഞാൻ പന്ത്രണ്ട് സ്കൂളുകളെങ്കിലും മാറിയിട്ടുണ്ടാകും. ഷില്ലോങ്ങിൽ നിന്നാണ് സ്കൂൾ പഠനം പൂർത്തിയാക്കിയത്.

ഈ സമയം ആസാമിൽ മിസ്സോ നുഴഞ്ഞുകയറ്റം നടന്നിരുന്നു. എന്റെ സ്കൂളിൽ ഖാസികളും നാഗന്മാരും മിസോയും ഒക്കെ ഉണ്ടായിരുന്നു. അവരുമായി ഇടപഴകിയപ്പോഴാണ് ഇന്ത്യയുടെ തിളക്കത്തിനു പിന്നിലെ പല യഥാർത്ഥ പ്രശ്നങ്ങളും ഞാൻ അറിഞ്ഞത്. 1956 ആയിരുന്നു അത്. അതിനു മുമ്പ് ഡൽഹിയിലായിരുന്നപ്പോൾ അച്ഛന്റെ കൂടെ പല ആർമി പരിപാടികളിലും പങ്കെടുത്തിട്ടുണ്ട്. അപ്പോഴൊക്കെ ഇന്ത്യ

തിളങ്ങുന്നതായിട്ടാണ് അവതരിപ്പിച്ച് കേട്ടിരുന്നത്. ഖാസികളിലും നാഗന്മാരിലും മിസോകളിലും പെടുന്ന പലരും അവർ ഇന്ത്യാക്കാരാണ് എന്ന് വിശ്വസിച്ചിരുന്നില്ല. വംശീയ വ്യത്യാസം എന്തായാലും ഉണ്ട്.

എന്റെ ക്ലാസിലെ ഒരു കുട്ടിയുടെ സഹോദരനും പിതാവും ഒളിപ്പോരാട്ടത്തിൽ ഉണ്ടായിരുന്നു. അവർ കുടുംബത്തോടെ ഇന്ത്യ വിടാൻ തീരുമാനിച്ചു. വഴിയിൽ വച്ച് പട്ടാളം അവരെ അറസ്റ്റു ചെയ്തു. ആ പെൺകുട്ടി സ്കൂളിൽ വരാത്തതിനെക്കുറിച്ചെല്ലാം അദ്ധ്യാപകർ ചർച്ച ചെയ്തിരുന്നു. ഇത്തരം പ്രശ്നങ്ങളെക്കുറിച്ചുള്ള ധാരണ അന്നേ ഉണ്ടായിരുന്നു. കോളേജ് പഠനം കല്ക്കത്തയിൽ ആയിരുന്നു.

എന്റെ അമ്മ തപ്തി റേ. ആ കുടുംബവും ബംഗാളിൽനിന്ന് വന്നവരാണ്. അമ്മയുടെ അച്ഛൻ ഡെപ്യൂട്ടി മജിസ്ട്രേറ്റ് ആയിരുന്നു. സർക്കാർ സർവ്വീസിലായിരുന്നതു കാരണം വിഭജനപ്രശ്നമൊന്നും അവരെ അലട്ടിയിരുന്നില്ല. കല്ക്കത്തയിലെ മദ്ധ്യവർഗ്ഗക്കാർ പഠിച്ചിരുന്ന പ്രശസ്ത സ്കൂളിലാണ് അമ്മ പഠിച്ചത്. ചരിത്രമായിരുന്നു വിഷയം. സാംസ്കാരികമായി അമ്മയും അച്ഛനും രണ്ടുതട്ടിലായിരുന്നു. അമ്മ ഉന്നതമദ്ധ്യവർഗ്ഗത്തിൽപ്പെട്ട ആളായിരുന്നു. നന്നായി പാടുമായിരുന്നു. രബീന്ദ്രസംഗീതം പഠിച്ചിട്ടുണ്ട്. സംഗീതജ്ഞയായി അറിയപ്പെടാൻ അവർ ഏറെ ആഗ്രഹിച്ചിരുന്നു. പാട്ടുകാരിയാവുന്നത് സ്വന്തം കുടുംബാംഗങ്ങൾക്കു പോലും ഇഷ്ടമായിരുന്നില്ല. അതിനാൽ അവർ പൊതുവെ അസംതൃപ്തയായിരുന്നു. വേണ്ടത്ര പരിശീലിക്കാൻ അവർക്ക് കഴിഞ്ഞിരുന്നില്ല. റേഡിയോവിൽ പ്രോഗ്രാം ചെയ്യാൻ അവർ ശ്രമിച്ചിരുന്നു. പക്ഷേ, അടിക്കടിയുള്ള അച്ഛന്റെ തൊഴിൽമാറ്റം അവരുടെ തൊഴിൽ മുന്നോട്ടു കൊണ്ടുപോകുന്നതിന് തടസ്സമായിരുന്നു. ഒരിടത്ത് ചെന്ന് പേരെടുക്കുമ്പോഴേക്കും അച്ഛന് സ്ഥലംമാറ്റമാകും. ഗായിക എന്ന രീതിയിൽ പേരെടുക്കുന്നതിൽ അവർ പരാജയപ്പെട്ടു. വ്യത്യസ്ത അഭിരുചികൾ ആയിരുന്നെങ്കിലും ജീവിതം അവർ മുന്നോട്ടു കൊണ്ടുപോയി. എനിക്ക് ഒരു അനിയത്തി ഉണ്ടായിരുന്നു. 13-ാം വയസ്സിൽ മരിച്ചുപോയി.

ബിനായക്കിനെ വളരെ ചെറുപ്പത്തിൽ തന്നെ കണ്ടു പരിചയം ഉണ്ട്. ബിനായക്കിന്റെ അച്ഛനും ആർമി ഓഫീസർ ആയിരുന്നു. എന്റെ അച്ഛന് ഡൽഹിയിൽ ജോലി ആയിരുന്നപ്പോൾ അവരും അവിടെ ഉണ്ടായിരുന്നു. ഞങ്ങൾ അന്ന് കുട്ടികൾ ആയിരുന്നു. പിന്നീടും സൗഹൃദം തുടർന്നു. ബിനായക് എം ബി ബി എസ് പൂർത്തിയാക്കിയപ്പോൾ അവരുടെ കുടുംബം മദ്ധ്യപ്രദേശിലെ സാഗറിലും ഞങ്ങൾ ജബൽപൂരിലും ആയിരുന്നു. അപ്പോഴേക്കും സൗഹൃദം പ്രണയത്തിലേക്ക് വഴിമാറിയിരുന്നു. കുടുംബത്തിന്റെ പരിപൂർണ്ണ പിന്തുണ ഞങ്ങൾക്ക് ഉണ്ടായിരുന്നു.

1969 -70 കാലം. ഞാനന്ന് കല്ക്കത്തയിലെ കോളേജിൽ പഠിക്കുകയാണ്. അന്ന് ക്യാമ്പസുകളിൽ രാഷ്ട്രീയബോധം സജീവമായിരുന്നു. ഇടതുപ്രസ്ഥാനങ്ങൾ സജീവമായിരുന്നു. കമ്യൂണിസ്റ്റുപാർട്ടി പിളർന്നപ്പോൾ കുടുംബാംഗങ്ങൾ പലരും സി പി ഐ ആയിരുന്നു. നക്സലിസം

ശക്തമായിരുന്നു. ജനങ്ങൾ അസംതൃപ്തരും. ഔദ്യോഗിക കമ്യൂണിസ്റ്റ് പാർട്ടി നക്സലിസത്തെ പിന്തുണച്ചിരുന്നില്ല. എന്റെ സുഹൃത്തുക്കളിൽ പലരും നക്സലൈറ്റ് ബന്ധമുള്ളവരായിരുന്നു. ഈ സമയത്തു നടന്ന പല സംവാദങ്ങളിലും ഞാനും പങ്കെടുത്തിരുന്നു.

സ്ത്രീപക്ഷ ചിന്താഗതി എങ്ങനെ രൂപപ്പെട്ടു എന്നു ചോദിച്ചാൽ എന്റെ അമ്മയുടെ അനുഭവങ്ങളാണ് എന്ന് ഞാൻ പറയും. വളരെ ബുദ്ധി മുട്ടേറിയ ഒരു കാലം അമ്മയ്ക്കുണ്ടായിരുന്നു. ജബൽപൂരിൽ താമസി ക്കുന്ന കാലം. അവിടെ ആകെ ഒരു റേഡിയോ സ്റ്റേഷൻ മാത്രമേ അടു ത്തുള്ളൂ. ഭോപ്പാലിൽ. അമ്മ അവിടെ ശബ്ദപരീക്ഷയ്ക്കു പോയി. അമ്മയെ തെരഞ്ഞെടുക്കുകയും ചെയ്തു. അമ്മയ്ക്ക് തുണയായി ഞാനും റേഡിയോ സ്റ്റേഷനിൽ പോകും. അപ്പോഴേക്കും അനിയത്തി മരിച്ചിരു ന്നു. അവർ അവിടെ പേരെടുക്കാൻ ശ്രമിക്കുമ്പോഴേക്കും അച്ഛനു മാറ്റ മായി. ഒരിക്കലും അവർ വിജയിച്ചില്ല. എന്റെ ജീവിതം അങ്ങനെ ആവ രുത് എന്ന് ഞാൻ ആഗ്രഹിച്ചു.

കല്ക്കത്തയിലെ കോളേജ് ജീവിതം കഴിഞ്ഞ് ഞാൻ ജെ എൻ യുവിൽ എത്തിയപ്പോൾ എസ് എഫ് ഐയുമായി ബന്ധപ്പെട്ടു. അന്ന് ജെ എൻ യുവിൽ എസ് എഫ് ഐ മാത്രമേ ഉണ്ടായിരുന്നുള്ളൂ. ഇടതു പക്ഷ രാഷ്ട്രീയം എന്നെ സ്വാധീനിച്ചു.

ഒരു സ്ത്രീയെന്ന നിലയിൽ കുട്ടിക്കാലത്ത് എനിക്ക് മോശപ്പെട്ട ഒരു അനുഭവവും ഉണ്ടായിട്ടില്ല. അച്ഛൻ തികഞ്ഞ ജനാധിപത്യമൂല്യമുള്ള ഒരാ ളായിരുന്നു. പക്ഷേ, ചില കാര്യങ്ങൾ എനിക്ക് വിഷമകരമായി തോന്നി യിരുന്നു. എന്റെ ഭാവിയെക്കുറിച്ചുള്ള ചർച്ചകളിൽ എന്റെ അഭിപ്രായ ങ്ങൾ കാര്യമായി എടുക്കാറില്ല. എനിക്ക് സ്വതന്ത്രമായ ഒരു ജീവിതം, ചിന്ത ഉണ്ടെന്ന് അംഗീകരിച്ചിട്ടില്ല. സ്കൂളിൽ പോകണം, കോളേജിൽ പോകണം, പഠിക്കണം, വിവാഹം കഴിക്കണം എല്ലാം പരമ്പരാഗതരീതി യിൽ. എനിക്ക് എന്തുവേണമെന്ന ചോദ്യം ഇല്ല. എന്നാൽ എന്തെങ്കിലും വേണമെന്നു ശക്തമായി പറഞ്ഞാൽ തടഞ്ഞിട്ടുമില്ല. എന്തും ചെയ്യാനുള്ള സ്വാതന്ത്ര്യം ഉണ്ടായിരുന്നു. എനിക്കു മൃഗങ്ങളെ വലിയ ഇഷ്ടമായിരു ന്നു. വെറ്ററിനറി ഡോക്ടർ ആവണം എന്നൊരു മോഹം എനിക്കുണ്ടാ യിരുന്നു. ആരും അത് ഗൗരവമായി എടുത്തില്ല. ഡോക്ടറായിക്കോളൂ. എന്തിനാണ് മൃഗഡോക്ടറാവുന്നത്? ഞാൻ നിർബ്ബന്ധിച്ചില്ല.

എനിക്കൊരു അമ്മായി ഉണ്ട്. അച്ഛന്റെ ചെറിയ അനിയത്തി. കുടും ബത്തിൽ ആരും അവരെ കാര്യമായി എടുത്തില്ല. എന്റെ അച്ഛൻ പിന്തു ണച്ചിരുന്നു. അവസാനം അച്ഛനും അതിനു കഴിയാതായി. അവരത്ര സുന്ദ രിയായിരുന്നില്ല. നിരവധി പേർ കാണാൻ വന്നു. അവസാനം ഒരു ചരക്ക് എന്ന പോലെ ഒരു മനുഷ്യന് കൈമാറി. അയാളത്ര നല്ലവനൊന്നുമായി രുന്നില്ല. ഭാരം ഒഴിവാക്കുന്നപോലെ ആയിരുന്നു. അവർ ഒന്നും ആവശ്യ പ്പെട്ടില്ല. അതുമായി നിശ്ശബ്ദം പൊരുത്തപ്പെട്ടു. പക്ഷേ, അതേസമയം അവരുടെ സഹോദരനെ എം ബി ബി എസ് പഠിപ്പിച്ചു. കുടുംബാംഗ

ങ്ങൾ എല്ലാവരും പണം അയച്ചുകൊടുത്തു. അദ്ദേഹം പഠിച്ച് പാസായി വിദേശത്ത് പോയി. അവിടെ താമസമാക്കി. അമ്മായിക്ക് ഇത്തരം മോഹങ്ങൾ ഉണ്ടാവാം എന്ന് ആരും ചിന്തിച്ചിട്ടില്ല. അവരോട് ചോദിച്ചുമില്ല"

1984 ൽ ഛത്തീസ്ഗഢിലെ ഖനി തൊഴിലാളികൾക്കിടയിൽ പ്രവർത്തിക്കാൻ ബിനായക് സെൻ വരുമ്പോൾ കൂടെ ഇലീനയുമുണ്ടായിരുന്നു എന്ന് ബിജുരാജ് *മാധ്യമ*ത്തിൽ (2009 ഫെബ്രുവരി 16) എഴുതിയത് വായിച്ച ഓർമ്മയിൽ ഛത്തീസ്ഗഢ് പ്രവർത്തനമേഖലയായി തെരഞ്ഞെടുക്കാനുള്ള സാഹചര്യത്തെക്കുറിച്ചുള്ള ചോദ്യത്തിന് അവർ ഇങ്ങനെ പ്രതികരിച്ചു.

"തെരഞ്ഞെടുത്തതല്ല. അങ്ങനെ സംഭവിച്ചുപോയതാണ്. എനിക്ക് ബംഗാളിയും ഹിന്ദിയും ഇംഗ്ലീഷും മാത്രമേ അറിയാവൂ. ജനിച്ചത് ബംഗാളിയായിട്ടാണെങ്കിലും ബംഗാളിനെക്കുറിച്ച് വലിയ വിവരമൊന്നും ഉണ്ടായിരുന്നില്ല. അതിനേക്കാൾ നന്നായി വടക്കേ ഇന്ത്യൻ സംസ്കാരം പരിചിതമായിരുന്നു. അതുകൊണ്ട് തന്നെ എന്റെ ഗവേഷണത്തിന് ഹിന്ദി സംസാരിക്കുന്ന മേഖലയാണ് തെരഞ്ഞെടുത്തത്. മാത്രമല്ല, കല്ക്കത്ത യൂണിവേഴ്സിറ്റിയിൽ അന്ന് കൃത്യമായി പരീക്ഷകൾ നടന്നിരുന്നില്ല. അന്ന് ഞങ്ങൾ ജബൽപൂരിലാണ് താമസിച്ചിരുന്നത്. അപ്പോഴേക്കും അച്ഛൻ മരിച്ചു. അമ്മ ഒറ്റയ്ക്കായി. മദ്ധ്യപ്രദേശിലെ ഹോഷംഗാബാദ് ജില്ലയിലാണ് എന്റെ ഫീൽഡ് വർക്ക് പ്രധാനമായും നടന്നത്. അവിടെ കിഷോർ ഭാരതി എന്നുപേരായ ഒരു സംഘമുണ്ടായിരുന്നു. ഡോ. ആർ എസ് ഗോപാലനാണ് അത് തുടങ്ങിയത്. സ്കൂളിലെ ശാസ്ത്രപഠനരംഗത്താണ് അവർ പ്രവർത്തിച്ചിരുന്നത്. ഞാൻ അവരുമായി ബന്ധപ്പെട്ടു. ഞാനെന്റെ ഫീൽഡ് വർക്ക് അവിടെനിന്നും ആരംഭിച്ചു.

ആഗസ്ത് മാസത്തിൽ ശങ്കർഗുഹ നിയോഗി അറസ്റ്റ് ചെയ്യപ്പെട്ടു.

ഇന്നത്തെപ്പോലെ സോഷ്യൽ മീഡിയയും ടി വിയും ശക്തമല്ലാതിരുന്ന കാലവുമായിട്ടുകൂടി നിയോഗിയുടെ അറസ്റ്റ് ശ്രദ്ധിക്കപ്പെട്ട സംഭവമായി. ഇതുമായി ബന്ധപ്പെട്ട് രണ്ട് അഭിപ്രായങ്ങൾ ഉയർന്നുവന്നു. ഒന്ന്, ഇയാൾ നിയമലംഘകൻ ആണ്. ഹിന്ദി മേഖലയിൽനിന്നാണ് ഈ അഭിപ്രായം ഉയർന്നുവന്നത്. എന്നാൽ ഭോപ്പാലിൽനിന്നുള്ള എൻ കെ സിങ്ങിനെ പോലുള്ള ചില പത്രപ്രവർത്തകർ വ്യത്യസ്ത അഭിപ്രായക്കാർ ആയിരുന്നു. അവർ നേരിട്ട് ഛത്തീസ്ഗഢിൽ പോയി. അവിടത്തെ തൊഴിലാളികളുമായി സംസാരിച്ചു. അവർക്ക് നിയോഗിയെ വലിയ ബഹുമാനമാണ്. കഷ്ടപ്പാട് നിറഞ്ഞ തൊഴിലാളികളുടെ ജീവിതത്തെ നിയോഗി പുറത്തുകൊണ്ടുവന്നു. സത്യം നേരിട്ടറിയണം എന്ന് എനിക്ക് തോന്നിയിരുന്നു. ഇത് അടിയന്തരാവസ്ഥ കഴിഞ്ഞ ഉടനെയാണ്. പി യു സി എൽ (People Union for Civil Liberties) അന്ന് വളരെ ശക്തമായിരുന്നു. അവർ ഭോപ്പാലിൽ ഒരു യോഗം സംഘടിപ്പിച്ചു. യോഗതീരുമാനം അനുസരിച്ച് പി യു സി എൽ ഒരു വസ്തുതാന്വേഷണ സംഘത്തെ ഛത്തീസ്ഗഢിലേക്ക് അയക്കാൻ തീരുമാനിച്ചു. ഞാൻ, ബിനായക്, സദൻ സക്സേന (ഡൽഹി യൂണിവേഴ്സിറ്റി), കമൽ (ഏകലവ്യാ) - ഈ നാലുപേരാണ് പോയത്. അന്ന് ഞങ്ങൾ ഖനികൾ സന്ദർശിച്ചു. തൊഴിലാളികളുമായി സംസാരിച്ചു. നിയോഗി അന്ന് ജയിലിലാണ്. സഹപ്രവർത്തകർ വളരെ ആശങ്കാകുലരായിരുന്നു. ഇന്നാണെങ്കിൽ അവിടേക്ക് പോകാനേ കഴിയില്ല.

ശങ്കർ ഗുഹ നിയോഗിയുടെ മൈൻസ് ശ്രമിക് സംഘത്തിലെ സഹപ്രവർത്തകയായിരുന്നു കുസുംബായ്. അവർക്ക് അസുഖം വന്നപ്പോൾ തൊട്ടടുത്തുള്ള ആശുപത്രിയിൽ കൊണ്ടുപോയി. അവർക്ക് അവിടെ പ്രവേശനം കിട്ടിയില്ല. താല്ക്കാലിക തൊഴിലാളികൾക്ക് അവർ ചികിത്സ നല്കില്ല എന്നാണ് കാരണം പറഞ്ഞത്. പരിചരണം കിട്ടാതെ സഖാവ് ആശുപത്രി പടിക്കൽ മരിച്ചുവീണു. അത് തൊഴിലാളികൾക്ക് വലിയ ആഘാതമായി. സാധാരണക്കാർക്ക് ചികിത്സ ലഭിക്കുന്ന ഒരു ആശുപത്രി വേണം എന്ന് സഖാക്കൾക്ക് തോന്നി. ബിനായക് ഡോക്ടർ ആണെന്നറിഞ്ഞപ്പോൾ അവിടെ പ്രവർത്തിക്കണം എന്ന ആഗ്രഹം അവർ പ്രകടിപ്പിച്ചു. എങ്കിലും ഞങ്ങൾ തിരിച്ചുപോന്നു. നിയോഗി ജയിൽ വിമുക്തനായപ്പോൾ സഖാക്കൾ ഇക്കാര്യം അദ്ദേഹത്തോട് പറഞ്ഞു. ഉടനെ അദ്ദേഹം ബിനായകിനെ വിളിച്ചു. എന്റെ ഗവേഷണത്തിന്റെ അവസാന ഘട്ടത്തിലായിരുന്നു. 1981-82 കാലഘട്ടം. ബിനായക് ക്ഷണം സന്തോഷത്തോടെ സ്വീകരിച്ചു. ഞങ്ങൾ ഛത്തീസ്ഗഢിലെത്തി.

വിദ്യാഭ്യാസ പ്രവർത്തനങ്ങളിൽ എനിക്ക് താല്പര്യമുണ്ടായിരുന്നു. തൊഴിലാളികളുടെ മക്കൾക്കായി ഞങ്ങൾ സ്കൂളുകൾ തുടങ്ങി. ചില സ്കൂളുകൾ പിന്നീട് സർക്കാരിനു കൈമാറി. രണ്ടു സ്കൂളുകൾ തൊഴിലാളികളുടെ നേതൃത്വത്തിൽ നേരത്തെ തന്നെ അവിടെ പ്രവർത്തിക്കുന്നുണ്ടായിരുന്നു. ഞാൻ അതുമായി ബന്ധപ്പെട്ടാണ് പ്രവർത്തനം തുട

ങ്ങിയത്. ആദിവാസിക്കുട്ടികളുടെ മാതൃഭാഷ മഖ്ലീദി ആയിരുന്നു. അതിനു സ്വന്തമായി ലിപിയില്ല. ഹിന്ദി ലിപിയാണ് ഉപയോഗിക്കുന്നത്. ഹിന്ദിയിൽ പഠിക്കുക അവർക്ക് ബുദ്ധിമുട്ടായിരുന്നു. കാരണം അവരുടെ മാതൃഭാഷയ്ക്ക് ലിംഗവ്യത്യാസം ഇല്ല. ഹിന്ദിയാണെങ്കിൽ പൂർണ്ണമായും ലിംഗവ്യത്യാസമുള്ള ഭാഷയാണ്. കസേര-പെണ്ണ്! അചേതന വസ്തുക്കൾക്കുപോലും ലിംഗവ്യത്യാസം ഉണ്ട്. അതുകൊണ്ട് അവരെ മാതൃഭാഷയിൽ പഠിപ്പിക്കാൻ ഞാൻ തീരുമാനിച്ചു. കുട്ടികൾക്ക് കഥ ഇഷ്ടമാണല്ലോ. ഞാൻ കഥ പറഞ്ഞുകൊടുക്കും. അതേ കഥ വായന സാമഗ്രിയായി നല്കും. ഈ രണ്ട് സ്കൂളുകളായിരുന്നു എന്റെ പരീക്ഷണശാല. പഠനം ഫലപ്രദമാക്കാൻ ധാരാളം സാമഗ്രികൾ ഞങ്ങൾ ഉണ്ടാക്കി.

സ്ത്രീകൾക്കിടയിലും ഞാൻ പ്രവർത്തിച്ചിരുന്നു. തൊഴിലാളിവർഗ്ഗ സംഘടനാ പ്രവർത്തനത്തിൽ ധാരാളം സ്ത്രീകൾ ഉണ്ടായിരുന്നു. ഇവരുടെ ജീവിതം വളരെ സങ്കീർണ്ണമായിരുന്നു. സംഘടനാരംഗത്ത് സഖാക്കളായി കാണുന്ന പുരുഷന്മാർ വീട്ടിൽ പരമ്പരാഗത ഭർത്താക്കന്മാർ പെരുമാറുന്നത് പോലെതന്നെയാണ് പെരുമാറിയിരുന്നത്. സ്ത്രീകളുടെ പ്രത്യേകപ്രശ്നങ്ങൾ ഒരിക്കലും ചർച്ച ചെയ്തില്ല. ഈ പ്രശ്നങ്ങൾ ചർച്ച ചെയ്യുമ്പോൾ സംഘടനയിൽ ഒരു പ്രശ്നം ഉണ്ടാവരുത്. അതേസമയം അവരുടെ പ്രശ്നങ്ങൾ ചർച്ച ചെയ്യാതെ മുന്നോട്ടുപോകുന്നതിൽ അർത്ഥമില്ലതാനും. ജീവിത പങ്കാളികളായ യൂണിയൻ സഖാക്കളോട് തുറന്നു സംസാരിക്കാൻ തീരുമാനിച്ചു. രണ്ടുപേർക്കും കൗൺസലിങ് നല്കി. അവരെ ഒന്നിച്ച് ഇരുത്തി പ്രശ്നങ്ങൾ ചർച്ച ചെയ്തു. സ്ത്രീകളെ ദുരിതക്കയത്തിൽനിന്ന് ഒരളവുവരെ കരകയറ്റാൻ ഈ പ്രവർത്തനങ്ങൾക്ക് കഴിഞ്ഞു.

ഞാൻ ഒരു ഓഡിയോ മാഗസിൻ നടത്തിയിരുന്നു. 'മിറ്റാനിൻ കി ആവാസ്' എല്ലാ തിങ്കളാഴ്ചയും ഒരു ഓഡിയോ കാസറ്റ് ഇറക്കും. രണ്ടുപേർ തമ്മിലുള്ള സംഭാഷണ രീതിയിലായിരുന്നു. പലതരം പ്രശ്നങ്ങൾ ഇതിൽ ചർച്ച ചെയ്യാറുണ്ട്. തൊഴിലിടത്തെ പ്രശ്നങ്ങൾ, ഛത്തീസ്ഗഢിലെ രാഷ്ട്രീയം അങ്ങനെ പലതും. കുറച്ച് തമാശയും സംഗീതവും മേമ്പൊടിയായി ഉണ്ടാകും. ഈ കാസറ്റുകൾ വളരെ ജനസമ്മതി നേടിയിരുന്നു. വളരെ ചിട്ടയായ പ്രവർത്തനമായിരുന്നു മിറ്റാനിൻ കി ആവാസിനു വേണ്ടി നടത്തിയിരുന്നത്.

1994 ലാണ് രൂപാന്തർ രജിസ്റ്റർ ചെയ്തത്. റായ്പൂർ ജില്ലയായിരുന്നു പ്രവർത്തന മേഖല. ഏകാംഗ പ്രവർത്തനത്തിൽ കാര്യമില്ല എന്ന തോന്നലിൽനിന്നാണ് സംഘടനാ രൂപത്തെക്കുറിച്ച് ചിന്തിച്ചത്. ഒരു രാഷ്ട്രീയ സംഘടന രൂപീകരിക്കുന്നതിന് ചില പരിമിതികൾ ഉണ്ടായിരുന്നു. ആ പരിമിതികൾ മറികടക്കുക എന്നത് രൂപാന്തറിന്റെ ലക്ഷ്യമായിരുന്നു. എന്നാൽ രാഷ്ട്രീയ പശ്ചാത്തലം ഏതൊരു സംഘടനയ്ക്കും അവശ്യം വേണ്ടുന്ന ഘടകമായിരുന്നു. സ്ത്രീപക്ഷ സംഘടന എന്നു പറഞ്ഞാൽ ജനങ്ങളിൽനിന്ന് വേണ്ടത്ര അംഗീകാരം കിട്ടില്ല. അങ്ങനെയാണ് രൂപാ

ന്തർ രൂപീകരിച്ചത്.

ഛത്തീസ്ഗഢിലെ രാഷ്ട്രീയ പശ്ചാത്തലം പറയാതെ രൂപാന്തറിന്റെ രൂപീകരണത്തെക്കുറിച്ച് പറയാൻ കഴിയില്ല. ലാഡ്‌ലി മോഹൻ നിഗമിന്റെ നേതൃത്വത്തിൽ പ്രജാ സോഷ്യലിസ്റ്റ് പാർട്ടി മഹാനദി പ്രോജക്ടിന് എതിരായി പ്രക്ഷോഭങ്ങൾ നടത്തിയിരുന്നു. മഹാനദിയിലെ അണക്കെട്ടുകൾ നിരവധി ആളുകളെ ഭവനരഹിതരാക്കി. വളരെ കുറച്ച് നഷ്ടപരിഹാരതുക മാത്രമേ അവർക്ക് കിട്ടിയുള്ളൂ. വിസ്ഥാപിതർക്കായി പി എസ് പി വനഭൂമിയിൽ 18 ഗ്രാമങ്ങൾ ഉണ്ടാക്കി. വനംവകുപ്പ് ഇവരെ വേട്ടയാടി. ചിലർ 40 തവണ ജയിൽ ശിക്ഷ അനുഭവിച്ചു. ഈ ഗ്രാമങ്ങളിൽനിന്ന് പ്രവർത്തകർ റായ്പൂരിലേക്ക് ഭൂമി അവകാശത്തിനുവേണ്ടി ജാഥ നയിച്ചു. ഭൂ അവകാശം മാത്രം പോര; വൈദ്യുതി വേണം. സ്കൂൾ വേണം. ഞങ്ങൾ ഈ പ്രസ്ഥാനവുമായി യോജിച്ച് പ്രവർത്തിച്ചിരുന്നു. സാമൂഹ്യനിർമ്മിതി സംഘമായിരുന്നു അത്.

ശങ്കർഗുഹ നിയോഗി മുന്നോട്ടുവച്ച മുദ്രാവാക്യം പോരാടുക, നിർമ്മിക്കുക എന്നതായിരുന്നു ഈ മുദ്രാവാക്യം തീർച്ചയായും ഞങ്ങളെ സ്വാധീനിച്ചിട്ടുണ്ട്.

വിദ്യാഭ്യാസരംഗത്തെ പരിതാവസ്ഥ നേരത്തെ പറഞ്ഞല്ലോ. രൂപാന്തറിലൂടെ ഈ രംഗത്ത് മാറ്റം കൊണ്ടുവരാൻ ഞങ്ങൾ ശ്രമിച്ചു. ചെറിയ വിദ്യാഭ്യാസ കേന്ദ്രങ്ങൾ ഞങ്ങൾ ആരംഭിച്ചു. ഔപചാരിക സ്കൂൾ അല്ല. ശിശുകേന്ദ്രീകൃത വിദ്യാഭ്യാസ രീതിയായിരുന്നു അവലംബിച്ചിരുന്നത്. കുട്ടികൾക്ക് വലിയ ഇഷ്ടമായിരുന്നു. അവർക്ക് പരമ്പരാഗതമായി ലഭിച്ച പല അറിവുകളും ഉണ്ട്. നമുക്കറിയാത്ത പലതും അവർക്കറിയാം. ഇതേ സമയത്ത് തന്നെ ബിനായക് മൂന്ന് ഗ്രാമങ്ങളിലായി ക്ലിനിക്കുകൾ സ്ഥാപിച്ചു. അവിടെ ഊഴമിട്ട് രോഗികളെ പരിശോധിച്ചു.

ബഗ്രംനാല ഗ്രാമത്തിലെ സർപഞ്ച് ഒരു സ്ത്രീ ആയിരുന്നു. അവർ ക്ലിനിക് തുടങ്ങാൻ സ്ഥലം നല്കി. അവർ രൂപാന്തറിലെ പ്രവർത്തകയായിരുന്നു. 1990 കളിൽ ഛത്തീസ്ഗഢിൽ മലേറിയയും ക്ഷയവും പടർന്നുപിടിച്ചു. സമൂഹത്തിൽ ഇറങ്ങി പ്രവർത്തിക്കുന്ന പ്രവർത്തകരെ പരിശീലിപ്പിക്കേണ്ടത് അത്യാവശ്യമായി. ജനങ്ങൾക്കിടയിൽ ബോധ

വല്ക്കരണം നടത്തുക, പരിസര ശുചീകരണത്തിന്റെ ആവശ്യകത ബോദ്ധ്യപ്പെടുത്തുക എന്നതെല്ലാം സാദ്ധ്യമാകണമെങ്കിൽ ഒരു സംഘം പ്രവർത്തകർ കൂടെ വേണം. സർക്കാരിന് അതിനു സംവിധാനം ഉണ്ടായിരുന്നില്ല. ഞങ്ങൾ ആരോഗ്യപ്രവർത്തകരെ പരിശീലിപ്പിച്ചു. ഗ്രാമങ്ങളിൽ ബോധവല്ക്കരണം നടത്തുന്നതിനായി അയച്ചു.

ഇന്ത്യയുടെ നെല്ലറയായിട്ടാണ് ഛത്തീസ്ഗഢ് അറിയപ്പെടുന്നത്. ഇവിടെ പലതരം നെൽവിത്തിനങ്ങൾ ഉണ്ട്. ഞങ്ങൾ അതെല്ലാം കണ്ടെത്തി രേഖപ്പെടുത്തി സൂക്ഷിച്ചു. അവ സംരക്ഷിക്കാനുള്ള പ്രവർത്തനങ്ങളിൽ ഏർപ്പെട്ടു. 'നവധാന്യ'. സ്ത്രീകളുടെ സംഘങ്ങൾ ഉണ്ടാക്കി. അവയിലൂടെ തനത് ജനുസ്സിലെ അരികൾ വില്പനയ്ക്ക് ശ്രമിച്ചു.

അപ്പോഴാണ് നിയോഗിയുടെ മരണം. (1991 ൽ സെപ്തംബർ 28നു നിയോഗി വേടിയേറ്റു മരിച്ചു. യൂണിയൻ ഓഫീസിൽ ഉറങ്ങി കിടക്കുമ്പോഴാണ് അദ്ദേഹം കൊല്ലപ്പെട്ടത്. അസാധാരണ വ്യക്തിത്വമായിരുന്നു നിയോഗിയുടേത്. ഭീലായ് സ്റ്റീൽ പ്ലാന്റിൽ കെമിക്കൽ എഞ്ചിനീയറായിരുന്ന നിയോഗി അത് ഉപേക്ഷിച്ചാണ് തൊഴിലാളി സംഘടനാ നേതൃത്വത്തിലേക്ക് വന്നത്. ബിനായക്കിന്റെ ഭാഷയിൽ പറഞ്ഞാൽ ആദർശങ്ങൾ മുറുകെ പിടിച്ചിരുന്ന നിർഭയനും സത്യസന്ധനുമായ നേതാവ്) പിന്നീട് ബി ജെ പി സർക്കാർ നിലവിൽ വന്നു. തുടർന്ന് ഇരുണ്ട നാളുകളായിരുന്നു. (കമ്പോളവല്ക്കരണം, കോർപ്പറേറ്റുകളുടെ കടന്നുവരവ് ഇവയെല്ലാം സംസ്ഥാനത്തിലെ രാഷ്ട്രീയ കാലാവസ്ഥ കലുഷിതമാക്കി. കോർപ്പറേറ്റുകൾ ഭൂമി സ്വന്തമാക്കിത്തുടങ്ങിയതോടെ ആദിവാസികളെ വനംമേഖലയിൽനിന്ന് ഒഴിവാക്കിത്തുടങ്ങി. മനുഷ്യാവകാശ ലംഘനം. പതിവായി. മാവോയിസ്റ്റ് അക്രമങ്ങൾ നേരിടാനെന്ന പേരിൽ സർക്കാർ പിന്തുണയ്ക്കുന്ന അക്രമി സംഘമായ സാൽവാജുദും രൂപീകരിക്കപ്പെട്ടു.

സർക്കാർ രൂപീകരിച്ചതാണ് സാൽവാ ജുദും. അതിനെ ഉപയോഗിച്ച് സർക്കാർ ഞങ്ങളെ വേട്ടയാടാൻ തുടങ്ങി.

ഛത്തീസ്ഗഢിലെ രാഷ്ട്രീയ കാലാവസ്ഥയിൽ പ്രവർത്തനങ്ങൾ അസാദ്ധ്യമായി വരികയാണെന്ന് ഞാനും ബിനായക്കും തിരിച്ചറിഞ്ഞ നാളുകൾ ആയിരുന്നു. അതോടൊപ്പം എന്റെ ഗവേഷണത്തെ സിദ്ധാന്തവുമായി ബന്ധിപ്പിച്ച് പുസ്തകരചനയിലേക്ക് കടക്കേണ്ട സമയവുമായി. ഭരണകൂടത്തിന്റെ അടിച്ചമർത്തൽ നയങ്ങൾക്കു കീഴിൽ ജീവിക്കുക അസാദ്ധ്യമെന്ന തോന്നലും ശക്തമായി.

2002 ലാണ് വാർദ്ധയിലെ മഹാത്മാഗാന്ധി അന്താരാഷ്ട്രീയ വിശ്വവിദ്യാലയം ആരംഭിച്ചത്. 2003 – 2005 ആയിരുന്നു ആദ്യ ബാച്ച്. 2006 ൽ സ്ഥിരം അദ്ധ്യാപകരെ ക്ഷണിച്ചുകൊണ്ടുള്ള വിജ്ഞാപനം വന്നു. പ്രശസ്ത സ്ത്രീപക്ഷ ചരിത്രകാരിയായ ഉമാ ചക്രവർത്തിയായിരുന്നു സ്ത്രീപഠനത്തിന്റെ ചുമതല. എനിക്ക് ഓഫർ വന്നു. ഞാനത് സ്വീകരിച്ചു.

വാർദ്ധ റായ്പൂരിൽനിന്നും ഏറെ അകലെയല്ലാത്തതുകൊണ്ട് ശനിയും ഞായറും റായ്പൂരിൽ പോകും. ബിനായക് ജയിലിൽ ആയപ്പോഴും ഇതുതന്നെയായിരുന്നു പതിവ്. എല്ലാ ആഴ്ചയും റായ്പൂരിൽ പോയി കേസിന്റെ പുരോഗതിക്കായി ആളുകളെ കാണും. ബിനായക്കിനെ ജയിലിൽ പോയി കാണും. തിരക്കേറിയ ആ ദിവസങ്ങളിൽ എന്റെ പുസ്തകരചന തുടരാൻ കഴിഞ്ഞില്ല. ബിനായക്കിന്റെ വിമോചനവുമായി ബന്ധപ്പെട്ട് ധാരാളം യാത്ര ചെയ്യേണ്ടി വന്നു.

അപ്പോൾ തന്നെയാണ് ക്യാൻസർ എന്നെ പിടികൂടിയിട്ടുണ്ടെന്ന് തിരിച്ചറിഞ്ഞതും. എനിക്ക് എപ്പോഴും ക്ഷീണം തോന്നിയിരുന്നു. ഒരുപാട് യാത്ര ചെയ്യേണ്ടിവന്നതുകൊണ്ടാവാം എന്നു കരുതി. ക്യാൻസർ ആണെന്നറിഞ്ഞപ്പോൾ ഒരു ഷോക്ക് ആയിരുന്നു. എന്ത് ചികിത്സ സ്വീകരിക്കണം എന്നും അറിയില്ലായിരുന്നു. ശാരീരികമായി നല്ല ബുദ്ധിമുട്ടുകൾ ഉണ്ടായിരുന്നു. ഒരുപാട് പേർ സഹായിച്ചു. മകൾ പ്രണിത ബോംബെയിലെ പഠനം കഴിഞ്ഞ് എന്റെ കൂടെയുണ്ടായിരുന്നു.

ബിനായക് എന്റെ സ്വാതന്ത്ര്യത്തെ തടഞ്ഞിട്ടില്ല. അത്രതന്നെ സ്വാതന്ത്ര്യം അദ്ദേഹവും എടുത്തു. വീട്ടച്ഛനായി വീട്ടിലെ കാര്യങ്ങൾ നോക്കാൻ ബിനായക്കിനെ കിട്ടാറില്ല. എന്റെ അച്ഛൻ ചെയ്തതുപോലെ വീടിനെ പിൻതുണയ്ക്കാമെന്ന തീരുമാനമൊന്നും ബിനായക് ഒരിക്കലും എടുക്കില്ല. അദ്ദേഹം ഒരുപൊതുപ്രവർത്തകനാണ്. കുടുംബസ്ഥൻ അല്ല. വിശാല മനഃസ്ഥിതിയുള്ള ഒരു വ്യക്തിയാണ് ബിനായക്. ഒട്ടും തന്നെ അധികാരപ്രയോഗമില്ല. എന്നെ നന്നായി മനസ്സിലാക്കാൻ കഴിയും. ബിനായക് സുന്ദരനാണ്. തുടക്കകാലത്ത് ഇതൊക്കെ എന്നെ ആകർഷിച്ചിരിക്കാം. അദ്ദേഹത്തിന്റെ കൂടെ ജീവിക്കുമ്പോൾ എനിക്ക് വേണ്ടത്ര സ്പേസ് കിട്ടാറുണ്ട്. അതാണ് പ്രധാനം.

ജീവിതത്തിലെ അസുലഭ നിമിഷങ്ങൾ നിരവധിയാണ്. മകൾ ജീവിതത്തിലേക്ക് കടന്നുവന്നപ്പോൾ; പ്രസ്ഥാനം വളരെ നന്നായി നടന്നിരുന്നപ്പോൾ, ബിനായക് ജയിൽ വിമോചിതനായപ്പോൾ... അന്ന് ബിനായക്കിന്റെ അമ്മയും ഞങ്ങളോടൊപ്പം ഉണ്ടായിരുന്നു. 2010 ലായിരുന്നു അത്. അദ്ദേഹത്തിനു ജാമ്യം കിട്ടില്ല, ജീവപര്യന്തമാണ് എന്നായിരുന്നു ആദ്യത്തെ ധാരണ. ബിനായക്കുമായി ഒരു കുടുംബജീവിതം ഒരിക്കലും ഉണ്ടാവില്ല എന്നു കരുതി. ജാമ്യം കിട്ടിയപ്പോൾ വലിയ സന്തോഷമായി. ഒരുപാട് പത്രപ്രവർത്തകർ സഹായിക്കാൻ കൂടെയുണ്ടായിരുന്നു. പക്ഷേ, എന്റെ മനസ്സുനിറയെ ആശങ്കകളായിരുന്നു. അദ്ദേഹത്തിനെതിരെ ഒരു തെളിവും ഇല്ലായിരുന്നു. ഭരണകൂടം വിചാരിച്ചാൽ എന്തും നടക്കും. ഒരു ജനാധിപത്യ രാജ്യത്ത് ഇത് സാദ്ധ്യമാണോ എന്ന് നാം അത്ഭുതപ്പെടും.

ഞങ്ങൾക്ക് രണ്ട് കുട്ടികളാണ്. പ്രണിതയാണ് മൂത്തത്. അവൾ ബിരുദത്തിനു ശേഷം ബി എഫ് എ ചെയ്തു. ഛത്തീസ്ഗഢിലെ ഇന്ദിര കലാ സംഗീത വിശ്വവിദ്യാലയത്തിലാണ് പഠിച്ചത്. ബോംബെയിലെ സെന്റ് സേവിയേഴ്സ് കോളേജിൽ ഫിലിം നിർമ്മാണം പഠിച്ചു. ചെന്നെ

യിലെ രാജീവ് മേനോന്റെ സ്ഥാപനത്തിൽ ചേർന്ന് സിനിമോട്ടോഗ്രഫി പഠിച്ചു. *ദി ഗേൾ ഇൻ യെല്ലോ വുഡ്* എന്ന സിനിമയിൽ സഹ സംവിധായികയായി പ്രവർത്തിച്ചു. രണ്ടാമത്തെ മകൾ അപരാജിത ബോംബെയിലെ സോഫിയ കോളേജിൽ ചരിത്രം പഠിക്കുന്നു.

(ഡോ. ഇലീന സെന്നും ഡോ. ബിനായക് സെന്നും ഞങ്ങളുടെ സുഹൃത്തുക്കളാണ്. ബിനായക് ഞങ്ങളുടെ ഗ്രാമത്തിലെ വീട്ടിൽ താമസിച്ചിട്ടുണ്ട്. തൃശ്ശൂർ ജില്ലയിലെ വെസ്റ്റ് കൊരട്ടിയിൽ. അവിടെയുള്ള കനിവ് ചാരിറ്റബിൾ സൊസൈറ്റി ഉദ്ഘാടനം ചെയ്തത് അദ്ദേഹമാണ്. വാർദ്ധയിലെ വീട്ടിൽ ഞാനും എന്റെ മകൾ അനശ്വരയും പോയിട്ടുണ്ട്. പ്രണിതയെ രണ്ടുവട്ടം കണ്ടിട്ടുണ്ട്. ഒരിക്കൽപ്പോലും ഈ കുട്ടികൾ ദത്തെടുക്കപ്പെട്ട കുട്ടികളാണ് എന്ന് ഞങ്ങൾക്ക് തോന്നിയിട്ടില്ല.)

എന്താണ് സ്വന്തം? തങ്ങളുടെ ബീജത്തിൽനിന്നും തന്നെ കുഞ്ഞു വേണമെന്നത് ഒരു പുരുഷാധിപത്യചിന്തയാണ്. നിങ്ങൾ സ്നേഹിക്കുകയാണെങ്കിൽ ഇത്തരം ചോദ്യങ്ങൾക്കൊന്നും പിന്നെ പ്രസക്തിയില്ല." സുബാൻ ബുക്സിനു വേണ്ടി മൗൻശ്രി മോഹനുമായി നടത്തിയ മറ്റൊരു അഭിമുഖത്തിൽ ഡോ. ഇലീന പറയുന്നു.

"ഞാൻ എന്ന ഇലീന സെന്നിനെ രൂപപ്പെടുത്തുന്നതിൽ സ്കൂൾ ജീവിതം വഹിച്ച പങ്ക് ചെറുതല്ല. സ്കൂളിൽ വടക്കു കിഴക്കൻ സംസ്ഥാനങ്ങളിൽ നിന്നുള്ള ധാരാളം പേർ പഠിച്ചിരുന്നു. ബഹുസ്വരത അതിന്റെ മുഖമുദ്രയായിരുന്നു. വടക്കു കിഴക്കൻ സംസ്ഥാനങ്ങൾ നേരിടുന്ന വംശീയ പ്രശ്നങ്ങൾ നേരിട്ടറിയാൻ അതെന്നെ സഹായിച്ചു.

ഒരു സ്ത്രീയെന്ന നിലയിൽ വ്യക്തിപരമായി എനിക്ക് വിവേചനം അനുഭവപ്പെട്ടില്ലെങ്കിലും നമുക്കു ചുറ്റും സ്ത്രീകൾ ചൂഷണം ചെയ്യപ്പെടുന്നത് നാം കാണുകയാണ്. നമ്മൾ നിലനില്ക്കുന്ന വ്യവസ്ഥയെ ചോദ്യം ചെയ്യണം, മാറ്റത്തിനായി സമൂഹത്തിൽ സമ്മർദ്ദം ചെലുത്തണം. അക്കാദമീഷ്യന്മാരിൽ പലരും ഒട്ടുംതന്നെ സ്ത്രീപക്ഷ ചിന്താഗതിക്കാരല്ല. ജെന്ററേർഡ് ആയി കാര്യങ്ങൾ കാണാൻ അവർക്കറിയില്ല. അതുകൊണ്ട് പ്രത്യേക വിഭാഗമായി സ്ത്രീഘടന വരണം. അങ്ങനെ പ്രത്യേക വിഭാഗമായി വരുമ്പോൾ അത് സ്ഥാപനവല്ക്കരിക്കപ്പെടും എന്ന പ്രശ്നവും ഉണ്ട്. നമുക്ക് വിദ്യാർത്ഥികളോട് പ്രശ്നങ്ങളെക്കുറിച്ച് സംസാരിക്കാം. പക്ഷേ, അവർക്ക് പ്രശ്നങ്ങൾ പരിചിതമല്ല. എന്റെ വിദ്യാർത്ഥികളിൽ ഒന്നുരണ്ട് പേരെങ്കിലും ഇത്തരം പ്രസ്ഥാനങ്ങളുമായി ബന്ധപ്പെട്ട് പ്രവർത്തിക്കുന്നുണ്ട്.

"ഛത്തീസ്ഗഡിൽ സ്ത്രീകളെ ദുർമ്മന്ത്രവാദിനികളാക്കി ചിത്രീകരിച്ച് വീട്ടിൽനിന്നും പുറത്താക്കാറുണ്ട്. പണ്ട് കുട്ടികൾക്ക് രോഗം വന്നാലാണ് ഇങ്ങനെ സ്ത്രീകളെ പുറത്താക്കിയിരുന്നത്. ഇന്ന് പ്രശ്നം കുറച്ചുകൂടി സങ്കീർണ്ണമാണ്. വിധവകളെ അവരുടെ സ്വത്ത് തട്ടിയെടുക്കാനായി ദുർമ്മന്ത്രവാദിനി എന്ന് മുദ്രകുത്തി അവരെ പുറത്താക്കുന്നു. വിധവകളെ അവർ വല്ലാതെ പീഡിപ്പിക്കും തല്ലും തലമുണ്ഡനം ചെയ്യും,

യോനിയിൽ മുളക് തേയ്ക്കും. നിയമം മൂലം ഇതെല്ലാം നിരോധിച്ചിട്ടുണ്ട്. എന്നാലും കേസുകൾ വന്നുകൊണ്ടേയിരിക്കുന്നു. ഛത്തീസ്ഗഢിലെ സ്ത്രീകൾ പൊതുവെ ശക്തരാണ്. പക്ഷേ, രാഷ്ട്രീയമായി അവരിന്നും മുന്നിലല്ല. സംഘടനകളിലെല്ലാം പുരുഷ മേധാവിത്തം നിലനില്ക്കുന്നു. പുരുഷൻ ശക്തനാണെങ്കിൽ അവർ ബഹുമാനിക്കും. പുരുഷൻ ആ ശക്തി തെറ്റായി വിനിയോഗിക്കും എന്നവർ കരുതുന്നില്ല. അതേസമയം സ്ത്രീ ശക്തയാണെങ്കിൽ അവർക്ക് ഭയമാണ്. അത് തെറ്റായ രീതിയിൽ ഉപയോഗിക്കും എന്നവർ വിശ്വസിക്കുന്നു."

ഇലീനയുടെ പുസ്തകമായ *A Space with in the struggle* എന്ന പുസ്തകത്തിൽ ഓരോ സാമൂഹ്യപ്രസ്ഥാനത്തിലും നിലനില്ക്കുന്ന പുരുഷമേധാവിത്ത പ്രവണതകളെ സ്ത്രീകൾ എങ്ങനെയൊക്കെ ചോദ്യം ചെയ്തുവെന്നും അവയിലൂടെ സ്ത്രീ നേതൃത്വത്തിൽ പുതിയ പ്രസ്ഥാനങ്ങൾ എങ്ങനെ ഉരുവം കൊണ്ടു എന്നും വിവരിക്കുന്നു.

ജീവിതത്തെ രണ്ടു ഘട്ടങ്ങളായി കാണാനാണ് ഇലീനയ്ക്ക് ഇഷ്ടം. 2005 ന് മുൻപും 2005 ന് ശേഷവും. മുഴുവൻ സമയ സാമൂഹ്യപ്രവർത്തകയുടെ റോളിൽനിന്ന് ഇന്ന് എത്തിനില്ക്കുന്ന അക്കാദമിഷ്യന്റെയും എഴുത്തുകാരിയുടെയും റോൾ. "ഇവ പരസ്പരപൂരകമാണ്. ആരോഗ്യപരമായ കാരണങ്ങളാൽ പണ്ടത്തെപ്പോലെ ഇറങ്ങി പ്രവർത്തിക്കുന്നില്ല എന്നേയുള്ളൂ. ഛത്തീസ്ഗഢിലെ ഖനിത്തൊഴിലാളി സ്ത്രീകളുമായി നല്ല ബന്ധമാണ്. അവരുടെ പ്രവർത്തനങ്ങൾ ശ്രദ്ധിക്കാറുണ്ട്. പുസ്തക രചനയുമായി ബന്ധപ്പെട്ട് ധാരാളം എഴുതാനും വായിക്കാനും സമയം കണ്ടെത്തേണ്ടതുണ്ട്." അവർ പറഞ്ഞു നിർത്തി.

രോഗത്തിന് തളർത്താൻ കഴിയാത്ത ഉല്ലാസം, പ്രതികൂല സാഹചര്യങ്ങൾക്ക് അടിമപ്പെടുത്താൻ കഴിയാത്ത സാമൂഹ്യപ്രതിബദ്ധത. സദാ ജാഗരൂകം. അക്കാദമികതയിൽ ഒതുക്കി കളയാൻ കഴിയാത്ത സർഗ്ഗാത്മകത. സദാ കർമ്മനിരതം. ഞങ്ങളുടെ ചങ്ങാതി ഇലീന...

നിരവധി വർഷങ്ങളായി തുടർന്നുവന്ന കാൻസറിനോട് ഉള്ള പോരാട്ടത്തിനൊടുവിൽ 2020 ആഗസ്റ്റ് 9 ന് തന്റെ 69-ാം വയസ്സിൽ ഇലീന നമ്മോട് വിട പറഞ്ഞു.

സുധ സുന്ദരരാമൻ
അറിവാകാശത്തിലെ ചെന്താരകം

തരക്കേടില്ലാത്ത സാമ്പത്തിക ഭദ്രത ഉള്ള ഒരു കുടുംബത്തിൽ പിറന്നു. സ്വച്ഛന്ദമായ ജീവിതത്തിന് യാതൊരു തടസ്സവും ഇല്ലാത്ത അന്തരീക്ഷത്തിൽ വളർന്നു. പഠിച്ചുപഠിച്ച് ഒരു വിദേശ സർവ്വകലാശാലയിൽ നിന്ന് പി എച്ച് ഡിയൊക്കെ എടുത്ത് ഇവിടെ ഏതെങ്കിലും നല്ല സ്ഥാപനത്തിൽ ജോലിചെയ്ത്... അങ്ങനെ ഒരു ബുദ്ധിജീവിതം നയിക്കാനുള്ള സാദ്ധ്യത ധാരാളം. പക്ഷേ, സുധാ സുന്ദർരാമൻ ജന്മനാ അസ്വസ്ഥയായിരുന്നു. വളർന്നുവന്നപ്പോൾ അസ്വസ്ഥത പ്രത്യയശാസ്ത്രപരമായി. ചുറ്റുപാടും നടമാടുന്ന കൊടിയ അസമത-ലിംഗപരവും സാമ്പത്തികവുമായ അസമത- അവരെ അലട്ടി. ഈ അലട്ടൽ അവരെ ഇടതുപക്ഷത്തേക്ക് ഉപനയിച്ചു. അവർ ആദ്യം എസ് എഫ് ഐയുടെയും പിന്നീട് കമ്യൂണിസ്റ്റ് പാർട്ടി ഓഫ് ഇന്ത്യ (മാർക്സിസ്റ്റ്) യുടെയും സജീവ പ്രവർത്തകയായി. അസമതയ്ക്കും ചൂഷണത്തിനുമെതിരെ നിരന്തരം കലഹിച്ചുകൊണ്ട് സുധ സുന്ദർരാമൻ നമ്മിൽ ഒരാളായി നമ്മോടൊപ്പം ജീവിക്കുന്നു. രാഷ്ട്രീയ താരപ്രഭ ഒട്ടുമില്ലാതെ.

നവംബറിലെ ഒരു തണുത്തപ്രഭാതത്തിലാണ് ഞങ്ങൾ സുധ സുന്ദരരാമനെ കാണാൻ ഇറങ്ങിയത്. നേരത്തേ ഞങ്ങൾ തമ്മിൽ പരിചയമുണ്ടായിരുന്നു. ശാസ്ത്രസാഹിത്യ പരിഷത്തിന്റെ സംസ്ഥാന വാർഷികം

തൃശൂരിൽ നടക്കുന്ന അവസരത്തിൽ സുധ സുന്ദരരാമൻ അവിടെ വരികയും തേക്കിൻകാട് മൈതാനത്തെ ആവേശഭരിതമാക്കിയ ഒരു ഉജ്ജ്വല പ്രസംഗം നടത്തുകയും ചെയ്തിരുന്നു. അന്ന് അതിന്റെ സംഘാടകരിൽ ഒരാളെന്ന നിലയിൽ അടുത്ത് പരിചയപ്പെട്ടിരുന്നു.

ദ്വാരകയിലേക്കുള്ള മെട്രോയിൽ കയറി ശാദീപൂരിലിൽ ഇറങ്ങി. എഴുന്നേറ്റു നില്ക്കാൻ കെല്പില്ലാത്ത ഒരു കൂട്ടം സൈക്കിൾ റിക്ഷക്കാർ യാത്രികരെ കാത്ത് സ്റ്റേഷനു പുറത്ത് നില്പുണ്ടായിരുന്നു. മനസ്സില്ലാമനസ്സോടെയാണ് അവയിലൊന്നിൽ കയറിയത്. അഖിലേന്ത്യാ ജനാധിപത്യ മഹിളാ അസോസിയേഷ(AIDWA)ന്റെ ഓഫീസിൽ ഞങ്ങളെ കാത്ത് സുധ സുന്ദരരാമൻ ഇരിക്കുന്നുണ്ടായിരുന്നു.

സുധ ഓർമ്മച്ചെപ്പ് തുറന്നു പറഞ്ഞു തുടങ്ങി. “ജനിച്ചത് തമിഴ്നാട്ടിലാണെങ്കിലും വളർന്നത് ബീഹാറിലായിരുന്നു. ഇന്ന് ജാർഖണ്ഡിൽ ഉൾപ്പെടുന്ന ജംഷഡ്പൂരിലായിരുന്നു. ടാറ്റാ അയേൺ സ്റ്റീൽ കമ്പനിയിലെ ഉദ്യോഗസ്ഥനായിരുന്നു അപ്പ. അമ്മ വളരെ ചുറുചുറുക്കുള്ള ഒരു സ്ത്രീയായിരുന്നു. അക്കാലത്താണ് ദക്ഷിണ ഭാരത് മഹിളാ സമാജ് എന്നൊരു സംഘടന ദക്ഷിണേന്ത്യയിൽനിന്ന് കുടിയേറിയ കുട്ടികൾക്കായി സ്കൂൾ സ്ഥാപിച്ചത്. പിന്നീടത് വിപുലപ്പെടുത്തി എല്ലാ കുട്ടികൾക്കും പ്രവേശനം നല്കി. അതിന്റെ പ്രധാന സംഘാടകരിൽ ഒരാളായിരുന്നു അമ്മ. പ്രതിഫലം പറ്റാതെയുള്ള സാമൂഹ്യ സേവനമായിരുന്നു ഈ പ്രവർത്തനങ്ങൾ. അന്ന് തന്നെ ഇത്തരം പ്രവർത്തനങ്ങളിൽ എനിക്ക് താല്പര്യമുണ്ടായിരുന്നു. സമൂഹത്തിനു വേണ്ടി എന്തെങ്കിലും ചെയ്യണമെന്ന് കഠിനമായി ആഗ്രഹിച്ചിരുന്നു. അമ്മയുടെയും അച്ഛന്റെയും മൂന്നു മക്കളിൽ മൂത്ത മകളാണ് ഞാൻ. താഴെ നാലും അഞ്ചും വയസ്സു ഇളപ്പമുള്ള രണ്ട് അനിയന്മാർ.

അപ്പ കഠിനാദ്ധ്വനിയായിരുന്നു. രാത്രി വളരെ വൈകിയാണ് വീട്ടിലെത്തുക. അമ്മയാകട്ടെ, സാമൂഹ്യസേവനരംഗത്ത് പ്രവർത്തിക്കും. അനിയന്മാരെ നയിക്കേണ്ട ചുമതല മിക്കവാറും എനിക്കായിരുന്നു. സ്കൂൾ പഠനം ഒരുകോൺവെന്റ് സ്കൂളിലായിരുന്നു. അന്നൊന്നും ഒരു രാഷ്ട്രീയബന്ധവും ഉണ്ടായിരുന്നില്ല.

അമ്മയേയും അച്ഛനേയും വിട്ട് ചെന്നൈയിലെ എത്തിരാജ് കോളേജിൽ പഠിക്കുന്ന കാലം. ഹോസ്റ്റലിൽ ആയിരുന്നു താമസം. അക്കാലത്താണ് എനിക്ക് സത്യത്തിൽ രാഷ്ട്രീയാവബോധം ഉണ്ടാകുന്നത്. സമൂഹത്തെപ്പറ്റി ഒരു വിശാല കാഴ്ചപ്പാട്. ജംഷഡ് പൂരിലാകുമ്പോൾ ധാരാളം സാമൂഹ്യസേവനം ചെയ്തിരുന്നു. അന്ന് അവിടെ ഭാനുമതി നീലകണ്ഠൻ എന്ന സാമൂഹ്യപ്രവർത്തക വളരെ സജീവമായിരുന്നു. അവരുടെ പ്രവർത്തനങ്ങൾ എന്നെ ഏറെ സ്വാധീനിച്ചിരുന്നു. ആ പ്രവർത്തനങ്ങളിൽ പങ്കെടുക്കുമ്പോൾ ചില പ്രശ്നങ്ങൾ കേട്ടിട്ടുണ്ട്. ഇതെന്താ ഇങ്ങനെ, അതെന്താ അങ്ങനെ എന്നൊക്കെ ആകാംക്ഷയോടെ ചോദിക്കാറുണ്ട്. പക്ഷേ, ഒരു രാഷ്ട്രീയവീക്ഷണം രൂപപ്പെട്ടത് കോളേജിൽ എത്തിയതിനുശേഷമാണ്.

സ്കൂളിൽ പഠിക്കുന്ന കാലത്തുതന്നെ ഞാൻ കലാപ്രവർത്തനങ്ങളിലൊക്കെ സജീവമായി പങ്കെടുത്തിരുന്നു. സേക്രട്ട് ഹാർട്ട് കോൺവെന്റിലായിരുന്നു പഠനം. സ്കൂളിൽ നിറയെ കലാപ്രവർത്തനം നടന്നിരുന്നു. മുൻതലമുറയിൽനിന്നും വ്യത്യസ്തമായി ധാരാളം അവസരങ്ങൾ കിട്ടിയിരുന്നു. പണ്ട് മദ്ധ്യവർഗ്ഗ കുടുംബങ്ങളിലെ കുട്ടികളെ പാട്ട് പഠിക്കാനോ കായിക മത്സരങ്ങൾക്കോ പറഞ്ഞയക്കാറില്ല. പക്ഷേ, ഞാൻ പാട്ടും ഗിത്താറും പഠിച്ചിട്ടുണ്ട്. നൃത്തം പഠിച്ചിട്ടുണ്ട്. ഉപകരണസംഗീത സംഘത്തിൽ പങ്കെടുത്തിട്ടുണ്ട്. നാടകത്തിൽ അഭിനയിച്ചിട്ടുണ്ട്. ലോകവീക്ഷണത്തിലെ വിശാലത രൂപപ്പെടുത്താൻ ഇവയെല്ലാം എന്നെ സഹായിച്ചിട്ടുണ്ട്. എല്ലാവരേയും ഏകോപിപ്പിക്കാൻ എനിക്ക് അവസരം കിട്ടി. വിദ്യാലയത്തിലെ വിടവാങ്ങൽ വിരുന്നുപോലുള്ള സന്ദർഭങ്ങളിൽ പ്രത്യേകിച്ചും. ഇപ്പോൾ തിരിഞ്ഞുനോക്കുമ്പോൾ അതെല്ലാം ഞാൻ എത്ര താല്പര്യത്തോടെയാണ് ചെയ്തിരുന്നത് എന്ന് മനസ്സിലാകുന്നു. ആരെ വിളിക്കണം, എങ്ങനെ നടത്തണം ഇതെല്ലാം മുൻകൂട്ടി ആസൂത്രണം ചെയ്തിരുന്നു. അതൊക്കെ എന്റെ രാഷ്ട്രീയപ്രവർത്തനത്തിനുള്ള ആദ്യ പാഠങ്ങളായിരുന്നു."

എത്തിരാജ് കോളേജിൽനിന്ന് ഇംഗ്ലീഷ് സാഹിത്യത്തിൽ ബിരുദവും ബിരുദാനന്തരബിരുദവും നേടി. മദ്രാസ് ക്രിസ്ത്യൻ കോളേജിൽനിന്ന് ഇംഗ്ലീഷ് ഭാഷാപഠനവും ഭാഷാ ശാസ്ത്രവും എന്ന വിഷയത്തിൽ എംഫിലും നേടി.

"എത്തിരാജ് കോളേജ് പഠനം എന്റെ ജീവിതത്തിൽ വലിയ മാറ്റം ഉണ്ടാക്കി. രണ്ടാം വർഷത്തിൽ ലിറ്റററി സൊസൈറ്റിയുടെ മാഗസിൻ എഡിറ്ററായി. മൂന്നാം വർഷത്തിൽ യൂണിയൻ സെക്രട്ടറിയായി. അപ്പോഴേക്കും എസ് എഫ് ഐയുമായി ബന്ധപ്പെട്ട് പ്രവർത്തിച്ചിരുന്നു. അന്ന് യൂണിവേഴ്സിറ്റിയിലെ അദ്ധ്യാപകർ ശമ്പള പരിഷ്കരണത്തിനായി ഒരു സമരത്തിൽ ഏർപ്പെട്ടിരുന്നു. ആ സമരത്തിൽ അദ്ധ്യാപകരെ പിന്തുണച്ചുകൊണ്ട് വിദ്യാർത്ഥികളും പങ്കെടുത്തിരുന്നു. ഇന്ത്യ മാനവർസംഘം (എസ് എഫ് ഐ) അതിൽ പ്രധാന പങ്കാളിയായിരുന്നു. അപ്പോഴേക്കും ഞാൻ ഇന്ത്യൻ മാനവർ സംഘത്തിലെ അംഗമായിരുന്നു. ഒരിക്കൽ മൈഥിലി ശിവരാമൻ സംഘത്തിൽ വന്ന് ഒരു ക്ലാസ് എടുത്തു. പെൺകുട്ടികൾ എന്തിനു സംഘടനയിൽ ചേരണം, മാറ്റത്തിനായി പ്രവർത്തിക്കണം എന്നെല്ലാം അവർ സവിസ്തരം സംസാരിച്ചു. അന്ന് മാനവർ സംഘത്തിന്റെ ചുമതല അവർക്കായിരുന്നു. അതെല്ലാം കേട്ട് ഞാൻ പ്രചോദിതയായി. സ്ത്രീകൾ എത്രതന്നെ ശ്രമിച്ചാലും മുന്നോട്ടുപോകാൻ സാധിക്കില്ല, സമത്വം ലഭിക്കില്ല എന്നൊക്കെയാണ് അതുവരെ ഞാൻ വിശ്വസിച്ചിരുന്നത്.

പെൺകുട്ടികളുടെ കലാലയമായ എത്തിരാജിൽ ധാരാളം സംവാദങ്ങൾ നടക്കാറുണ്ട്. കൂടാതെ പുറത്തുള്ള കലാലയങ്ങളുമായി ഇന്റർ കോളേജ് സംവാദങ്ങളും പതിവായിരുന്നു. ഞാൻ അത്തരം സാംസ്കാരിക പ്രവർത്തനങ്ങളിലെല്ലാം പങ്കെടുക്കാറുണ്ടായിരുന്നു. ഇത് ഒരുപാട്

കാര്യങ്ങളിൽ പൊതുധാരണയുണ്ടാക്കാൻ എന്നെ സഹായിച്ചു. കൂടാതെ മാനവർ സംഘം (എസ് എഫ് ഐ) നടത്തുന്ന എല്ലാ പോരാട്ടങ്ങളിലും ഞാൻ പങ്കാളിയാവാറുണ്ട്. അദ്ധ്യാപകരുടെ സമരം വലിയ സമരമായിരുന്നു. വളരെ യാഥാസ്ഥിതിക കാഴ്ചപ്പാടുള്ള എസ് ഐ ഇ ടി കോളേജിലെ പെൺകുട്ടികൾ വരെ അതിൽ പങ്കാളികളായിരുന്നു. ഇതെല്ലാം പൊതുബോധം ഉണ്ടാക്കാൻ എന്നെ ഏറെ സഹായിച്ചു.

എന്റെ ജീവിത പങ്കാളിയായ സുന്ദർരാമൻ എന്നെ ഒരുപാട് സ്വാധീനിച്ചിട്ടുണ്ട്. ജംഷഡ്പൂരിൽ ആയിരിക്കുമ്പോഴേ എനിക്കു സുന്ദർരാമനെ അറിയാം. ഞങ്ങൾ കുടുംബ സുഹൃത്തുക്കളായിരുന്നു. ജിപ്മറിൽ അഡ്മിഷൻ കിട്ടിയപ്പോൾ സുന്ദർ പോണ്ടിച്ചേരിക്കു പോന്നു. മാനവർ സംഘത്തിന്റെ പലയോഗങ്ങളിലും സുന്ദറിനെ കാണാറുണ്ടായിരുന്നു. ആശയപരമായി ഒരേ ചിന്താഗതിക്കാർ ആയതിനാൽ എനിക്ക് വലിയ ഇഷ്ടമായിരുന്നു. പെൺകുട്ടികളെക്കുറിച്ചുള്ള പരമ്പരാഗത ചിന്താഗതികളിലൊന്നും സുന്ദർ വിശ്വസിച്ചിരുന്നില്ല. ആരോടും മിണ്ടരുത്, കാണരുത്- ഇത്തരം വിലക്കുകളിലും വിശ്വസിച്ചിരുന്നില്ല. അന്ന് മദ്ധ്യവർഗ്ഗത്തിലേയും ഉപരിമദ്ധ്യവർഗ്ഗത്തിലേയും പെൺകുട്ടികളെ ഒരു പ്രത്യേക ദിശയിലാണ് വളർത്തിയിരുന്നത്. ആരെ വിവാഹം കഴിക്കണം, എന്തു പഠിക്കണം ഇതെല്ലാം മാതാപിതാക്കൾ തീരുമാനിക്കും. പെണ്ണുകാണൽ, സ്ത്രീധനം ഇത്തരം പഴയ ഏർപ്പാടുകളൊന്നും എനിക്ക് ഇഷ്ടമായിരുന്നില്ല. ഒരു ബദലിനെക്കുറിച്ച് ഞാൻ ചിന്തിക്കുമായിരുന്നു. ഇന്ത്യൻ മാനവർ സംഘത്തിൽ ഇത്തരത്തിൽ ചിന്തിക്കുന്നവരെ ഞാൻ കണ്ടിരുന്നു. ആൺകുട്ടികളും പെൺകുട്ടികളും ഒരുമിച്ചാണ് സംഘടനയിൽ പ്രവർത്തിച്ചുകൊണ്ടിരുന്നത്. ഇതെല്ലാം എന്നെ പ്രചോദിപ്പിച്ചിരുന്നു. ഇതിൽ സുന്ദറിനുള്ള പങ്ക് വളരെ വലുതാണ്. യോഗങ്ങളിൽ സുന്ദർ ഇത്തരം വിഷയങ്ങൾ വിശദീകരിക്കാറുണ്ട്. ജീവിതത്തിൽ ഇദ്ദേഹം ഒരു നല്ല പങ്കാളിയായിരിക്കും എന്നു തോന്നിയിരുന്നു. സാധാരണ പെൺകുട്ടികളുടെ ജീവിതം- കുടുംബം, കുട്ടികൾ- എന്നിവയിൽനിന്നും വ്യത്യസ്ത ജീവിതസാദ്ധ്യത സുന്ദറിനെ പങ്കാളിയാക്കുന്നതിലൂടെ തുറന്നു കിട്ടും എന്ന് എനിക്ക് തോന്നി.

ഞങ്ങളുടെ പാത പൂവിരിച്ചതായിരുന്നില്ല എന്റെ അമ്മ ജീവിച്ചിരുന്ന കാലംവരെ ഞാനിത് പുറത്തു പറഞ്ഞിട്ടില്ല. പൊതുപ്രവർത്തനത്തിൽ ഞാൻ ഇത്രമാത്രം സജീവമായത് വീട്ടുകാർക്ക് അറിയാമായിരുന്നില്ല. അവർ ജംഷഡ്പൂരിലും ഞാൻ ചെന്നൈയിലുമായിരുന്നല്ലോ. അതും ഹോസ്റ്റലിൽ. ഒരിക്കൽ ജംഷഡ്പൂരിൽ പോയപ്പോൾ ഞങ്ങൾ രണ്ടുപേരും വീട്ടിൽ ഞങ്ങളുടെ ഈ തീരുമാനം പറഞ്ഞു. തുടക്കത്തിൽ ഇരുകൂട്ടരും എതിർപ്പൊന്നും പറഞ്ഞില്ല. ഒരിക്കൽ ഞാൻ ഇന്ത്യൻ മാനവർ സംഘത്തിന്റെ പ്രവർത്തനങ്ങളുമായി ഗ്രാമത്തിൽ പോയിരുന്നു. അപ്പോഴാണ് വീട്ടിൽനിന്ന് കോളേജിലേക്ക് അമ്മയും അച്ഛനും വന്നത്. അവർ വല്ലാതെ ക്ഷോഭിച്ചു. ഇനിയും ഈ മാതിരി പ്രവർത്തനങ്ങൾക്ക് പോകേണ്ട എന്നു പറഞ്ഞു. കോളേജിൽ ഇതിനല്ല വിടുന്നത്. കല്യാണ

ത്തിന് ഏർപ്പാട് ചെയ്യുകയാണ് എന്നൊക്കെ പറഞ്ഞു. എന്നെ വീട്ടിലേക്ക് കൊണ്ടുപോയി. ജംഷഡ്പൂരിലെ വീട്ടിൽനിന്ന് പുറത്തു വിട്ടില്ല. അമ്മ വന്ന് സങ്കടം പറയും, അപ്പ വന്ന് ഭീഷണിപ്പെടുത്തും. ഇല്ല- എനിക്കു പഠിക്കണം. അതിനു മദ്രാസിൽ പോകണം- ഞാൻ ശാഠ്യം പിടിച്ചു. അങ്ങനെ മദ്രാസിലേക്ക് ഞാൻ തിരിച്ചെത്തി. അപ്പോ അമ്മയും കൂടെ വന്നു. വീട്ടുതടങ്കൽപോലെ ആയിരുന്നു. രാവിലെ അമ്മ കോളേജിലേക്ക് കൂടെ വരും. വൈകിട്ട് കോളേജിൽനിന്നും കൂട്ടിക്കൊണ്ടുപോകാൻ വരും. ഞാൻ ഉറച്ച തീരുമാനത്തിലാണ് എന്ന് പലരും അപ്പയോടും അമ്മയോടും പറഞ്ഞുനോക്കി. പക്ഷേ, കല്യാണക്കാര്യത്തിൽ ഒരു പെൺകുട്ടി തനിയെ തീരുമാനമെടുക്കുന്നതിനെ സമൂഹം അംഗീകരിക്കില്ല. ബാക്കി ഏതുവിഷയത്തിൽ വേണമെങ്കിലും തീരുമാനമെടുക്കാം. പക്ഷേ, വിവാഹം. അപ്പോ ഈ വിശാലമനസ്കതയൊന്നും തീരെ കാണില്ല. രണ്ടാമത് കുടുംബത്തിലെ പ്രായമായവർ മുന്നോട്ടുവയ്ക്കുന്ന വിലക്കുകൾ. അങ്ങനെ ചെയ്യരുത്, ഇങ്ങനെ ചെയ്യരുത്. ഞാൻ പലവിധത്തിലും പലരെക്കൊണ്ടും പറയിച്ചു നോക്കി. അത് നടന്നില്ല. ഈ സമയത്ത് ഞാൻ പഠിപ്പിൽ ശ്രദ്ധിച്ചു. നന്നായി പഠിച്ചു. ഒരിക്കൽ എനിക്ക് ശക്തമായ തീരുമാനമെടുക്കേണ്ട ഘട്ടം വന്നു. അന്ന് മദ്രാസിൽ ഞാൻ വീട്ടുതടങ്കലിൽ ആയിരുന്നു. ഞാൻ ഈ കാര്യങ്ങളെല്ലാം മാനവർസംഘത്തിലും സുഹൃത്തുക്കളോടും സുന്ദറിനോടും പറഞ്ഞിരുന്നു. ഒരു തവണ അവധിക്ക് ജംഷഡ്പൂരിൽ പോയപ്പോൾ അവസാനമായി ഞാൻ വീട്ടുകാരോട് പറഞ്ഞുനോക്കി. ഒരു നല്ലജീവിതത്തിന് ഈ ബന്ധമല്ല നല്ലത് വേറെ മാപ്പിളയെ നോക്കാം എന്ന നിർബ്ബന്ധം മാതാപിതാക്കൾ പറഞ്ഞപ്പോൾ എന്റെ തീരുമാനത്തിൽ ഉറച്ചു നിന്നു. അതെന്റെ ജീവിതത്തിലെ നല്ല മാറ്റത്തിനു കാരണമായി. ഞാൻ അവിടം വിട്ടു പോന്നു. അവർ എന്നെ പിടിക്കാൻ ഏറെ ശ്രമിച്ചു. ഞാൻ ഇടയ്ക്കിടെ സ്ഥലം മാറി. വലിയ സാഹസമാണ് അന്ന് ചെയ്തത്. മദ്രാസിൽവന്ന് സി പി എം നേതാവിന്റെ അനുഗ്രഹാശിസ്സുകളോടെ ഞങ്ങൾ രജിസ്റ്റർ വിവാഹം ചെയ്തു. വിവാഹിതരായ വിവരം രണ്ടു വീട്ടുകാരെയും അറിയിച്ചു. സുന്ദറിന്റെ വീട്ടുകാർക്ക് പ്രശ്നമുണ്ടായിരുന്നില്ല. പക്ഷേ, അവരേയും അപ്പോഴേ അറിയിച്ചുള്ളൂ. കാരണം അവർ വന്നാൽ എന്റെ വീട്ടുകാർക്ക് സംശയം തോന്നാൻ ഇടയുണ്ട്. സുന്ദറിന്റെ വീട്ടുകാർ അപ്പോഴേ ഞങ്ങളെ സ്വീകരിച്ചു. ആചാരം, പാര

മ്പര്യം എന്നൊക്കെ പറഞ്ഞ് പെൺകുട്ടികളുടെ സ്വാതന്ത്ര്യം എങ്ങനെയെല്ലാം ഹനിക്കപ്പെടുന്നു എന്ന് ഞാൻ അപ്പോഴാണ് ശരിക്കും മനസ്സിലാക്കിയത്. അന്നുമുതൽ ഇന്നുവരെയുള്ള ജീവിതത്തിൽ എന്റെ ശരിയായ പങ്കാളിയായി സുന്ദർരാമൻ കൂടെയുണ്ട്. ഞാൻ എന്തെങ്കിലും ആയിത്തീർന്നിട്ടുണ്ടെങ്കിൽ അതിന്റെ മുഴുവൻ ക്രെഡിറ്റും സുന്ദർരാമനുള്ളതാണ്. ഇത് ഞാൻ അഭിമാനത്തോടെയാണ് പറയുന്നത്. പിന്നെ ഞങ്ങൾ പോണ്ടിച്ചേരിക്കുപോയി. ഒരാൾ പണിയെടുക്കുകയും മറ്റേയാൾ മുഴുവൻ സമയ സംഘടനാപ്രവർത്തനം നടത്തുകയും ചെയ്യാം എന്ന തീരുമാനം ഞങ്ങൾ എടുത്തു. സുന്ദർ ഡോക്ടറായതിനാൽ വേഗം ജോലികിട്ടും. കുറച്ചുനാൾ ഞാൻ ടീച്ചറായി ജോലി നോക്കി. പിന്നെ അത് വിട്ട് മുഴുവൻ സമയ പ്രവർത്തനത്തിന് ഇറങ്ങി. ജനാധിപത്യ മഹിളാ അസോസിയേഷനിൽ ആണ് പ്രവർത്തിച്ചിരുന്നത്. '84 ൽ എന്റെ മൂത്തമകൻ അക്ഷയ് ജനിച്ചു. മൂന്നുവർഷം കഴിഞ്ഞ് '87 ൽ കൃതികയും. മകനിപ്പോൾ 27 വയസ്സായി. മകൾക്ക് 24 ഉം (9-11-11 ലാണ് ഈ അഭിമുഖം നടന്നത്) മകൻ ഫ്രാൻസിൽ ഗണിതശാസ്ത്രത്തിൽ പോസ്റ്റ് ഡോക്ടറൽ ഗവേഷണം ചെയ്യുന്നു. മകൾ ഇക്കണോമിക്സിൽ എംഫിൽ ചെയ്യുകയാണ്. ജെ എൻ യു വിൽ മിറാൻഡ ഹൗസ് കോളേജിൽനിന്ന് ബി എ ചെയ്തു. കുട്ടികൾ ചെറുതായിരിക്കുമ്പോൾ പൊതുപ്രവർത്തനത്തിന് ഇറങ്ങുക ഒരുപ്രശ്നമായിരുന്നു. കുറേ സ്ഥലത്തേക്ക് അക്ഷയിനെ കൂടെ കൂട്ടും. സുന്ദറിന്റെ അമ്മ നല്ല സഹായമായിരുന്നു."

(ഏറ്റെടുത്തു വിജയിച്ച പോരാട്ടങ്ങളെ കുറിച്ചുള്ള എന്റെ ചോദ്യത്തിന് റേഷൻ കട സമരത്തെക്കുറിച്ചാണ് സുധ പറഞ്ഞത്. റേഷൻ കടകൾ വേണ്ടത്ര ഇല്ലാത്ത സമയം. എല്ലാവർക്കും റേഷൻ കിട്ടണം. എന്ന ആവശ്യം ഉന്നയിച്ചുകൊണ്ട് ജനാധിപത്യ മഹിളാ അസോസിയേഷന്റെ (മാതൃസംഘം) നേതൃത്വത്തിൽ ഒരു വലിയ സമരനിരതന്നെ അന്ന് നടത്തി)

"റേഷൻ ശരിയായി കൊടുക്കുന്നുണ്ടോ? വേണ്ടത്ര അളവിൽ കൊടുക്കുന്നുണ്ടോ എന്നെല്ലാം പരിശോധിക്കും. ആ സമരം വലിയ വിജയമായിരുന്നു. മാതൃസംഘത്തിന്റെ നേതൃത്വത്തിൽ ഞങ്ങൾ ദീപാവലി ബസാർ നടത്തി. കേരളത്തിനെയാണ് ഞങ്ങൾ മാതൃകയാക്കിയത്. ഓണത്തിനെന്നപോലെ കുറഞ്ഞവിലയ്ക്ക് സാധനങ്ങൾ കൊടുത്തു. പൊങ്കൽ, ഈദ് തുടങ്ങിയ ഉത്സവകാലത്ത് ഇന്നും മഹിളാ അസോസിയേഷൻ ചന്ത നടത്താറുണ്ട്.

എറണാകുളം സമ്പൂർണ്ണ സാക്ഷരതാ യജ്ഞത്തിനുശേഷം പോണ്ടിച്ചേരിയിൽ അറിവൊളി ഇയക്കം പരിപാടി വന്നു. പോണ്ടിച്ചേരിയിൽ അതൊരു വലിയ സംഭവമായി. ഞാനതിൽ സജീവമായി. സ്ത്രീകൾ മുന്നോട്ടുവരുന്നതിന് ചില പടവുകൾ കയറാനുണ്ട്. അതിലെ മുഖ്യ പടവാണ് എഴുത്ത് അറിയുക എന്നത്. വെറും എഴുത്ത് അറിഞ്ഞതുകൊണ്ട് മാത്രം കാര്യമില്ല. അതൊരു വ്യത്യസ്ത എഴുത്തറിവായിരിക്കണം. ചോദ്യങ്ങൾ ചോദിച്ച് വിഷയത്തെ മനസ്സിലാക്കി തങ്ങളുടെ അവസ്ഥയെ മാറ്റാൻ

കഴിയണം. അത്തരമൊരു എഴുത്തറിവ് അറിവൊളി ഇയക്കത്തിൽ നടപ്പിലാക്കി. 'അറിവൊളി ഇയക്കം' എന്ന പേര് കണ്ടെത്തിയതിൽ ഞാനും ഒരു പങ്ക് വഹിച്ചിട്ടുണ്ട്. ഈ പരിപാടിയുമായി ഞാൻ വളരെ സഹകരിച്ചു. ധാരാളം സ്ത്രീകൾ ഇതിൽ പങ്കാളികളായി. സ്ത്രീകളെ ഞങ്ങൾ പൊതുസ്ഥാപനങ്ങളായ പൊലീസ് സ്റ്റേഷൻ, പഞ്ചായത്ത് ഓഫീസ് എന്നിവയെല്ലാം പരിചയപ്പെടുത്തി. ഇത് സംഘടനയുടെ വലിയൊരു വിജയമായിരുന്നു; എന്റെയും.

പരാജയപ്പെട്ട അനുഭവങ്ങളും ഉണ്ട്. സംഘടിതർ എന്നൊക്കെ നാം അവകാശപ്പെട്ടാലും സമൂഹത്തിൽ പലരും സംഘടിതരല്ല. ഞാൻ, എനിക്ക്, കാശ്, മാർക്കറ്റ് എന്നിവയൊക്കെത്തന്നെയാണ് പലപ്പോഴും സമൂഹത്തെ നയിക്കുന്നത്. സംഘടിത ശക്തി യാന്ത്രികമായി വരുന്ന ഒന്നല്ല, കാരണം സമൂഹം വ്യക്തിപരതയെ പ്രോത്സാഹിപ്പിക്കുന്നു. പണാധിപത്യമാണ് സമൂഹത്തിൽ. കലാലയങ്ങളിൽ മാറ്റത്തിന്റെ ഒരു കാറ്റ് എങ്ങനെ കൊണ്ടുവരാനാകും? ചെറുപ്പക്കാരെ എങ്ങനെ പൊതുപ്രവർത്തനത്തിലേക്ക് കൊണ്ടുവരാൻ കഴിയും? ഇത് വലിയൊരു പ്രശ്നമായി ഞാൻ കാണുന്നു. വ്യക്തിപരത കൂടി വരുന്നു. ഇതിനു കാരണം നിയോ ലിബറൽ അവസ്ഥയാണ്. വിപണിയിൽ അധിഷ്ഠിതമായ സമ്പദ് വ്യവസ്ഥയാണ്. ആഗോളീകരണം ഇതിൽ ഒരു പ്രധാന പങ്ക് വഹിക്കുന്നു. ഇതിനെ കൈകാര്യം ചെയ്യാൻ ഇനിയും ധാരാളം പേരുടെ പിന്തുണ വേണം.

ലിംഗസമത്വത്തിനായി പലപ്പോഴും പോരടിക്കേണ്ടിവന്നിട്ടുണ്ട്. മാതൃസംഘം നാട്ടിലെ ഇത്തരം വിഷയങ്ങളിൽ ഇടപെടാറുണ്ട്. കുടുംബകോടതി വേണമെന്ന ആവശ്യം ഉന്നയിച്ചുകൊണ്ടു നടത്തിയ പോരാട്ടത്തിൽ ഞാനും പങ്കാളിയായിരുന്നു. അത് നിലവിൽ വന്നു. സ്ത്രീധനം ഇല്ലാതാക്കാൻ ഒരു ജാഗ്രതാസമിതി വേണമെന്ന ആവശ്യം ഉന്നയിച്ചു. അതും വന്നു. ലിംഗപരിശോധനയും പെൺകുഞ്ഞുങ്ങളെ നശിപ്പിക്കലും തടയണമെന്ന് ആവശ്യപ്പെട്ടു. അതിന് നിയമം വന്നു. പക്ഷേ, എന്റെ അനുഭവത്തിൽ സാമൂഹ്യവ്യവസ്ഥ മാറാത്തിടത്തോളം കാലം ഈ നിയമം കൊണ്ട് വലിയ കാര്യമൊന്നുമില്ല. നിയമം സാമൂഹ്യവ്യവസ്ഥിതിയിൽ നിന്നുകൊണ്ടാണ് പ്രവർത്തിക്കുന്നത്. കുടുംബകോടതി വന്നതുകൊണ്ട് നിറയെ പെൺകുട്ടികൾക്ക് നീതി ലഭിച്ചു. കുടുംബവൻമുറൈ (സ്ത്രീധന നിരോധന നിയമം) നിയമം വന്നതിനാൽ ധാരാളം സ്ത്രീകൾക്ക് അത് തടുക്കാനായി. പക്ഷേ, ഈ നിയമങ്ങളുടെ ഒക്കെ നടത്തിപ്പ് വളരെ മോശമാണ്. പെൺകുട്ടികളുടെ എണ്ണം കുറഞ്ഞുകൊണ്ടിരിക്കുന്നു. ഒരു ഭാഗത്ത് വിജയങ്ങൾ. മറുഭാഗത്ത് വെല്ലുവിളികളും. പോരാട്ടം തുടർന്നേ തീരൂ.

നിയോ ലിബറൽ ഗ്ലോബലൈസേഷൻ വന്നപ്പോൾ അതെങ്ങനെയെല്ലാം സ്ത്രീകൾക്ക് ദോഷം ചെയ്യും എന്നതിനെക്കുറിച്ചായിരുന്നു ഞങ്ങളുടെ വേവലാതി. ചിലർ പറഞ്ഞു. ഈ സാഹചര്യത്തെ പരമാവധി ഉപയോഗപ്പെടുത്തണം എന്ന്. എന്നാൽ ഞങ്ങളുടെ അനുഭവത്തിൽ ഈ നിയോലിബറൽ ഗ്ലോബലൈസേഷൻ എന്താണ് ചെയ്യുന്നത് എന്ന

അന്വേഷണമായിരുന്നു. അത് പാവപ്പെട്ടവരുടെ ദുരിതം അധികമാക്കും. അതിൽ തന്നെ ഏറ്റവും കൂടുതൽ സഹിക്കേണ്ടി വരുന്നത് സ്ത്രീകളായിരിക്കും. ഈ വിഷയം ചർച്ചയ്ക്കു കൊണ്ടുവന്നത് മാതൃസംഘമാണ് എന്ന് അഭിമാനത്തോടെ പറയാം. ഇതിനെക്കുറിച്ച് പുസ്തകം തയ്യാറാക്കി. ബീജിങ്ങിൽ നടന്ന വനിതാ സമ്മേളനത്തിൽ ഈ പ്രശ്നങ്ങൾ അവതരിപ്പിച്ചു. ചില സർക്കാരിതര സംഘടനകൾ ഞങ്ങൾ പറയുന്നത് ശരിയല്ലെന്നു വാദിച്ചു. ഞങ്ങൾ ഞങ്ങളുടെ തീരുമാനത്തിൽ ഉറച്ചുനിന്നു. കൂടാതെ ദളിത് സ്ത്രീകളുടെ പ്രശ്നം, മുസ്ലീം പെൺകുട്ടികളുടെ പ്രശ്നം ഇവയൊക്കെ മുന്നോട്ടുകൊണ്ടുവരുന്നതിൽ മാതൃസംഘത്തിന് വലിയ പങ്കുണ്ട്. സാധാരണ സ്ത്രീകൾ അനുഭവിക്കുന്ന പുരുഷമേധാവിത്തത്തിന്റെ പ്രശ്നങ്ങളേക്കാൾ കൂടുതൽ ഇവർ അനുഭവിക്കുന്നുണ്ടെന്ന് ഞങ്ങൾക്കറിയാം. പഞ്ചായത്ത് തലത്തിൽ 33% സംവരണം നടപ്പിൽ വരുത്തുന്നതിൽ ദേശീയതലത്തിൽ മാതൃസംഘം (AIDWA) വലിയ പങ്ക് വഹിച്ചിട്ടുണ്ട്.

ഞാൻ ഈ സംഘടനയിൽ പ്രവർത്തിച്ചില്ലായിരുന്നെങ്കിൽ പരമ്പരാഗത രീതിയിൽ ഏതെങ്കിലും ഒരു വീടിന്റെ നാലു ചുമരുകൾക്കുള്ളിൽ ഒതുങ്ങിപ്പോയേനെ. ഒരുപക്ഷേ, ഏതെങ്കിലും കോളേജിൽ പഠിപ്പിച്ചേക്കാം. പ്രസ്ഥാനത്തിൽ വന്നതിനുശേഷമാണ് സാധാരണ സ്ത്രീകൾക്കിടയിൽ പോയി അവരുടെ പ്രശ്നങ്ങൾ അറിഞ്ഞത്. വ്യവസ്ഥ മാറ്റണമെന്ന വാശി തോന്നി. എന്റെ ജീവിതത്തിന്റെ ദിശതന്നെ നിർണ്ണയിക്കുന്നത് എന്റെ പ്രസ്ഥാനമാണ്.

ഞാൻ പല പോരാട്ടങ്ങളിലും പങ്കെടുത്തു, നേതൃത്വം നല്കി എന്നത് ശരിയാണ്. പക്ഷേ, ഞാൻ എത്രമാത്രം സംഘടനയെ സ്വാധീനിച്ചു എന്നറിയില്ല. സ്ത്രീകൾക്ക് എല്ലാ രംഗങ്ങളിലും ഇടം വേണം എന്ന ചിന്ത മുന്നോട്ടുകൊണ്ടുവരാൻ ശ്രമിച്ചിട്ടുണ്ട്. ചില നേരങ്ങളിൽ പുതിയ പുതിയ വിഷയങ്ങൾ വന്നിരിക്കും. അവയെ സംഘടനയുടെ ശ്രദ്ധയിൽ കൊണ്ടുവരാൻ ശ്രമിക്കാറുണ്ട്.

ദേശീയ തലത്തിൽ നയരൂപീകരണത്തിനായി ചില പ്രധാന പ്രശ്നങ്ങൾ പരിഗണിച്ചിട്ടുണ്ട്. ഭക്ഷ്യസുരക്ഷ, റേഷൻ പൊതുവിതരണ സംവിധാനം. ഇതിന്റെ ഗുണഫലങ്ങൾ എല്ലാവർക്കും കിട്ടണം. എല്ലാവർക്കും റേഷൻ കാർഡ് കിട്ടണം. ഇതിന്റെ ഗുണഫലങ്ങൾ സാധാരണക്കാർക്ക് കിട്ടുമെന്ന് ഉറപ്പുവരുത്തുന്നതിനോടൊപ്പം ദേശീയതലത്തിൽ നയരൂപീകരണത്തിൽ സ്വാധീനം ചെലുത്താൻ ജനാധിപത്യ മഹിളാ അസോസിയേഷൻ ശ്രമിക്കാറുണ്ട്.

ഗ്രാമീണ തൊഴിലുറപ്പ് പദ്ധതി. എല്ലാവർക്കും തൊഴിൽ ലഭിക്കണം. തുല്യവേതനം ലഭിക്കണം. ഇതേ സമയം നവഉദാരവല്ക്കരണം വരുത്തുന്ന മാറ്റങ്ങൾക്കെതിരെ ദേശീയതലത്തിൽ പോരാടണം. ഒരു ദ്വിമുഖ പോരാട്ടം.

സ്ത്രീകൾക്കെതിരെ നടക്കുന്ന അതിക്രമങ്ങൾ പലതാണ്. ഇപ്പോൾ പെൺകുട്ടികൾ ജനിക്കുന്നതേ തടയപ്പെടുന്നു. സ്കൂളിൽനിന്നും പെൺകു

ട്ടികളാണ് കൂടുതൽ കൊഴിഞ്ഞുപോകുന്നത്. സ്ത്രീധനം തുടങ്ങിയ ദുരാചാരങ്ങൾ -പൊലീസ് നടപടിക്കായി പോരാട്ടം നടത്തിയിട്ടുണ്ട്. ദളിത് സ്ത്രീകൾ, വയസ്സായ സ്ത്രീകൾ എന്നിവരുടെ പ്രശ്നങ്ങളിൽ സംഘടന ഇടപെടുന്നുണ്ട്.

ജാതീയത ഇന്ത്യയിലെ ഒരു പ്രധാന വിഷയമാണ്. തമിഴ്നാട്ടിൽ അതിനെതിരെ പല പോരാട്ടങ്ങളിലും ഞങ്ങൾ പങ്കെടുത്തിട്ടുണ്ട്. തൊട്ടുകൂടായ്മ ഇപ്പോഴും നിലനില്ക്കുന്നു. ചായക്കടയിൽ ദളിതർക്ക് പ്രത്യേക പാത്രം വയ്ക്കുന്നു. ഇതിനെക്കുറിച്ച് ഒരു സർവ്വേ നടത്തി. കേരളി എന്ന ഗ്രാമത്തിൽ സ്കൂളിൽ പോകുന്ന കുട്ടികൾക്ക് സൗജന്യമായി സൈക്കിൾ കൊടുത്തു. ദളിത് പെൺകുട്ടികൾക്കും സൈക്കിൾ കൊടുത്തു, ഗ്രാമത്തിലെ റോഡുകൾ ഉയരത്തിലാകയാൽ പെൺകുട്ടികൾ അതിലൂടെ സൈക്കിൾ ചവിട്ടുന്നത് നാട്ടുകാർ തടഞ്ഞു. ഞങ്ങൾ അതിൽ ഇടപെട്ടു. ഭരണാധികാരികളെക്കൊണ്ട് ഇടപെടീച്ചു. പ്രശ്നം ഒരു മാസത്തിനകം പരിഹരിച്ചു. സുഗന്ധി എന്നു പേരായ ഒരു ദളിത് സ്ത്രീ തമിഴ്നാട് സംസ്ഥാന സമിതിയിൽ സജീവമായി പ്രവർത്തിക്കുന്നുണ്ട്.

സമൂഹത്തിൽ പൊതുവായി നിലനില്ക്കുന്ന പുരുഷാധിപത്യം സി പി ഐ (എം)ലുമുണ്ട്. പക്ഷേ, സി പി എമ്മിന്റെ നയം സ്ത്രീ സമത്വം വരണം എന്നുതന്നെയാണ്. പ്രകടമായി പുരുഷാധിപത്യം കാണാൻ കഴിയില്ല. എല്ലാത്തലത്തിലും സ്ത്രീ സാന്നിദ്ധ്യം ഉണ്ട്."

ആശ മിശ്ര: അവസാനത്തെ പ്രത്യാശാമനസ്സുകളുടെ പ്രതിനിധി

നന്നായി നടക്കുന്ന കാലത്ത് ഒരു പ്രസ്ഥാനത്തിന്റെ അമരത്തിരിക്കുക താരതമ്യേന എളുപ്പമാണ്. പക്ഷേ, പ്രസ്ഥാനം സ്ഥൂലതലത്തിലുള്ള നയമാറ്റങ്ങൾ മൂലവും സൂക്ഷ്മതലത്തിലുള്ള അരാഷ്ട്രീയതയുടെ വ്യാപനം മൂലവും പടിപടിയായി ക്ഷയിക്കുന്ന അവസ്ഥയിൽ അതിനെ നയിക്കുക എന്നാൽ ഒരു പരിധിവരെ അതിന്റെ ശവമടക്കിന് കാർമ്മികത്വം വഹിക്കുന്നതിനു തുല്യമാകുന്നു. ആശ മിശ്രയുടെയും ഭാരതജ്ഞാനവിജ്ഞാനസമിതി (ബി ജി വി എസ്) യുടെയും ഇന്നത്തെ സ്ഥിതി അതാണ്. ഒരു കാലത്ത് നെഹ്രുവിയൻ ആദർശാത്മകത തീർത്തും നഷ്ടപ്പെട്ടിട്ടില്ലാതിരുന്ന ചില കോൺഗ്രസുകാർ ഭരണത്തിലിരിക്കെ യശ്പാൽ, ഡോ. എം പി പരമേശ്വരൻ ഇത്യാദി വിദ്യാഭ്യാസ വിചക്ഷണന്മാരും സാമൂഹിക എഞ്ചിനീയറിങ് തല്പരരുമായ മഹാ മനീഷികൾ നേതൃത്വം കൊടുത്ത് വളർത്തിയെടുത്തതാണ് ബി ജി വി എസ്. രാജ്യമാകെ ശാസ്ത്ര വിദ്യാ സാക്ഷരത വ്യാപിപ്പിക്കുന്നതിന് ബി ജി വി എസ് നല്കിയിട്ടുള്ള സംഭാവന നിസ്തുലമാണ്. ആ യജ്ഞത്തിന്റെ ഭാഗമാണ് ആശയുടെ ജീവിതവും. ആ നിലയ്ക്ക് അവരെ അടയാളപ്പെടുത്തുന്നത് രാജ്യത്തെ വിദ്യാഭ്യാസ ചരിത്രം പഠിക്കുന്ന ഏതൊരാൾക്കും അത്യന്തം പ്രയോജനപ്രദമായ ഒരു റെഫറൻഷ്യൽ ആഖ്യാനമാകും എന്നതിൽ തർക്കമില്ല. ഇന്നത്തെ തീവ്രവലതുപക്ഷ അന്തരീക്ഷത്തിൽ അതിജീവ

നത്തിന്റെയും പ്രതിരോധത്തിന്റെയും അവസാന കോട്ടകളിൽ ഒന്നായി ബി ജി വി എസ് തുടരുന്നുണ്ടെങ്കിൽ അത് ആശയുടെയും സഹപ്രവർത്തകരുടെയും നിസ്വാർത്ഥമായ പ്രവർത്തനം ഒന്നുകൊണ്ടു മാത്രമാണ്.

മുപ്പതിനായിരത്തിലേറെ സന്നദ്ധ പ്രവർത്തകർ അംഗങ്ങളായുള്ള വിദ്യാഭ്യാസവും ശാസ്ത്രാവബോധവും പ്രചരിപ്പിക്കുന്ന, ഭാരത് ഗ്യാൻ വിഗ്യാൻ സമിതി (ബി ജി വി എസ്) എന്ന സംഘടനയുടെ ആദ്യവനിതാ സെക്രട്ടറിയാണ് ഒഡിഷക്കാരിയായ ആശ മിശ്ര. ഇരുപത്തിമൂന്ന് സംസ്ഥാനങ്ങളിലായി 10000 ലേറെ ഗ്രാമങ്ങളിൽ ഈ സംഘടനയുടെ പ്രവർത്തകർ ശാസ്ത്ര പ്രചാരണ സന്ദേശവുമായി പ്രവർത്തിക്കുന്നു. സമൂഹത്തിൽ നിലനില്ക്കുന്ന സാമ്പത്തിക വൈരുദ്ധ്യങ്ങൾ, സാമൂഹിക വൈരുദ്ധ്യങ്ങൾ, അറിവു നേടുന്നതിനുള്ള പ്രതിബന്ധങ്ങൾ എന്നിവയെല്ലാം സാമൂഹിക വളർച്ചയ്ക്കു തടസ്സങ്ങൾ സൃഷ്ടിക്കുന്നു. ഈ തിരിച്ചറിവോടെയാണ് ബി ജി വി എസ് പ്രവർത്തനങ്ങൾ കരുപ്പിടിപ്പിക്കുന്നത്. സ്ത്രീപുരുഷ സമത്വത്തിനായുള്ള പ്രവർത്തനങ്ങളും ബി ജി വി എസിന്റെ മുഖ്യ അജണ്ടകളിൽ ഒന്നാണ്.

വളരെ പ്രസരിപ്പുള്ള വ്യക്തിത്വമാണ് ആശ മിശ്രയുടേത്. ഡൽഹിയിലെ സാകേതിലായിരുന്നു അന്ന് (2011 ൽ) ബി ജി വി എസ് പ്രവർത്തിച്ചിരുന്നത്. ഊഷ്മളമായ ഒരു ആലിംഗനത്തോടെയാണ് ആശ ഞങ്ങളെ സ്വീകരിച്ചത്. തന്റെ ജീവിതവും സമരവും ആശ ഞങ്ങളുമായി പങ്കുവച്ചു.

"ഞാൻ ഒഡിഷയിലെ പുരിക്കടുത്ത് നീമപാഡ എന്ന ജില്ലയിലാണ് ജനിച്ചത്. അച്ഛൻ പോസ്റ്റുമാസ്റ്റർ ആയിരുന്നു. അഞ്ച് സഹോദരിമാരും മൂന്ന് സഹോദരന്മാരും അടങ്ങുന്നതാണ് എന്റെ കുടുംബം. ഞാൻ മൂന്നാമത്തെ കുട്ടിയാണ്. എനിക്ക് മീതെ ഒരു സഹോദരനും സഹോദരിയും ഉണ്ട്. സഹോദരി മദ്ധ്യപ്രദേശിലാണ് താമസം. ബാക്കി സഹോദരങ്ങൾ എല്ലാം ഒഡിഷയിൽ തന്നെയാണ് താമസം. 1968 ജൂൺ 5 നായിരുന്നു എന്റെ ജനനം.

മനോജ് എന്നു പേരുള്ള ഒരു മറാഠി കലാകാരനാണ് എന്റെ സഹയാത്രികൻ. ബാങ്ക് ഉദ്യോഗസ്ഥനായിരുന്ന അദ്ദേഹം ഇപ്പോൾ സ്വയം വിരമിച്ച് സാഹിത്യകലാപ്രവർത്തനങ്ങളിൽ മുഴുകിയിരിക്കയാണ്. ഞങ്ങൾ രണ്ടുപേരുടെയും ജീവിതാശയങ്ങൾ ഏതാണ്ട് ഒരുപോലെയാണ്. എനിക്ക് സമൂഹത്തിൽ പ്രവർത്തിക്കാൻ ഇഷ്ടമാണ്. മനോജിന് സമൂഹത്തെക്കുറിച്ച് എഴുതാനും വരയ്ക്കാനുമാണ് ഇഷ്ടം. സ്ത്രീകളുടെ പ്രശ്നങ്ങളാണ് വരകളിലേയും എഴുത്തിലേയും പ്രധാന പ്രമേയങ്ങൾ. സ്ത്രീകൾക്ക് സമൂഹത്തിൽ രണ്ടാംകിട സ്ഥാനമാണുള്ളത് എന്ന തിരിച്ചറിവ് ഞങ്ങൾക്ക് രണ്ടുപേർക്കുമുണ്ട്. എനിക്ക് കുട്ടിക്കാലം മുതലേ ഇത് തോന്നിയിരുന്നു. ഒഡിഷ പോലുള്ള പിന്നോക്ക സംസ്ഥാനത്ത് എന്റെ അമ്മ, മറ്റ് ബന്ധുക്കൾ എന്നിവരുടെയൊക്കെ ജീവിതങ്ങൾ ഞാൻ കണ്ടി

ട്ടുണ്ട്. ഇത്തരം ആശയങ്ങളിലെ യോജിപ്പാണ് ഞങ്ങളെ ഒന്നിപ്പിച്ചത്. എത്ര വരുമാനം ഉണ്ടാകും എന്ന് ഞങ്ങൾ ഒരിക്കലും പരസ്പരം ചോദിച്ചിട്ടില്ല.

കുട്ടികൾ വേണ്ട എന്നു തീരുമാനിച്ചവരാണ് ഞങ്ങൾ. സമൂഹത്തിൽ വളരെയധികം കുട്ടികൾ പട്ടിണിയും പരിവട്ടവുമായി കഴിയുന്നു. അവരിൽ ഒരു കുട്ടിയെ ദത്തെടുക്കുന്നതിലും ഞങ്ങൾക്ക് താല്പര്യമില്ല. ശ്രദ്ധ ആ കുട്ടിയിൽ മാത്രമാകും. സമൂഹത്തിലെ പാവപ്പെട്ടവരും അനാഥരുമായ കുട്ടികൾക്ക് ഞങ്ങൾ സ്കോളർഷിപ്പ് കൊടുക്കുന്നുണ്ട്.

മനോജിന്റെ വീട്ടിൽ മനോജ് ഏക മകനാണ്. പരമ്പര മുന്നോട്ടു വേണമെങ്കിൽ മനോജിന് കുട്ടികൾ വേണം. മനോജ് തന്റെ തീരുമാനം വീട്ടുകാരെ ബോദ്ധ്യപ്പെടുത്തി. അത് അംഗീകരിച്ച മനോജിന്റെ കുടുംബത്തിനോട് എനിക്ക് നന്ദിയുണ്ട്. രണ്ട് പെൺകുട്ടികൾക്ക് ഞങ്ങൾ ഒരേ സമയം സ്കോളർഷിപ്പ് നല്കും. അവരുടെ പഠനം കഴിഞ്ഞാൽ വേറെ രണ്ടുപേരെ കണ്ടെത്തി സ്കോളർഷിപ്പ് നല്കും അതാണ് പതിവ്.

പുരയ്ക്കടുത്തുള്ള ഗിരിനാഥ്സിങ് പൂരാണ് ഞങ്ങളുടെ ഗ്രാമം. ഞങ്ങൾ കുറച്ചുകാലം മാത്രമേ അവിടെ താമസിച്ചിട്ടുള്ളൂ. ഞാൻ പഠിച്ചതെല്ലാം ഭുവനേശ്വറിലാണ്.

ഒഡിഷയിൽ ദാരിദ്ര്യം വളരെ കൂടുതലാണ്. കാലഹന്ദി എന്ന ജില്ല പ്രകൃതിവിഭവങ്ങൾ കൊണ്ട് സമ്പന്നമാണ്. പക്ഷേ, വരൾച്ച വന്നാൽ അവിടെ ദാരിദ്ര്യവും അതേത്തുടർന്ന് മരണവും കൂടും. ഒഡിഷയിലെ തീരപ്രദേശത്ത് ചുഴലിക്കാറ്റ് വൻനാശം വിതയ്ക്കാറുണ്ട്. ധാരാളം നദികൾ ഒഡിഷയിൽ ഉണ്ട്. വെള്ളപ്പൊക്കക്കെടുതികൾ വേറെ. ദാരിദ്ര്യം, തൊഴിലില്ലായ്മ, നിരക്ഷരത- ഇതെല്ലാം എന്റെ ഗ്രാമത്തിലുണ്ട്.

അച്ഛൻ തൊഴിലാളി സംഘടനാ നേതാവായിരുന്നു. എല്ലാ വിഭാഗത്തിൽ പെടുന്ന തൊഴിലാളികളേയും അദ്ദേഹം തുല്യരായി കണ്ടിരുന്നു. മതവിശ്വാസികളുടെ കുടുംബമാണ്. ദുർഗ്ഗാപൂജ സമയത്ത് ഞങ്ങൾ നല്ല ഭക്ഷണമുണ്ടാക്കി ദാരിദ്ര്യം അനുഭവിക്കുന്ന തൊഴിലാളികൾക്ക് നല്കും. ഈ ശീലവും ചിന്തയും എന്നെ സ്വാധീനിച്ചു.

ഒഡിഷയിലെ ചുഴലിക്കാറ്റ് വിതച്ച ഭീകരത ലോകശ്രദ്ധ പിടിച്ചു പറ്റിയതാണ്. ഒരുപാട് ആളുകൾക്ക് വീട് നഷ്ടമായി, കൃഷി നശിച്ചു. ഇക്കാലത്ത് ഞാനും കൂട്ടുകാരും ചേർന്ന് തങ്ങളുടെ വീടുകളിൽ നിന്നുള്ള വസ്ത്രവും ഭക്ഷണസാധനങ്ങളും സൈക്കിളിൽ ദുരിതബാധിതർക്ക് എത്തിച്ചു കൊടുത്തിരുന്നു. തൊട്ടടുത്ത വീടുകളിൽനിന്ന് കിട്ടുന്നതൊക്കെ ഞങ്ങൾ ശേഖരിച്ച് കൊണ്ടുപോകും. എന്റെ വീട്ടിലെ വേലക്കാരുടെ കുട്ടികളെ ഞാൻ സ്കൂൾ വിട്ടുവന്നാൽ പഠിപ്പിക്കുമായിരുന്നു.

ഒഡിഷയിലെ വിദ്യാലയങ്ങളിൽ രാഷ്ട്രീയ അവബോധം കുറവായിരുന്നു. സ്കൂളിലും കോളേജിലും രാഷ്ട്രീയം തീരെ ചർച്ച ചെയ്യാറില്ല. എന്റെ കുടുംബത്തിൽനിന്ന് കിട്ടിയ അനുഭവം മനസ്സിൽ സാമൂഹിക അനീതികൾക്കെതിരെ പ്രതികരിക്കാനുള്ള മനോഭാവം സൃഷ്ടിച്ചു.

ഞാൻ സാഹസികത ഇഷ്ടപ്പെടുന്ന വ്യക്തിയാണ്. അത്തരം ജീവിതമാണ് എനിക്കിഷ്ടം. എൻ സി സി യിൽ സജീവമായിരുന്നു. കുതിരസ്സവാരിയും വെടിവയ്പും ഒക്കെ ഞങ്ങൾ പഠിച്ചിട്ടുണ്ട്. എന്റെ വീട്ടിൽ താമസിച്ചിരുന്ന ചെറിയമ്മയ്ക്ക് ഇതൊന്നും ഇഷ്ടമായിരുന്നില്ല. കുതിരയെ ഓടിക്കാൻ കോളേജിലേക്ക് നേരത്തെ പോകണം. അവർ എന്നും വഴക്കു പറയും. പെൺകുട്ടികൾ കുതിരയെ ഓടിക്കുന്നു. എത്രമോശം കാര്യമാണ്. ചെറിയമ്മ പറയും. ഞാൻ അതൊന്നും വകവയ്ക്കാറില്ല. എന്റെ കുതിരയുടെ പേരും ആശ എന്നായിരുന്നു. എൻ സി സി യിൽ ഞാൻ സീനിയർ കമാന്റിങ് ഓഫീസർ ആയിരുന്നു. ഇന്ത്യയിൽ പലയിടത്തും എൻ സി സി ക്യാമ്പിനായി പോയിട്ടുണ്ട്.

നാടകവും സാഹിത്യവും എനിക്ക് ഇഷ്ടമായിരുന്നു. ധാരാളം നാടകങ്ങൾ കോളേജ് പഠനകാലത്ത് ചെയ്തിട്ടുണ്ട്. ഒരു പ്രത്യേക യൂണിയനുമായി അന്ന് ബന്ധമുണ്ടായിരുന്നില്ല. അവിടെ എ ബി വി പിയും എൻ എസ് യുവും മാത്രമേ ഉണ്ടായിരുന്നുള്ളൂ. അതിനാൽ ഞങ്ങൾ സ്വതന്ത്രരായി നിന്നു. എന്റെ പിതാവിന്റെ സ്വാധീനം, ഒഡിഷയിലെ അന്നത്തെ അവസ്ഥ ഇതെല്ലാം സാമൂഹിക മാറ്റം വേണമെന്ന ചിന്ത എന്റെ മനസ്സിൽ സൃഷ്ടിച്ചു.

1984 ലെ ഭോപ്പാൽ വാതകദുരന്തം(അതൊരു കൂട്ടക്കൊലയായിരുന്നു) നടന്ന് താമസിയാതെ ഞാൻ ഭോപ്പാലിൽ എത്തി. അവിടെ എന്റെ മൂത്തസഹോദരി താമസിച്ചിരുന്നു. ദുരിതബാധിതരെ കാണുക, പറ്റുന്ന എന്തെങ്കിലും സഹായം ചെയ്യുക ഇതായിരുന്നു ലക്ഷ്യം. അവിടത്തെ കാഴ്ചകൾ ആരുടേയും കരളലിയിപ്പിക്കുന്നതായിരുന്നു. ധാരാളം ആളുകൾ അവരെ സഹായിക്കാൻ മുന്നോട്ടുവന്നു. എന്റെ സഹോദരിയുടെ ഭർത്താവ് അറിയപ്പെടുന്ന എഴുത്തുകാരനാണ്. പുരോഗമനസാഹിത്യകാരന്മാരുടെ സംഘടനയിലെ അംഗമാണ്. ദുരിത നിവാരണ പ്രവർത്തനങ്ങളിൽ ഈ സംഘടനയിലെ അംഗങ്ങൾ സജീവമായി പങ്കെടുത്തു. പല സംഘടനകളിൽ പെട്ടവരും വീട്ടിൽ വരുമായിരുന്നു. ഇവരുമായുള്ള പരിചയം അത്തരം പ്രവർത്തനങ്ങളിലേക്കു എന്നെ ആകൃഷ്ടയാക്കി. അത് ജീവിതത്തെ തന്നെ മാറ്റിമറിച്ച വഴിത്തിരിവായിരുന്നു. ഇക്കൂട്ടരുടെ കൂടെ ഞാൻ സാമൂഹ്യസേവനം ചെയ്യും എന്നുറപ്പിച്ച് ഞാൻ ഒഡിഷയിലേക്ക് തിരിച്ചുപോയി. ബിരുദപഠനം പൂർത്തിയാക്കിയശേഷം എം എയ്ക്ക് ഭോപ്പാൽ യൂണിവേഴ്സിറ്റിയിൽ ചേർന്നു. ഇത് ബോധപൂർവ്വം എടുത്ത തീരുമാനമാണ്. ഭോപ്പാലിലെ ഒരു സ്വകാര്യ സ്കൂളിൽ ജോലിയും ചെയ്തു. 235 രൂപയായിരുന്നു ശമ്പളം. രാവിലെ 9 മണിക്ക് കോളേജിൽപ്പോകും. ഒരു മണിക്ക് തിരിച്ചുവരും. അതിനുശേഷം സ്കൂളിൽ പഠിപ്പിക്കും. 5 മണിവരെ അവിടെ പഠിപ്പിച്ചശേഷം കുട്ടികൾ എന്റെ വീട്ടിലേക്ക് വരും. ഇതായിരുന്നു പരിപാടി.

ആ സമയത്താണ് ജനകീയ ശാസ്ത്രപ്രസ്ഥാനത്തിലെ ആളുകളുമായി പരിചയപ്പെടുന്നത്. സ്കൂൾ പ്രിൻസിപ്പലിനു ഈ പ്രസ്ഥാനവു

മായി ഉണ്ടായിരുന്ന നല്ല ബന്ധം എനിക്ക് കൂടുതൽ സഹായകമായി. 1990 ൽ എം എയും 91 ൽ ഭാഷാ ശാസ്ത്രത്തിൽ എം ഫിലും കഴിഞ്ഞു. അതിനുശേഷം ഞാൻ മുഴുവൻ സമയ പ്രവർത്തകയായി. 1989 ൽ കേരളത്തിലെ എറണാകുളത്ത് നടന്ന സാക്ഷരതാ പ്രസ്ഥാനം- പിന്നീട് ഇന്ത്യയൊട്ടുക്ക് വ്യാപിപ്പിച്ചത് ബി ജി വി എസ് ആയിരുന്നു. അതിൽ ഞാനും പങ്കാളിയായി. ഭോപ്പാലായിരുന്നു എന്റെ പ്രവർത്തന മണ്ഡലം.

ജനകീയശാസ്ത്രപ്രസ്ഥാനത്തിൽ പ്രവർത്തിക്കുമ്പോൾ എന്നെ സ്വാധീനിച്ച വ്യക്തിത്വമാണ് സന്തോഷ് ചൗബയുടേത്. അദ്ദേഹത്തിൽ നിന്ന് ഒരുപാട് കാര്യങ്ങൾ ഞാൻ മനസ്സിലാക്കി. സംഘടനാപ്രവർത്തന നൈപുണി അദ്ദേഹത്തിൽനിന്ന് പഠിക്കാൻ കഴിഞ്ഞു. പക്ഷേ, പിന്നീട് അദ്ദേഹവുമായി ഇടയേണ്ടി വന്നിട്ടുണ്ട്. സംഘടനയേക്കാൾ വലിയ വ്യക്തിത്വമായി പെരുമാറാൻ തുടങ്ങിയപ്പോഴായിരുന്നു അത്. ഡോ. എം പി പരമേശ്വരനാണ് എന്ന സ്വാധീനിച്ച മറ്റൊരു വ്യക്തിത്വം. ജനകീയ ശാസ്ത്രപ്രസ്ഥാനത്തിന്റെ സ്ഥാപകാംഗമാണ് അദ്ദേഹം. ആണവ ശാസ്ത്രജ്ഞനായ അദ്ദേഹം തന്റെ ജീവിതം പ്രസ്ഥാനത്തിനായി ഉഴിഞ്ഞുവച്ചിരിക്കയാണ്. വളരെ ലളിതജീവിതം നയിക്കുന്ന അദ്ദേഹത്തെ ഞാൻ പിതൃസമാനം ബഹുമാനിക്കുന്നു.

വ്യക്തിപരമായി എന്നെ അലട്ടുന്ന പ്രശ്നങ്ങൾ ഇല്ലെന്നുതന്നെ പറയാം. പക്ഷേ, ജനങ്ങൾക്കിടയിൽ പ്രവർത്തിക്കുമ്പോൾ പല പ്രശ്നങ്ങളും എന്നെ അലട്ടാറുണ്ട്.

ഈയടുത്ത കാലത്ത് നടന്ന ഒരു സംഭവം പറയാം. മദ്ധ്യപ്രദേശിലെ മുറേന എന്ന ജില്ലയിൽ ഒരുസ്ത്രീയെ ജനമദ്ധ്യത്തിൽ തീ കൊളുത്തി കൊന്നു. ആ സ്ത്രീ അയൽപക്കത്തെ യുവാവുമായി പ്രണയത്തിലായിരുന്നു. ഇതിനുള്ള ശിക്ഷയായി രണ്ടുപേരേയും തീയിട്ടു കൊന്നു. ഈ കേസിൽ സാക്ഷിപറയാൻ പോലും ആരേയും കിട്ടിയില്ല. പല സമയത്തും പൊലീസ് സ്റ്റേഷനിൽ പോയി ശണ്ഠകൂടേണ്ടിവന്നിട്ടുണ്ട്. ഇങ്ങനെയുള്ള സന്ദർഭങ്ങളിൽ സങ്കടവും ദേഷ്യവും വരും.

ഇന്നത്തെ തലമുറയിലെ ചെറുപ്പക്കാരിൽ എനിക്കുവലിയ പ്രതീക്ഷയില്ല. മിക്കവാറും എല്ലാവരും പിന്തിരിപ്പന്മാരാണ്. അവർക്ക് ആധുനിക ജീവിതം വേണം, അതേസമയം പരമ്പരാഗതരീതികൾ ഒഴിവാ

ക്കാനും വയ്യ. വിവാഹമോചനങ്ങൾ കൂടിവരുന്നു. ജീവിതത്തിൽ വളരെ വലിയ ആഗ്രഹങ്ങൾ വച്ചുപുലർത്തുന്നു. ഈ ആഗ്രഹങ്ങൾക്കനുസരിച്ച് കാര്യങ്ങൾ നടന്നില്ലെങ്കിൽ നിരാശരായി. വിവാഹമോചനം കൂടിവരുന്നത് ഏറ്റവും കൂടുതൽ ബാധിക്കുന്നത് സ്ത്രീകളെയാണ്. ഇതിനെ എങ്ങനെ നേരിടാം എന്ന് ഞാൻ ചിന്തിക്കാറുണ്ട്. സ്ത്രീകൾ സംഘടിക്കണം. ശരിയായ ചിന്താധാര ഉണ്ടാക്കിയെടുക്കണം. തുല്യതാബോധം വേണം.

ഒരിക്കൽ ഭീണ്ട് ജില്ലയിലെ ഒരു ഗ്രാമത്തിൽ പോയി. സ്കൂൾ മാനേജ്മെന്റ് കമ്മിറ്റിയിൽ പങ്കെടുക്കാനാണ് പോയത്. എനിക്കവർ ഒരു കസേര തന്നു. ബാക്കി സ്ത്രീകളെല്ലാം നിലത്ത്. ഇതെന്നെ രോഷം കൊള്ളിച്ചു. നമുക്കെല്ലാവർക്കും നിലത്തിരിക്കാം എന്നു പറഞ്ഞ് ഞാനും നിലത്തിരുന്നു. നേരിട്ട് അവരോട് കയർക്കാൻ പോയാൽ പരിപാടി നടക്കില്ല. ഗ്രാമത്തിലെ ആളുകൾ പറഞ്ഞത് അതാണ് അവിടത്തെ രീതി എന്നാണ്.

ഗ്രാമത്തിലെ ഒരു വീട്ടിൽ ഒരിക്കൽ താമസിക്കേണ്ടിവന്നു. വലിയ ജന്മിമാരാണ്. അവിടത്തെ ചെറിയ കുട്ടികൾക്കുപോലും സ്ത്രീയുടെ സ്ഥാനമെന്ത്, പുരുഷന്റെ സ്ഥാനമെന്ത് എന്ന് നല്ല ധാരണയാണ്. അവിടെ മെലിഞ്ഞുണങ്ങിയ ഒരു സ്ത്രീയെ കണ്ടു. അത് അവിടുത്തെ മരുമകളായിരുന്നു. പാവം അവൾക്ക് മൂന്നുപെൺകുട്ടികളാണ്. പെൺകുട്ടികളെ പ്രസവിച്ചതിന് അവളെന്നും പഴി കേൾക്കണം. അവർക്ക് പല ആരോഗ്യപ്രശ്നങ്ങളും ഉണ്ട്. പോഷകാഹാരക്കുറവ്, രക്തക്കുറവ് മുതലായവ. ഞങ്ങൾ നാലുദിവസം അവിടെ താമസിച്ചു. ഈ നാലുദിവസവും അവർക്ക് പെൺകുട്ടികളാണ് എന്ന വാർത്ത പലരിൽ നിന്നുമായി പല വട്ടം കേൾക്കേണ്ടിവന്നു. അവർ മാനസികമായി തളർന്നിരുന്നു. ഇത് വളരെ കഷ്ടമാണ്.

പി എസ് എമ്മിലും (People Science Movement) മറ്റ് സംഘടനകളിലും സ്ത്രീകളുടെ പരിപാടികൾ വരുമ്പോൾ അത് നടത്തേണ്ട മുഴുവൻ ചുമതലയും സ്ത്രീകളുടേത് മാത്രമാണ്. വലിയ പ്രാധാന്യമൊന്നും കൊടുക്കാറുമില്ല. പിന്നെ അവരെങ്ങനെ മുന്നോട്ടുവരും? പ്രസ്ഥാനം നയിക്കും?

സംഘടനയിലെ തുറവി സ്ത്രീകൾക്ക് വളരെ പ്രധാനമാണ് പ്രവർത്തക കൈമാറ്റ പരിപാടിയുടെ ഭാഗമായി കുറച്ചു സ്ത്രീകൾ കേരളം സന്ദർശിക്കാൻ പോയി. പിന്നീട് അവർ സ്വന്തം നാട്ടിലെത്തിയപ്പോൾ അവരിൽ വന്ന മാറ്റം പ്രകടമായിരുന്നു. അവരറിയാതെ കമ്മിറ്റികളിൽ ഉൾപ്പെടുത്തിയതിനെ അവർ ചോദ്യം ചെയ്തു.

മൈക്രോഫിനാൻസിങ് ബില്ലിനെതിരെ പൊരുതാൻ ഞങ്ങൾ തീരുമാനിച്ചു. താഴേത്തട്ടിലുള്ള സ്ത്രീകളെ സംഘടിപ്പിച്ചു. അവർ ഡൽഹിയിൽ ഒത്തുകൂടി. ഈ ബില്ല് നിലവിൽ വന്നാലുള്ള ഭവിഷ്യത്ത് അവർക്ക് ബോദ്ധ്യമുണ്ടായിരുന്നു. ഏകദേശം രണ്ടായിരം സ്ത്രീകളാണ് ഈ സമരത്തിൽ പങ്കുചേർന്നത്. അവർ ബില്ലിന്റെ ഭവിഷ്യത്ത് പൂർണ്ണ

മായും ബോദ്ധ്യമായിട്ടാണ് വന്നത്.

ഞാൻ ഡൽഹിയിലാണ് പ്രവർത്തിക്കുന്നത്. എന്നെ സംബന്ധിച്ചിടത്തോളം സ്ത്രീ എന്ന വിവേചനം അത്ര പ്രശ്നമല്ല. പക്ഷേ, ഗ്രാമങ്ങളിലെ സ്ഥിതി അതല്ല.

73, 74 ഭരണഘടനാ ഭേദഗതി വന്നപ്പോൾ 33% സ്ത്രീകൾ പഞ്ചായത്ത് തിരഞ്ഞെടുപ്പിൽ മത്സരിച്ചു. വിജയിച്ചു. സന്തോഷകരമായ കാര്യം അതിൽ അധികം പേരും സാക്ഷരതാ പ്രസ്ഥാനത്തിലൂടെ വന്നവർ ആയിരുന്നു എന്നതാണ്. ബീഹാറിലായാലും ഝാർഖണ്ഡിലായാലും ഛത്തീസ്ഗഢിലായാലും തമിഴ്നാട്ടിലായാലും വടക്കുകിഴക്കൻ സംസ്ഥാനങ്ങളിലായാലും സാക്ഷരതയിലൂടെ വന്നവർ പഞ്ചായത്ത് നന്നായി ഭരിച്ചു. സ്ത്രീകളുടെ വികസനത്തിനായി പ്രയത്നിക്കുന്നു, പരിപാടികൾ ആസൂത്രണം ചെയ്യുന്നു.

ദേശീയതലത്തിൽ പ്രവർത്തിക്കുന്ന ബിജിവിസ് പോലുള്ള സംഘടനയിൽ പുരുഷാധിപത്യം നിലനില്ക്കുന്നുണ്ടോ എന്ന ചോദ്യത്തിന് നീണ്ട ഒരു ചിരിയായിരുന്നു ആദ്യ മറുപടി.

പറയുമ്പോൾ രണ്ടുവശവും പറയണം. ഈ വലിയ സംഘടനയുടെ ജനറൽ സെക്രട്ടറി ഞാനാണ്. അത് എടുത്തുപറയേണ്ട കാര്യമാണ്. ഈ തരത്തിൽ ഈ സംഘടന മറ്റ് സംഘടനകളിൽനിന്ന് വ്യത്യസ്തമാണെന്നു പറയും. പുരുഷാധിപത്യ സമൂഹത്തിൽ നിലനില്ക്കുന്ന ഈ

സംഘടന അതുകൊണ്ടുതന്നെ വ്യത്യസ്തമാണ്. ദേശീയ കമ്മിറ്റികളിലോ യോഗങ്ങളിലോ എനിക്ക് ഒരു വിവേചനവും തോന്നിയിട്ടില്ല. ചില പ്രശ്നങ്ങൾ ഉണ്ട്. അത് ഞാൻ സ്ത്രീയായതുകൊണ്ടല്ല. എല്ലാ സംഘടനയിലും ഉള്ളപോലെ തന്നെ. പക്ഷേ, ചില സംസ്ഥാനങ്ങളിലെ സ്ഥിതി അതല്ല. ഉദാഹരണത്തിന് കർണ്ണാടകത്തിൽ തെന്നിന്ത്യൻ സംസ്ഥാനങ്ങളുടെ യോഗം നടക്കുകയായിരുന്നു. എല്ലാ വിഷയങ്ങളും ചർച്ച ചെയ്ത് അവസാനം 'സമത' ചർച്ചയ്ക്കെടുത്തു. അപ്പോഴേക്കും എല്ലാവരും കോട്ടുവായ് ഇട്ടുതുടങ്ങി. എനിക്ക് വല്ലാതെ ദേഷ്യം വന്നു. ഞാൻ ബഹളം കൂട്ടി. ഞങ്ങളുടെ പ്രവർത്തകയായ പ്രഭ ചോദിച്ചു. സമതയെക്കുറിച്ച് ചർച്ച ചെയ്യേണ്ടേ? സമതയ്ക്ക് ഒരു മൂർത്തമായ പരിപാടി വേണം. എനിക്ക് കലി കയറി. എന്തു മൂർത്തമായ പരിപാടി? മറ്റെല്ലാ പരിപാടിയും ചർച്ച ചെയ്തു. സമതയുടെ കാര്യം വരുമ്പോൾ പണമില്ല. വിദ്യാഭ്യാസത്തിനു പണമുണ്ട്, ആരോഗ്യത്തിനു പണമുണ്ട് സമതയുടെ കാര്യം വരുമ്പോൾ പണമില്ല. വീടുകളിൽ എല്ലാവരും കഴിച്ചുകഴിഞ്ഞാണല്ലോ അമ്മ കഴിക്കുക. അതുപോലെ. കർണ്ണാടകയിലെ സംസ്ഥാനമുൻസെക്രട്ടറി എഴുന്നേറ്റുനിന്ന് ഇങ്ങനെ പറഞ്ഞിട്ടുകാര്യമില്ല. മൂന്നു വർഷമായല്ലോ. ഞാൻ ചോദിച്ചു എന്റെ കൈയിൽ മാന്ത്രിക വിദ്യയുണ്ടോ ഇതെല്ലാം ഉടനടി മാറ്റാൻ? സംസ്ഥനക്കമ്മിറ്റിയിൽ ഇതിനൊരു പരിപാടിയില്ലെങ്കിൽ പിന്നെ സമത ഒറ്റയ്ക്ക് എങ്ങനെ പരിഹാരം കണ്ടെത്തും? നിങ്ങൾ നിങ്ങളുടെ ചിന്താഗതി മാറ്റിയല്ലാതെ ഇതൊന്നും മാറാൻപോകുന്നില്ല. മുഴുവൻ സമയ പ്രവർത്തകരുടെ എണ്ണം കുറയ്ക്കുമ്പോൾ ആദ്യം വനിതകളെയാണ് മാറ്റുക. ചിലപ്പോൾ ദേശീയതലത്തിലും. ഞാൻ കാര്യം പറയുമ്പോൾ ചിലർക്ക് പിടിക്കില്ല. ഒന്നാമത് ഞാൻ അവരേക്കാൾ ജൂനിയർ ആണ്, രണ്ടാമത് ഒരു സ്ത്രീയും. ഇതൊന്നും പെട്ടെന്നു മാറ്റാൻ കഴിയില്ല. അബോധമനസ്സിൽ രൂഢമൂലമായ ചിന്തയാണ്. അതേസമയം എനിക്ക് ആത്മവിശ്വാസം നല്കിയതും ഈ സംഘടനയാണ്. അത്തരത്തിൽ ഞാൻ വിജയിച്ചു. അതേസമയം മറ്റൊരു സമരം മുന്നോട്ടു കൊണ്ടുപോകണം. അതിൽ 20% മാത്രമേ വിജയം ഉള്ളൂ. 80% ഇനിയും മുന്നോട്ടുകൊണ്ടുപോകണം.

വിദ്യാഭ്യാസ അവകാശ നിയമത്തിൽ ദളിതർക്കും സ്ത്രീകൾക്കും ന്യൂനപക്ഷ വിഭാഗങ്ങൾക്കും പ്രത്യേകം ശ്രദ്ധകൊടുക്കുന്നുണ്ട്. പക്ഷേ, ചില സംസ്ഥാനങ്ങളിലെ പഠന സാമഗ്രികളിൽ ന്യൂനപക്ഷങ്ങളുടെ പേരുപോലുമില്ല. സർക്കാർ പരിപാടികൾ ഉണ്ട്. പക്ഷേ, അവർക്കതിന്റെ ഗുണം, നാമമാത്രമായി മാത്രമേ ലഭിക്കുന്നുള്ളൂ. തദ്ദേശ സ്വയംഭരണ തിരഞ്ഞെടുപ്പിലൂടെ ജയിച്ചുവരുന്ന ഒരു ആദിവാസിയെ ഒരു മെമ്പർ എന്ന രീതിയിൽ തുല്യ അവകാശത്തോടെ പരിഗണിക്കില്ല. അപ്പോഴും അവർ ദളിത് മാത്രമാണ്. ആഗസ്ത് 15 ന് ദേശീയ പതാക ഉയർത്തുന്ന അവസരത്തിൽ അവിടുത്തെ പഞ്ചായത്ത് പ്രസിഡന്റ് ദളിതയാണെങ്കിൽ അവരെക്കൊണ്ട് പതാക ഉയർത്തിക്കില്ല. അതേ പഞ്ചായത്ത് കമ്മിറ്റിയിലെ

ഉയർന്ന ജാതിക്കാരാണ് പതാക ഉയർത്തുക. ഇത്തരത്തിൽ അവർക്കെതിരെ അതിക്രമങ്ങൾ നടക്കുന്നു. അനീതിക്കെതിരെ ചോദ്യം ചെയ്താൽ വിവസ്ത്രയാക്കി ഗ്രാമത്തിലൂടെ നടത്തുന്നു. ഇനിയൊരിക്കലും ഒരു ദളിത് സ്ത്രീപോലും മുന്നോട്ടുവരാത്തവിധം അവരെ ദ്രോഹിക്കും. സമൂഹത്തിന് ശക്തമായ സന്ദേശമാണ്. ഇനി ഒരു സ്ത്രീ മുന്നോട്ടു വന്നാൽ ഇതായിരിക്കും അവസ്ഥ."

അനുകൂല സാഹചര്യങ്ങളിൽ ജനിച്ചുവളർന്ന്, പ്രതികൂല സാഹചര്യങ്ങളെ സ്വയം വരിച്ച് സ്ത്രീതുല്യതയ്ക്കും സാമൂഹിക നീതിക്കും വേണ്ടി അക്ഷീണം പ്രവർത്തിച്ച ആശ മിശ്രയും സഹയാത്രികൻ മനോജ് കുൽക്കർണിയും പ്രതിബദ്ധത കൈവിടാതെ പുതിയ പദ്ധതികൾ മെനയുകയാണ്. പൊതുവായ സർക്കാർ നയത്തിന്റെ ഭാഗമായി ധനാഗമമാർഗ്ഗങ്ങൾ പരിമിതപ്പെട്ടുപോയതിൽ പതറാതെ ബി ജി വി എസിനെ മുന്നോട്ടുകൊണ്ടുപോകാൻ ആശയ്ക്ക് കഴിയുന്നുണ്ടെങ്കിൽ അത് സംഘടനയിലെ വമ്പിച്ച മനുഷ്യവിഭവത്തെ ആശ്രയിച്ച് മാത്രമാണ്. ബുദ്ധിജീവികൾ മുതൽ സാധാരണ തൊഴിലാളികൾവരെ അംഗങ്ങളായുള്ളപ്പോൾ സംഘടനയെ കൂട്ടിപ്പിടിച്ച് കൊണ്ടുപോകൽ ഒരു വെല്ലുവിളി തന്നെയാണ്. പക്ഷേ, വെല്ലുവിളികൾ ഇല്ലെങ്കിൽ പിന്നെ ആശമിശ്രയുമില്ലല്ലോ-

വിജയലക്ഷ്മി സാരംഗ്
മറ്റൊരു ലോകം സാദ്ധ്യമാണ്

ഒരു മുദ്രാവാക്യം പോലെ പറയാൻ എളുപ്പമാണ്. ജീവിച്ചു തുടങ്ങുമ്പോഴാണ് മറ്റൊരു ജീവിതം നയിക്കാൻ നിശ്ചയിച്ചതിന് 'പിഴ' ഒടുക്കേണ്ടിവരുന്നത്. മനുഷ്യന്റെ പലതരം ഇടപെടലുകൾ കൊണ്ട് നാശോന്മുഖമായ പ്രകൃതിയുടെ സ്വാഭാവികത തിരിച്ചുപിടിക്കുക വ്രതമാക്കിയ വിജയലക്ഷ്മി, പക്ഷേ, തളരാൻ തയ്യാറല്ല. ജീവിതത്തോടുള്ള ഋജുവായ സമീപനം കാരണം നേരിടേണ്ടിവന്നിട്ടുള്ള തിരിച്ചടികൾ നിരവധിയാണ്. അവതരണം ചെയ്യുന്നതുപോലെ കഠിനമായിരുന്നു അട്ടപ്പാടിയിലെ ഗൂളിക്കടവിൽനിന്ന് കുത്തനെ കയറിയെത്തുന്ന വാസസ്ഥലത്ത് അടഞ്ഞുപോയ ഭൂഗർഭജലനാളികൾ തുറപ്പിക്കുന്ന പ്രവർത്തനങ്ങളും സ്വാഭാവിക കൃഷി അടിസ്ഥാനമാക്കിയ വിദ്യാഭ്യാസ സമ്പ്രദായം വികസിപ്പിക്കുന്നതിനും. പക്ഷേ, വിജയലക്ഷ്മിയും സഹയാത്രികനായ ഗോപാലകൃഷ്ണനും മക്കളായ ഗൗതവും ഉണ്ണിയാർച്ചയും കണ്ണകിയും മരുമകൾ അനുരാധയും ചേർന്ന് വിശ്രമമില്ലാതെ പണിയെടുത്ത് രൂപപ്പെടുത്തിവരുന്ന സാരംഗ് അതിജീവനത്തിന്റെയും ജീവനത്തിന്റെയും ഉന്നത ശൃംഗമായി നിലകൊള്ളുന്നു എന്നത് ഇന്നത്തെ ലോകസ്ഥിതിയിൽ നിസ്സാരമല്ല. അവരെല്ലാം ചേർന്ന് കരുപ്പിടിപ്പിക്കുന്ന ജൈവികമായ പ്രതിരോധം ആശങ്കയോടെയോ ആദരവോടെയോ കോപത്തോടെയോ കരുതലോടെയോ നിരീക്ഷിക്കുന്നവർ അറിയണം വിജയലക്ഷ്മിയും സാരംഗും സൃഷ്ടിക്കുന്ന മാതൃകാപരമായ പ്രതിപാഠത്തെ.

സാധാരണ സ്കൂൾ അദ്ധ്യാപികയായി ജീവിതം തുടർന്നിരുന്നെങ്കിൽ ഇന്ന് വിജയലക്ഷ്മി ആരായിരിക്കും? പെൻഷനും വാങ്ങി, അല്പം ആർഭാടത്തോടെ തന്റെ കുട്ടികളെയും പേരക്കുട്ടികളെയും നോക്കി സ്വസ്ഥമായി ജീവിതം തള്ളിനീക്കുന്ന ഒരു സാധാരണ മുത്തശ്ശി. പക്ഷേ,

വിജയലക്ഷ്മി തെരഞ്ഞെടുത്ത വഴി അതായിരുന്നില്ല. കനൽനിറഞ്ഞതും കാഠിന്യമേറിയതുമായ ആ വഴി വിജയലക്ഷ്മിയെ സാരാംഗ് എന്ന അനൗപചാരിക വിദ്യാഭ്യാസ പ്രവർത്തനകേന്ദ്രത്തിന്റെ സംഘാടകരിൽ ഒരാളാക്കി. ഔപചാരിക വിദ്യാഭ്യാസരംഗത്തെ പൊള്ളത്തരം കണ്ടുമടുത്തിട്ടാണ് അദ്ധ്യാപികയായിരുന്ന വിജയലക്ഷ്മിയും സഹയാത്രികൻ ഗോപാലകൃഷ്ണനും സാരംഗ് തുടങ്ങിയത്. ഔപചാരിക വിദ്യാഭ്യാസത്തിൽനിന്നും കൊഴിഞ്ഞുപോയവർക്ക് അത്താണി എന്ന നിലയിലാണ് ആരംഭിച്ചത്. ഇന്നത് റൂറൽ യൂണിവേഴ്സിറ്റി എന്ന സങ്കല്പനം വരെ ചെന്നെത്തി നില്ക്കുന്നു. നീർമറി പ്രദേശവികസനം, പ്രകൃതികൃഷി, ചെലവ് കുറഞ്ഞ ഗൃഹനിർമ്മാണ പ്രവർത്തനങ്ങൾ, ജൈവ വൈവിദ്ധ്യ സംരക്ഷണം എന്നീ മേഖലയിൽ സാരംഗ് പ്രവർത്തിച്ചുവരുന്നു. വെറും മൊട്ടക്കുന്നായ അട്ടപ്പാടിയിലെ ഒരു പ്രദേശത്തെ മുഴുവൻ ഹരിതാഭമാക്കാൻ ഗോപാലകൃഷ്ണനും വിജയലക്ഷ്മിക്കും കഴിഞ്ഞു. വറ്റിപ്പോയ നീരുറവകൾ പുനർജ്ജീവിച്ചു.

ഗുരുകുല സമ്പ്രദായത്തിലാണ് സാരംഗിലെ വിദ്യാഭ്യാസം. രാവിലെ നേരത്തെ ഉണരുന്ന കുട്ടികൾ പാചകം, വീട് വൃത്തിയാക്കൽ, തുന്നൽ, വിവിധ കലകൾ, കൃഷി, ഇംഗ്ലീഷ്, കണക്ക്, കമ്പ്യൂട്ടർ, പൊതുവിജ്ഞാനം എന്നിവ അവർക്ക് താല്പര്യമുള്ള രീതിയിൽ അഭ്യസിക്കുന്നു. ഓരോ ആഴ്ചയുടെ അവസാനത്തിലും റിവ്യൂ നടത്തും. ലക്ഷ്യമിട്ടതനുസരിച്ച് പ്രവർത്തിക്കാൻ/പഠിക്കാൻ കഴിഞ്ഞോ എന്ന് സ്വയം വിലയിരുത്തും. മറ്റുള്ളവർക്കും കുറവുകൾ ചൂണ്ടിക്കാട്ടാം. വീട്ടിലെ ബഡ്ജറ്റ് തയ്യാറാക്കുന്നതും കണക്കുകൾ സൂക്ഷിക്കുന്നതും കുട്ടികൾ തന്നെ. പലപ്പോഴും സാമ്പത്തിക ഞെരുക്കം അവർക്ക് അനുഭവപ്പെടാറുണ്ട്. സമൂഹത്തിൽ നിന്നും പലവിധ എതിർപ്പുകൾ നേരിടേണ്ടി വന്നിട്ടുണ്ട്. പിന്നിട്ട വഴികളെക്കുറിച്ച് വിജയലക്ഷ്മി പറയുന്നു.

“1957 നവംബർ 16 ന് പത്തനംതിട്ട ജില്ലയിലെ റാന്നിയിലാണ് ഞാൻ ജനിച്ചത്. സാമൂഹ്യവ്യവസ്ഥിതിയുമായി പൊരുത്തപ്പെടാൻ കഴിയാത്ത ഒരാളായിരുന്നു എന്റെ അച്ഛൻ. അന്ന് ജന്മികൾ നേരിട്ട് കൃഷി ചെയ്യാറില്ല. കുടിയാന്മാർ കൊണ്ടുവരുന്ന പാട്ടമാണ് വരുമാനമാർഗ്ഗം. പക്ഷേ, അച്ഛൻ പതിവിനു വിപരീതമായി നേരിട്ട് കൃഷി നടത്തുമായിരുന്നു. പാടത്ത് പണിയും എടുക്കുമായിരുന്നു. അന്നത്തെ കാലത്ത് അത് വലിയ നിഷേധ പ്രവർത്തനമായിരുന്നു. അച്ഛന്റെ അച്ഛൻ ഒരു വിദ്യാഭ്യാസപ്രവർത്തകൻ ആയിരുന്നു. കുടുംബത്തിന്റെ വക സ്കൂൾ ഉണ്ടായിരുന്നു. ശങ്കരപ്പിള്ള എന്നായിരുന്നു മുത്തച്ഛന്റെ പേര്. പെരുമായേത്ത് രാമകൃഷ്ണപിള്ളയായിരുന്നു അച്ഛൻ. അച്ഛന്റെ ശരികളും മുത്തച്ഛന്റെ ശരികളും ചേർന്ന് ഞാൻ ഉണ്ടായി.

സമൂഹവുമായി നല്ല ബന്ധമുള്ള തറവാടായിരുന്നു. അമ്മ ദേവകിയമ്മ. ഒമ്പത് പെൺകുട്ടികളും ഒരു ആൺകുട്ടിയുമാണ് അമ്മയ്ക്കുണ്ടായിരുന്നത്. മറ്റ് എട്ട് സഹോദരിമാരും എന്നിൽനിന്ന് വ്യത്യസ്തമാണ്.

അവരുടെ ജീവിതസാഹചര്യങ്ങളും വ്യത്യസ്തമാണ്. എന്റെ ഇണയെ ഞാൻ സ്വയം തെരഞ്ഞെടുത്തതിനാൽ എന്റെ ആശയങ്ങൾ പ്രാവർത്തികമാക്കാൻ എനിക്ക് കഴിഞ്ഞു.

കുട്ടിക്കാലത്ത് അച്ഛൻ വായിക്കാൻ പുസ്തകങ്ങൾ കൊണ്ടുതരും. പ്രധാനമായും വിവേകാനന്ദന്റെ പുസ്തകങ്ങളാണ് വായിച്ചിരുന്നത്. അന്ന് വിവേകാനന്ദനായിരുന്നു റോൾമോഡൽ. അച്ഛന് പൊതുപ്രവർത്തനമൊന്നും ഉണ്ടായിരുന്നില്ല.

എട്ട് പെൺകുട്ടികൾക്ക് ശേഷമാണ് ഞാൻ പിറന്നത്. പേറ്റു മുറിയിൽനിന്നും കുരവയിട്ടത് കേട്ട് എല്ലാവരും കരുതി ആൺകുട്ടിയാണെന്ന്. വളർത്തിയതും ആൺകുട്ടിയായിട്ടാണ്. നിക്കറും ഷർട്ടുമായിരുന്നു കുട്ടിക്കാലത്തെ വേഷം. മരത്തിൽ കയറും. ആൺകുട്ടികൾക്കായി മാത്രം നീക്കിവച്ച സകല സാഹസികതയും ഞാൻ ചെയ്യും.

മക്കപ്പുഴ എൻ എസ് എസ് സ്കൂളിലും റാന്നി ഹോളി ഫാമിലി സ്കൂളിലുമായാണ് 10-ാം തരംവരെ പഠിച്ചത്. അന്നൊക്കെ എല്ലാ കുട്ടികളും ആശാൻ പള്ളിക്കൂടത്തിൽ പോകുമായിരുന്നു. എനിക്കവിടുത്തെ രീതികൾ തീരെ ഇഷ്ടമായിരുന്നില്ല. പക്ഷേ, സ്കൂളിൽ പോകാൻ ഇഷ്ടമായിരുന്നു. എനിക്കവിടെ പ്രത്യേക പരിഗണന ലഭിക്കുമായിരുന്നു. നാട്ടിലെ ജന്മി കുടുംബത്തിലെ അംഗം. പക്ഷേ, ആ പരിഗണന ഒരു ഭാരമായിട്ടാണ് എനിക്ക് തോന്നിയിരുന്നത്. അദ്ധ്യാപകർ വല്ലാതെ വിവേചനം കാണിച്ചിരുന്നു. കായിക മത്സരങ്ങളിലൊക്കെ എന്നെ പിടിച്ചിടും. ഞാൻ വിജയിച്ചില്ലെങ്കിലും എനിക്ക് സമ്മാനം ഉറപ്പാണ്.

എൽ പി സ്കൂളിൽ പഠിപ്പിച്ചിരുന്ന ജോസഫ് മാഷ്. അദ്ദേഹം ഞങ്ങളെ ക്ലാസ്മുറിക്കു പുറത്തുകൊണ്ടുപോയി പഠിപ്പിച്ചിരുന്നു. വളരെ രസകരമായിരുന്നു ആ അനുഭവം. ഹൈസ്കൂളിൽ പഠിപ്പിച്ചിരുന്ന ശാര

ദടീച്ചർ പഠിപ്പിക്കുന്ന എല്ലാ കാര്യങ്ങളും നിത്യജീവിതവുമായി ബന്ധിപ്പിക്കും. ഇവർ രണ്ടുപേരുമാണ് എന്റെ മാതൃകാദ്ധ്യാപകർ.

എസ് എസ് എൽ സിക്ക് നല്ല മാർക്കുണ്ടായിരുന്നു. ഡോക്ടർ ആവണം എന്നായിരുന്നു മോഹം. തിരുവനന്തപുരം വിമൻസ് കോളേജിൽ സയൻസ് ഐച്ഛികമായി എടുത്ത് പ്രീഡിഗ്രിക്ക് ചേർന്നു. കണക്ക് തീരെ ഇഷ്ടമല്ലായിരുന്നു. വിമൻസ് കോളേജിൽ എല്ലാവരും എന്നേക്കാൾ മിടുക്കരാണ് എന്ന തോന്നൽ ശക്തമായി. വല്ലാത്ത സംഘർഷം അനുഭവിച്ചു. ഞാൻ ഒന്നുമല്ല എന്ന തോന്നൽ ശക്തമായി. ഹോം സയൻസ് ഗ്രൂപ്പിലേക്ക് മാറി. അത് എനിക്ക് അത്രപോലും ഇഷ്ടമല്ലായിരുന്നു. അതിനാൽ ക്ലാസിൽ ഇരിക്കില്ല. എൻ എസ് എസ് ആയിരുന്നു അഭയം. മനേക്ഷായെപ്പോലെയാവും എന്ന് ടീച്ചർ എപ്പോഴും പറയുമായിരുന്നു. ശ്രദ്ധ മുഴുവൻ എൻ സി സി യിലായി. അത് വീട്ടിൽ അറിഞ്ഞു, പ്രശ്നമായി. പ്രീഡിഗ്രി പരീക്ഷയെഴുതി. പക്ഷേ, പിന്നീട് ഒരു വർഷം ഒന്നും ചെയ്തില്ല. അടുത്ത വർഷം ടി ടി സിക്കു ചേർന്നു. ടീച്ചറാവാൻ ഒട്ടും ഇഷ്ടമുണ്ടായിരുന്നില്ല. വീട്ടിൽനിന്ന് രക്ഷപ്പെടാൻ വേറെ മാർഗ്ഗമുണ്ടായിരുന്നില്ല. ടി ടി സി ക്ലാസിൽ വച്ചാണ് ഗോജിയെ (ഗോപാലകൃഷ്ണൻ) ഞാൻ കണ്ടുമുട്ടുന്നത്.

ഞാനും ഗോജിയും വിദ്യാഭ്യാസരംഗത്തെ വിവിധ പ്രശ്നങ്ങളെക്കുറിച്ച് ചർച്ച ചെയ്യാറുണ്ട്. പരിഹാരങ്ങൾ ആലോചിക്കും. മറ്റൊരാളെയാണ് ഞാൻ വിവാഹം ചെയ്തതെങ്കിൽ വിജയലക്ഷ്മി എന്ന സാമൂഹ്യപ്രവർത്തക ഉണ്ടായിരിക്കണം എന്നില്ല. മിക്കവാറും ഞാനെന്റെ ആശയങ്ങൾ പ്രാവർത്തികമാക്കാനാകാതെ ലോകം വിടും. എന്റെ ചേച്ചിയുടെ കാര്യമെടുക്കാം. ഞങ്ങൾ കുട്ടികളായിരിക്കുമ്പോൾ എല്ലാ ദിവസവും ഞങ്ങൾ കൈയെഴുത്ത് പത്രം ഇറക്കാറുണ്ട്. നല്ല സർഗ്ഗശേഷി ഉണ്ടായിരുന്ന ചേച്ചി വിവാഹിതയായതോടെ അതെല്ലാം വിട്ടു. ഒരു സാധാരണ വീട്ടമ്മയായി കഴിയുന്നു.

ജോലിയിൽ പ്രവേശിച്ചതിനുശേഷമാണ് വിദ്യാഭ്യാസരംഗത്തെ യഥാർത്ഥ പ്രശ്നങ്ങൾ തിരിച്ചറിയുന്നത്. 200 കുട്ടികൾ ഒരു ക്ലാസിൽ ഉണ്ടാകും. പരിഹാരബോധനം എന്ന സംഭവമേ നടക്കില്ല. വ്യക്തിപരമായ ശ്രദ്ധയും കുട്ടികൾക്ക് കിട്ടില്ല. ഞങ്ങൾ സ്കൂൾ സമയത്തിനുശേഷം ഒരു ക്ലാസ് തുടങ്ങി. ട്യൂഷൻ അല്ല, പഠനത്തിൽ പിന്നോക്കം നില്ക്കുന്നവർക്ക് പരിഹാര ബോധനം. പല കുട്ടികൾക്കും ഒന്നും അറിയില്ല. ഓരോ കുട്ടിയുടേയും വീട്ടിലെ സാഹചര്യങ്ങൾ വ്യത്യസ്തമാണ്. അത് പഠനത്തെ ബാധിക്കും. ഈ പരിഹാര ബോധനക്ലാസ് ഞങ്ങളുടെ വിദ്യാഭ്യാസ പരീക്ഷണങ്ങളുടെ പരീക്ഷണശാലയായിരുന്നു. സാഹചര്യങ്ങൾ ശരിയല്ലാത്തതുകൊണ്ടാണ് പഠനം നടക്കാത്തത് എന്നായിരുന്നു ഞങ്ങളുടെ ധാരണ. അത്രയേ ഉണ്ടായിരുന്നുള്ളൂ ഞങ്ങൾക്ക് പ്രവർത്തന പരിചയം.

ഒരു സ്കൂൾ തുടങ്ങിയാലോ എന്നായിരുന്നു പിന്നത്തെ ചിന്ത.

ഞങ്ങൾ സർക്കാരിലേക്ക് അപേക്ഷ അയച്ചു. അംഗീകാരം കിട്ടിയില്ല. അംഗീകാരമില്ലാത്ത വിദ്യാലയം നടത്തുക അന്ന് അസാദ്ധ്യമായിരുന്നു. ഇന്നിപ്പോ നിയമങ്ങൾ വളരെ അയഞ്ഞതാക്കിയല്ലോ- ആർക്കും എത്ര കുറഞ്ഞ സൗകര്യത്തിലും സ്കൂൾ നടത്താം. അന്ന് പുതിയ സ്കൂൾ അനുവദിച്ചു എന്ന് കേൾക്കുമ്പോൾ അന്വേഷിച്ച് ചെല്ലും. അപ്പോഴാണ് അറിയുക നിലവിലുള്ള സ്കൂളിന് അംഗീകാരം നല്കുക മാത്രമാണ് ചെയ്തത് എന്ന്.

ഒരുദിവസം ഞങ്ങളുടെ സ്കൂളിൽ പഠിപ്പിച്ചുകൊണ്ടിരുന്ന ഒരു അദ്ധ്യാപികയുടെ വീട്ടിൽ ഞങ്ങൾ പോയി. അവരുടെ ജ്യേഷ്ഠനെ ഞങ്ങൾക്ക് പരിചയപ്പെടുത്തി. അദ്ദേഹം എഴുന്നേറ്റ് നടക്കില്ല. കസേരയിൽ ഇരിക്കയേ ഉള്ളൂ. ഒരു വീഴ്ചയിൽ ഓർമ്മപോയി എന്നാണ് പറഞ്ഞത്. ഞങ്ങൾ മറ്റുള്ളവരോട് ഇതേപ്പറ്റി അന്വേഷിച്ചു. രക്ഷാകർത്താക്കൾ ഈ കുട്ടിയെ കർശന നിയന്ത്രണത്തിലാണ് വളർത്തിയത്. കളിക്കാൻ വിടില്ല, ഏത് സമയവും പഠനം, ഒരുദിവസം മറ്റ് കുട്ടികളുമൊത്ത് പന്ത് കളിക്കുന്ന കണ്ടിട്ട് വീട്ടിലെത്തുംവരെ അടിച്ചു. ബി കോം പരീക്ഷ എഴുതുന്ന സമയത്ത് കുഴഞ്ഞു വീണു. പിന്നീട് നടന്നിട്ടില്ല.

ഞങ്ങൾ ഇടയ്ക്കിടയ്ക്ക് ആ വീട്ടിൽ പോകും. ആ പയ്യനോട് ധാരാളം സംസാരിക്കും. ക്രമേണ അയാൾ നടക്കാൻ തുടങ്ങി. എഴുതാനും. ആ അനുഭവം ഞങ്ങളെ പല കാര്യങ്ങളും പഠിപ്പിച്ചു. ഇത്തരം അനുഭവങ്ങളാണ് ഞങ്ങളുടെ ഗുരു.

സർക്കാർ സ്കൂളിൽ പഠിപ്പിക്കുന്ന കാലത്തും ഞങ്ങൾ പരമ്പരാഗത രീതികളല്ല അവലംബിച്ചിരുന്നത്. പേപ്പറും മറ്റ് മാസികകളും വായിക്കാൻ കൊടുക്കും, വായിച്ച് കൊടുക്കും. അല്ലാതെ ഒരു പാഠത്തെ കീറിമുറിച്ച് അർത്ഥം, പര്യായം, സന്ധി എന്നിങ്ങനെ പഠിപ്പിക്കാറില്ല. അതിന്റെ ആവശ്യവുമില്ല. കുട്ടികൾ പരിചയപ്പെടേണ്ട ഒരു കൂട്ടം പദങ്ങൾ ഞങ്ങൾ മുൻകൂട്ടി കണ്ടിരിക്കും. അവ പരിചയപ്പെടാനുള്ള സന്ദർഭം ഒരുക്കും. പക്ഷേ, ഞങ്ങൾക്ക് സുഗമമായി പ്രവർത്തിക്കാൻ കഴിയുമായിരുന്നില്ല. അവിടുത്തെ പ്രധാന യൂണിയനായ കെ ജി ടി എ യുടെ പ്രവർത്തകർ ഞങ്ങൾക്ക് ഒരുപാട് ബുദ്ധിമുട്ട് ഉണ്ടാക്കി.

ഞാൻ മുൻപ് പണിയെടുത്തിരുന്ന വിദ്യാലയത്തിലെ ഒരു അദ്ധ്യാപിക ഉദ്യോഗക്കയറ്റം കിട്ടി എന്റെ വിദ്യാലയത്തിലെ പ്രധാന അദ്ധ്യാപികയായി. പഴയ സ്കൂളിൽ ഞങ്ങൾ തമ്മിൽ ചെറിയ പ്രശ്നങ്ങൾ ഉണ്ടായിരുന്നു. എങ്കിലും പ്രശ്നമുണ്ടാക്കണ്ട എന്നു കരുതി പരമാവധി സഹകരിക്കാൻ ശ്രമിച്ചു. ഉച്ചക്കഞ്ഞിയുടെ ചുമതല എനിക്കായിരുന്നു. സപ്ലൈ ഓഫീസ് ജീവനക്കാരനായിരുന്ന ഭർത്താവിന്റെ സഹായത്തോടെ ഈ അദ്ധ്യാപിക എനിക്കെതിരെ കള്ളക്കേസ് ഉണ്ടാക്കി. അരിയും പയറും ഞാൻ കടത്തി എന്ന് ആദിവാസിയെക്കൊണ്ട് കള്ളസാക്ഷി പറയിച്ചു. സത്യത്തിൽ അവർ ഭർത്താവുമായി ചേർന്ന് സ്റ്റോക്ക് വന്നതായി കള്ളരേഖ ചമച്ചതായിരുന്നു. എന്നെ ആ സ്കൂളിൽനിന്നും സ്ഥലം മാറ്റി. എനി

ക്കെതിരെ പണിയെടുത്തവർക്ക് സമാധാനമായി. ധാർമ്മികത, ധർമ്മം, എന്നിവയൊക്കെ അത് ഉള്ളവരിൽനിന്നേ പ്രതീക്ഷിക്കാവൂ. ഞാൻ രാജി വച്ചു. അവർ സ്വീകരിച്ചില്ല. ആ വർഷം കഴിഞ്ഞ് ഞാൻ അഗളിയിൽ ജോലിക്ക് ചേർന്നു. 'ഇത് വിദ്യാഭ്യാസവകുപ്പല്ല വിദ്യാ ആഭാസ വകുപ്പാണ്' എന്നു പറഞ്ഞ് വീണ്ടും രാജി നല്കി. അതവർ സ്വീകരിച്ചു.

സാധാരണ ഈയവസരത്തിൽ സഹായമാകേണ്ടത് അദ്ധ്യാപക സംഘടനയാണ്. പക്ഷേ, കെ ജി ടി എ തുടക്കം മുതലേ ഞങ്ങൾക്ക് എതിരായിരുന്നു. മെമ്പർഷിപ്പ് ചേർക്കാൻ വന്നപ്പോൾ ഞാൻ അംഗത്വം എടുക്കില്ലെന്നു പറഞ്ഞു. കൂടെ നില്ക്കാം. എന്തുകൊണ്ട് എന്ന് ചോദിച്ചു. സംഘടനയെക്കുറിച്ച് ഞാൻ ഒന്ന് പഠിക്കട്ടെ. തീർച്ചയായും സഹകരിക്കാം. 10 രൂപ സംഭാവനയും നല്കി. ഇതവർക്ക് പിടിച്ചില്ല. പിന്നീട് പലതരം ഉപരോധങ്ങളായിരുന്നു. പച്ചക്കറിക്കടയിൽ ചെന്ന് വിജയലക്ഷ്മി ടീച്ചറിനു കടം കൊടുക്കരുത് എന്നൊക്കെ പറഞ്ഞു. ഞങ്ങൾക്ക് വാശിയായി. കെ ജി ടി എ സമരം ചെയ്തപ്പോൾ അത് പൊളിക്കാൻ നേരത്തെ സ്കൂളിൽ എത്തി. അവർ എന്നെ സ്കൂളിൽ ഇട്ട് പൂട്ടി. ജനൽ ചവിട്ടി പൊളിച്ച് ഞാൻ പുറത്തിറങ്ങി. അന്ന് ഗൗതം ചെറുതായിരുന്നു. എനിക്കവന് മുലകൊടുക്കണമായിരുന്നു.

തമാശ എന്താണെന്നുവച്ചാൽ ഈ സമരം ചെയ്യുന്ന നേതാക്കളുടെ മക്കൾ സ്ഥിരമായി സ്കൂളിൽ വന്ന് എന്റെ ക്ലാസിലിരിക്കും. പിന്നീട് അപവാദ പ്രചാരണങ്ങളുടെ പ്രവാഹമായിരുന്നു. പലതരത്തിൽ ഉപദ്രവിച്ചു. ഗോജി അപ്പോഴേക്കും ജോലി രാജിവച്ച് സാരംഗ് തുടങ്ങിയിരുന്നു. പത്തോ പതിനഞ്ചോ രൂപ ഫീസ് വാങ്ങിയാണ് പഠിപ്പിച്ചിരുന്നത്. ഞാൻ പ്രൈവറ്റ് ട്യൂഷൻ നടത്തുകയാണ് എന്ന പരാതി മേലധികാരികൾക്ക് അവർ അയച്ചു.

ഞങ്ങൾ നക്സലൈറ്റ് ആണെന്ന ഒരു പ്രചാരണം ഉണ്ടായിരുന്നു. ഒരിക്കലും തീവ്ര ഇടതുപക്ഷ ആഭിമുഖ്യം ഉണ്ടായിരുന്നില്ല. എംപ്ലോയ്മെന്റ് എക്സ്ചേഞ്ചിൽനിന്നു മൂന്നു മാസത്തിനു ജോലി കിട്ടി. വയനാട്ടിൽ പണിയെടുത്തിരുന്നു. ജോലി കാലാവധി കഴിഞ്ഞ സമയത്ത് *പടയണി* എന്ന മാസികയ്ക്ക് വേണ്ടി എഴുതുമായിരുന്നു. അന്ന് നക്സലൈറ്റുകളെക്കുറിച്ച് ഒരു ഫീച്ചർ ചെയ്തു. ഞങ്ങൾക്ക് അവരെക്കുറിച്ച് നല്ല മതിപ്പ് ആയിരുന്നു. ഞങ്ങൾക്കു മാത്രമല്ല ജനങ്ങൾക്കും. അഞ്ചു നേരം നിസ്കരിക്കുന്ന തികച്ചും മതവിശ്വാസികളായ മുസ്ലീമുകൾ പോലും ഞങ്ങൾ താമസിച്ചിരുന്ന കടമുറിയുടെ സമീപത്തുള്ള കടയിൽ വന്ന് നല്ലത് പറയുന്നത് കേട്ടിട്ടുണ്ട്.

എല്ലാ വലിയ പ്രസ്ഥാനങ്ങൾക്കും സംഭവിക്കുന്ന കേന്ദ്രീകൃത സ്വഭാവം നക്സലൈറ്റ് സംഘടനയ്ക്കും ഉണ്ട്. മുകളിലുള്ള കുറച്ചാളുകളാണ് കാര്യങ്ങൾ നിയന്ത്രിക്കുന്നത്. താഴെത്തട്ടിൽ പ്രവർത്തിക്കുന്നവർ പിടഞ്ഞ് പണിയെടുക്കുന്നു. നേതാക്കളുടെ മന്ദബുദ്ധിത്തരം നടപ്പിലാക്കാനാണ് അവരുടെ ശ്രമം. അതിലൊന്നായിരുന്നു കേണിച്ചിറയിലെ

മത്തായിവധം. അതോടെ ജനങ്ങൾക്കിടയിൽ ഇവരെക്കുറിച്ചുണ്ടായിരുന്ന മതിപ്പ് പോയി. പണിയെടുത്ത് നടന്ന പാവം ചെറുപ്പക്കാരെല്ലാം അടിയും ഇടിയും കൊണ്ട് കഷ്ടപ്പെട്ടു. ഇനിയൊരിക്കലും ഈ പ്രസ്ഥാനം തല ഉയർത്തരുത് എന്ന രീതിയിൽ ഭരണകൂടം അതിനെ അടിച്ചമർത്തി. പിന്നീട് ആ ചെറുപ്പക്കാരിൽ പലരും പല പാർട്ടിയിലേക്കും പോയി. ഞങ്ങൾ ആ ഫീച്ചർ എഴുതുന്നതിനു മുമ്പേ മത്തായിവധം നടന്നിരുന്നു. അതിനാൽ ആ ഫീച്ചർ വെളിച്ചം കണ്ടില്ല. മത്തായിവധം നടന്നതിനു പിറ്റേന്നു രാവിലെതന്നെ കേരളത്തിലുടനീളം പോസ്റ്റർവന്നു. ഞങ്ങളത് ചെയ്തു എന്ന വിധത്തിൽ. അത്രയ്ക്കും നല്ല പ്രവർത്തനമായിരുന്നു. നന്നായി പണിയെടുക്കുന്ന അണികളെ നയിക്കുന്ന മന്ദബുദ്ധികളായ നേതാക്കൾ!

മരുഭൂമിയിൽ കാണുന്ന മരമാണ് ഖേജ്രി. ഈ മരത്തിന് മണ്ണിനു മുകളിൽ വളരെ കുറച്ച് മാത്രമേ വളർച്ചയുള്ളൂ. എന്നാൽ വേര് ഒരുപാട് ആഴത്തിലാണ്. നീണ്ടുപടർന്ന വേരുപടലം, ഒരു ഖജ്രി വൃക്ഷം പോലെ യാണ് സാരംഗ്. പുറമെനിന്നു നോക്കുമ്പോൾ പത്തോ പതിമൂന്നോ പേർ

പഠിക്കുന്ന ഒരു ഗുരുകുലം. എന്നാൽ സാരംഗിന്റെ ആശയങ്ങൾ അതിലും എത്രയോ ആഴത്തിൽ സമൂഹത്തിൽ വേരോടിയിട്ടുണ്ട്. ആയിരം സാരംഗ് ഉണ്ടാക്കുക എന്നത് ഞങ്ങളുടെ ലക്ഷ്യമല്ല. ഏകതാനമായ രീതി എല്ലായിടത്തും അനുയോജ്യമാവില്ല. മലയോരത്തെ പഠനമല്ല കടലോരത്ത് വേണ്ടത്.

സാരംഗ് ആദിവാസികൾക്കായി നടത്തുന്ന സ്കൂൾ ആണ് എന്നൊരു ധാരണയുണ്ട്. അത് ശരിയല്ല. ആദിവാസി എന്നുപറഞ്ഞാൽ ഫണ്ട് ധാരാളമൊഴുകും. ഇത് ഫണ്ട് സ്വീകരിക്കാനുള്ള പ്രസ്ഥാനമല്ല. മനുഷ്യർക്ക് വേണ്ടിയുള്ളതാണ്. അതിൽ ആദിവാസി ഉണ്ടാകാം. പക്ഷേ, അവരുടെ പേര് ഞങ്ങൾ ഉപയോഗിച്ചിട്ടില്ല. എന്നാൽ ആദിവാസികൾക്കും കൂടി വേണ്ടിയാണ് ഇത്. മൊട്ടക്കുന്നായി കിടന്ന പ്രദേശം ഞങ്ങൾ പുനർജ്ജീവിപ്പിച്ചു. ഇപ്പോഴവിടെ ജലക്ഷാമം രൂക്ഷമല്ല. താഴ്വരയിൽനിന്ന് ചപ്പ് വിലയ്ക്കുവാങ്ങിയാണ് കൊണ്ടിട്ടിരുന്നത്.

പ്രവർത്തിക്കുക, വിശകലനം ചെയ്യുക, തെറ്റ് തിരുത്തുക എന്നൊരു രീതിയാണ് പിന്തുടർന്നത്. ഗാന്ധിജിയുടെ പല ആശയങ്ങളും സാരംഗിലും കാണാം. അത് മുഴുവൻ ഗാന്ധിജിയെ വായിച്ച് അതേപടി പകർത്തിയതല്ല. നേരെ കാണുന്ന സത്യങ്ങളാണ് വിശ്വാസം. *താങ്ങാവുന്ന വിദ്യാഭ്യാസം* എന്ന പുസ്തകത്തിൽ തങ്ങളുടെ വിദ്യാഭ്യാസപദ്ധതിയെക്കുറിച്ച് വിശദമായി പറഞ്ഞിട്ടുണ്ട്."

ഇപ്പോഴത്തെ സാരംഗിയിൽ ഗൗതമിന്റെ കുട്ടികൾ അടക്കം ആറു പേരുണ്ട്. പുതിയതായി കുറച്ചുപേരെക്കൂടി ചേർക്കാൻ പദ്ധതിയുണ്ട്. രക്ഷാകർത്താക്കൾക്കുള്ള അവബോധക്ലാസുകൾ നടന്നുകൊണ്ടിരിക്കുന്നു.

ഗൗതം പൂർണ്ണമായി സാരംഗിന്റെ ഉല്പന്നമാണ്. വെബ് ഡിസൈനർ ആണ്. ഇംഗ്ലീഷ്, മലയാളം, തമിഴ് എന്നീ ഭാഷകൾ മനോഹരമായി കൈകാര്യം ചെയ്യും. ചെറിയ ഡോക്യുമെന്ററികൾ സ്വന്തമായി നിർമ്മിച്ച് പ്രദർശിപ്പിച്ച് വരുന്നു. *മൂരിക്കാലം* എന്ന ചെറുസിനിമ സംവിധാനം ചെയ്ത് പുറത്തിറക്കി.

സാരംഗിലെ കുട്ടികൾക്ക് എല്ലാത്തരം കലകളെയും പരിചയപ്പെടുത്തും. പരിശീലിപ്പിക്കാൻ ഗുരുക്കന്മാരെ ഏർപ്പാട് ചെയ്യും. ഇഷ്ടമുള്ളവർക്ക് ഇഷ്ടമുള്ളത് തുടരാം. വേണ്ടെന്ന് വയ്ക്കാം. ഒരു ആഴ്ചയിൽ ഓരോരുത്തർക്കും പഠിക്കാൻ കഴിയുന്ന സമയം കുട്ടികൾ സ്വയം നിശ്ചയിക്കും. ടൈം ടേബിൾ വയ്ക്കും. എല്ലാ സഹായവും ചെയ്യാൻ വിജയലക്ഷ്മി ഗോപാലകൃഷ്ണനും കൂടെയുണ്ട്. ആഴ്ചയുടെ അവസാനം എല്ലാവരും സ്വന്തം പഠനത്തെ അവലോകനം ചെയ്യും. കുറവുകൾ കണ്ടെത്തി തിരുത്തും.

ഔപചാരിക വിദ്യാലയങ്ങൾ പലപ്പോഴും കുട്ടികളെ അറിയുന്നില്ല. അവരുടെ പ്രശ്നങ്ങളെ അഭിമുഖീകരിക്കുന്നില്ല. അവിടെയാണ് സാരംഗിനെപ്പോലുള്ള സംരംഭങ്ങൾ മാതൃകയാവുന്നത്.

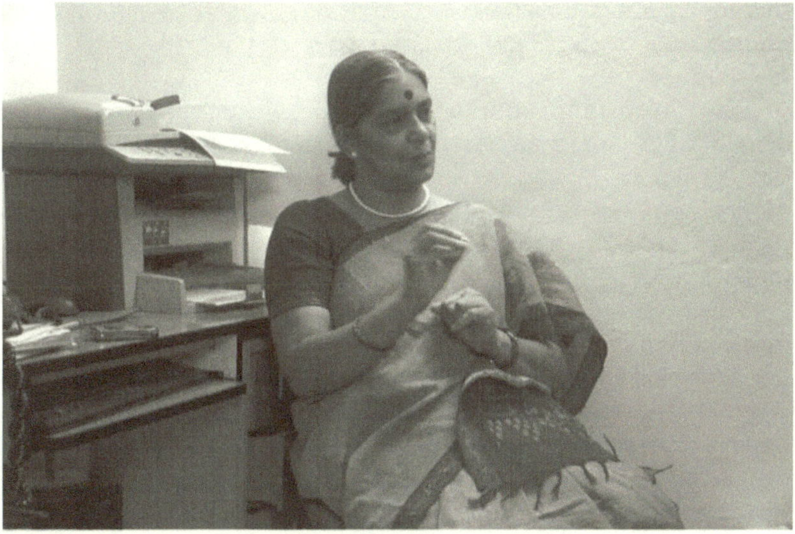

കുടിയേറ്റ കർഷക കുടുംബത്തിൽനിന്ന്: ആനിരാജ

തങ്ങളൊഴികെ മറ്റെല്ലാവരും കുടിയേറ്റക്കാർ എന്ന് വിധിക്കുക; കുടിയേറ്റക്കാരൊക്കെ വന്നിടങ്ങളിലേക്ക് തിരിച്ചുപോകണം എന്ന് അനുശാസിക്കുക; ഈ അനുശാസന നടപ്പാക്കാൻ കൃത്യമായി ആസൂത്രണം ചെയ്ത പദ്ധതി ബലംപ്രയോഗിച്ച് നടപ്പിലാക്കുക- വലതുപക്ഷ നേതൃത്വത്തിൽ ലോകത്ത് അമേരിക്ക മുതൽ ഇന്ത്യവരെയും ഇങ്ങനെ 'അന്യരെ' സൃഷ്ടിക്കുകയും സംഹരിക്കുകയും ചെയ്തുകൊണ്ടിരിക്കുന്ന മോശപ്പെട്ട ഈ കാലത്തായിരുന്നു, ആനിയുടെ കുടുംബം കോട്ടയത്തുനിന്ന് ആറളത്തേക്ക് പറിച്ചുനട്ടിരുന്നതെങ്കിൽ? എങ്കിൽ പിന്നീട് ആനിരാജ എന്ന പ്രശസ്തയായ സി പി ഐ നേതാവ് ഉണ്ടാകുമായിരുന്നോ? അറിഞ്ഞുകൂടാ. പക്ഷേ, ഒന്നുറപ്പിക്കാം. സങ്കല്പമൊക്കെ വ്യത്യസ്ത സാഹചര്യങ്ങളുമായി മല്ലിടേണ്ടി വന്നുവെങ്കിലും ആനിയുടെ കുടുംബം ആപേക്ഷികമായി സുരക്ഷിതമായിരുന്നു. അറിയപ്പെടുന്ന കമ്യൂണിസ്റ്റ് പ്രവർത്തകനായ അപ്പൻ. അദ്ധ്വാനിയായ അമ്മ. അപ്പനെ അച്ചൻ എന്നായിരുന്നു ആനി വിളിച്ചിരുന്നത്. കാരണം നാട്ടുകാർക്ക് അദ്ദേഹം തോമ്മസ്സല്ലായിരുന്നു. ബാലനായിരുന്നു. (ഇതിന്റെ കഥ വഴിയെ വിവരിക്കുന്നുണ്ട്) ഒരുതരത്തിൽ പറഞ്ഞാൽ, പിളർപ്പു വർഷത്തിന്റെ കുഞ്ഞായിട്ടാണ് ആനി ജനിച്ചത്- 1964 ൽ കമ്യൂണിസ്റ്റ് പ്രസ്ഥാനം ദേശീയതലത്തിൽ രണ്ടായവർഷം. അങ്ങനെ സി പി ഐ യുടെ ജന്മവുമായി 'ജനനാൽ'

ബന്ധപ്പെട്ടുകിടക്കുന്ന ജീവിതം പിന്നീട് ആ പാർട്ടിയുടെ ഉന്നതസ്ഥാനത്തേക്ക് തന്നെ എത്തിച്ചത് ചരിത്രപരമായ ഒരു കൗതുകമായി ആനി കാണുന്നു.

ഒരു സാധാരണ കുടിയേറ്റ കർഷകകുടുംബത്തിലെ പെൺകുട്ടി നാഷണൽ ഫെഡറേഷൻ ഓഫ് ഇന്ത്യൻ വിമണിന്റെ (NFIW) ജനറൽ സെക്രട്ടറിയായ കഥയാണ് ആനി രാജയ്ക്ക് പറയാനുള്ളത്. ഒട്ടേറെ സ്ത്രീപ്രശ്നങ്ങളിൽ ഇടപെട്ടുവരുന്ന ആനിരാജ നിറഞ്ഞ പുഞ്ചിരിയോടെയാണ് ഡൽഹിയിലെ റഫി മാർഗ്ഗിലുള്ള വി പി ഹൗസിൽ ഞങ്ങളെ സ്വീകരിച്ചത്.

ആനി രാജയുടെ സഖാവ് ഡി രാജ തമിഴ്നാട്ടിൽ നിന്നുള്ള രാജ്യസഭാംഗമാണ്. ഏകമകൾ അപരാജിത ഡൽഹി യൂണിവേഴ്സിറ്റിയിൽ ഡിഗ്രി കഴിഞ്ഞ് ജെ എൻ യുവിൽ ബിരുദാനന്തര ബിരുദത്തിനു പഠിക്കുന്നു. അച്ഛന്റെയും അമ്മയുടെയും പാതയിൽ വിദ്യാർത്ഥി രാഷ്ട്രീയത്തിൽ സജീവമാണ് അപരാജിത.

കണ്ണൂർ ജില്ലയിലെ ആറളം പഞ്ചായത്തിലെ വട്ടപ്പറമ്പ് പ്രദേശത്ത് 1964 ൽ ആനി ജനിച്ചു. കോട്ടയത്തുനിന്ന് കുടിയേറിയ കർഷക കുടുംബമായിരുന്നു. അച്ഛൻ കമ്യൂണിസ്റ്റ് പ്രസ്ഥാനത്തിന്റെയും കിസാൻ സഭയുടെയും സജീവ പ്രവർത്തകൻ ആയിരുന്നു. തോമസ് എന്നുപേരുള്ള അച്ഛൻ നാട്ടിൽ അറിയപ്പെട്ടിരുന്നത് ബാലൻ എന്നായിരുന്നു. ഇതിനു പിന്നിൽ രസകരമായ ഒരുകഥയുണ്ട്. ആനി വിവരിക്കുന്നു.

"പൊതുപ്രവർത്തകനായ അച്ഛൻ ഭൂസമരവുമായി ബന്ധപ്പെട്ട് ഒളിവിലായിരുന്നു. പിടികിട്ടാപ്പുള്ളി. ഒരുദിവസം കടയിൽ ചായ കുടിച്ചുകൊണ്ടിരിക്കെ ഒരു പൊലീസുകാരൻ അച്ഛനെ അന്വേഷിച്ചുവന്നു. ചായക്കടക്കാരൻ ഇത് തോമസല്ല ബാലനാണ് എന്ന് തറപ്പിച്ചുപറഞ്ഞു. പൊലീസുകാരൻ അച്ഛനെ അറസ്റ്റ് ചെയ്യാതെ മടങ്ങിപ്പോയി! പിന്നീട് മരണംവരെയും നാട്ടുകാർക്ക് അച്ഛൻ ബാലൻ ആയിരുന്നു. ഹിന്ദുക്കൾ വിളിക്കുന്നത് പോലെ ഞങ്ങൾ അച്ഛനെന്നാണ് അദ്ദേഹത്തെ വിളിച്ചത്. കോട്ടയം ക്രിസ്ത്യാനികൾ ചാച്ചൻ എന്നാണല്ലോ വിളിക്കുക"

ആനിക്ക് മൂന്ന് സഹോദരന്മാർ ഉണ്ട്. ഇതിൽ ആദ്യത്തെ രണ്ടുപേർക്ക് ആനിയേക്കാൾ 13 ലേറെ വയസ്സ് മൂപ്പുണ്ട്. അവർ ഏറെ പഠിച്ചിട്ടൊന്നുമില്ല. കൂലിപ്പണിചെയ്ത് ആനിയെയും തൊട്ടുമുകളിലുള്ള ചേട്ടനേയും പഠിപ്പിച്ചു. വിദ്യാർത്ഥി പ്രസ്ഥാനത്തിലൂടെയാണ് ആനി പൊതുപ്രവർത്തനരംഗത്തേക്ക് കടന്നുവന്നത്.

"എന്റെ നേരെ മീതെയുള്ള ചേട്ടനാണ് എന്നെ വിദ്യാർത്ഥി പ്രസ്ഥാനത്തിലേക്ക് നയിച്ചത്. അവിടെനിന്നാണ് ഞാൻ സ്ത്രീകളുടെ പ്രശ്നങ്ങളിൽ ഇടപെട്ടുതുടങ്ങിയത്. കുടിയേറ്റ ഗ്രാമമായതിനാൽ ഒരു സൗകര്യവും ഉണ്ടായിരുന്നില്ല. തികച്ചും കുഗ്രാമമായ വട്ടപ്പറമ്പിൽ പൊതുപ്രവർത്തനത്തിൽ ഇറങ്ങിയപ്പോൾ എനിക്ക് ഒട്ടേറെ വെല്ലുവിളികൾ നേരിടേണ്ടിവന്നു. എന്റെ ചേട്ടന്മാർ എന്നോടൊപ്പം നിന്നു. എന്റെ അമ്മ യാഥാ

സ്ഥിതിക ക്രിസ്തീയ കുടുംബത്തിൽ ജനിച്ചവളാണ്. അവർ വിശ്വാസിയാണ്. എല്ലാദിവസവും പള്ളിയിൽ പോകാൻ കഴിയാത്തതിനാൽ ഞായറാഴ്ച മുടങ്ങാതെ പോകും. ഒരു സാധാരണ നാട്ടിൻപുറത്തുകാരി. എന്നിട്ടും അമ്മയുടെ ഭാഗത്തുനിന്നും ഒരു വിലക്കും ഉണ്ടായിട്ടില്ല. ഒരു മുൻകരുതൽ വേണമെന്ന് അമ്മ പറയാറുണ്ട്. ഏതൊരമ്മയും മക്കൾക്ക് നല്കുന്ന ഉപദേശം."

മലയോരഗ്രാമത്തിന്റെ പരിമിതികൾക്കുള്ളിൽ നിന്നുകൊണ്ടാണ് ആനി വിദ്യാഭ്യാസം പൂർത്തിയാക്കിയത്. ഒന്നു മുതൽ നാലുവരെ എടവേലി സർക്കാർ സ്കൂളിലും അഞ്ചുമുതൽ ഏഴു വരെ സെന്റ് സെബാസ്റ്റ്യൻ സ്കൂളിലും ഹൈസ്കൂൾ വിദ്യാഭ്യാസം സെന്റ് തോമസ് ഹൈസ്കൂളിലുമാണ് പൂർത്തിയാക്കിയത്. സെന്റ് തോമസ് ഹൈസ്കൂളിലേക്ക് അഞ്ചെട്ടു മൈൽ നടക്കണം. കൂട്ടുകാരുമൊത്ത് കാടുംമേടും താണ്ടിയാണ് യാത്ര. പത്താം ക്ലാസിനു ശേഷമുള്ള പഠനമെല്ലാം ട്യൂട്ടോറിയൽ കോളേജിലായിരുന്നു.

"ഞങ്ങളുടെ വീട്ടിനടുത്തെവിടെയും കോളേജ് ഇല്ല. പ്രീഡിഗ്രിക്ക് ആർട്സ് വിഷയമെടുത്ത് ഞാൻ വെളിമാനത്തെ പാരലൽകോളേജിൽ ചേർന്നു. വിദ്യാർത്ഥിപ്രസ്ഥാനത്തിൽ സജീവമായി അന്ന് എ ഐ എസ് എഫ് ഒരു മുദ്രാവാക്യം വച്ചിരുന്നു. Study and Struggle, പഠനം, സമരം. ഒരു വിദ്യാർത്ഥി എന്ന നിലയിൽ പഠനവും പ്രവർത്തനവുമായി ഞാൻ മുന്നോട്ടുപോയി. പഠിക്കുക എന്നത് എനിക്കൊരു ഹരമായിരുന്നു. വിവാഹം കഴിഞ്ഞ് അപരാജിത ജനിച്ചതിനുശേഷം ജാമിയമിലിയ കോളേജിൽനിന്ന് രാഷ്ട്രമീമാംസയിൽ ഞാൻ എം എ ബിരുദമെടുത്തു. അതിനുശേഷം ബി എഡും പാസായി. കുടുംബത്തിൽ ആദ്യമായി ബിരുദം നേടിയത് ഞാനാണ്. പൊതുപരീക്ഷ കഴിഞ്ഞ് വരുമ്പോൾ കൂലി

പ്പണിക്കാരായ ചേട്ടന്മാർ ഒരു ഷർട്ടോ മറ്റോ വാങ്ങി കാത്തുനില്പുണ്ടാകും.

ഞാൻ കുടുംബത്തിലെ ഏക പെൺതരിയായിരുന്നു. എല്ലാത്തരത്തിലും പുരുഷനോടൊപ്പം സ്ഥാനം എനിക്ക് കുടുംബത്തിൽ കിട്ടിയിട്ടുണ്ട്. കുറച്ചു കൃഷിയുണ്ടായിരുന്നു. അടുത്ത കൃഷി എന്തുചെയ്യണം, മുളക് വിറ്റിട്ട് എന്തുവാങ്ങണം എന്നെല്ലാം കൂട്ടായി ചർച്ച ചെയ്യുകയാണ് പതിവ്. അഭിപ്രായം തുറന്നു പറയാനുള്ള സ്വാതന്ത്ര്യം എനിക്കുണ്ടായിരുന്നു. ആ തരത്തിൽ തുല്യത ചെറുപ്പം മുതൽ തോന്നിയിരുന്നു. ആൺകുട്ടികളെപ്പോലെ ഞാനും മരം കയറിയിട്ടുണ്ട്. ഇന്നും കയറാൻ റെഡിയാണ്. പ്രകൃതിയോട് കൂടുതൽ അടുത്ത ജീവിതമാണ് മലയോരവാസികളായ ഞങ്ങളുടേത്. എന്റെ മകൾക്ക് ഈ അനുഭവം ലഭിക്കാൻ എല്ലാവർഷവും ഒരുമാസക്കാലം അവളെ നാട്ടിൽ കൊണ്ടാക്കും."

കണ്ണൂർ ജില്ലയുടെ വിവിധ ഭാഗങ്ങളിൽ സംഘടനാ പ്രവർത്തനത്തിനു പോയിരുന്ന ആനി പലപ്പോഴും രാത്രി 10 മണിയാവും തിരിച്ചെത്താൻ. ചേട്ടന്മാർ ചിരട്ടയിൽ മെഴുകുതിരി കത്തിച്ചുവച്ച് ബസ് സ്റ്റോപ്പിൽ കാത്തുനില്ക്കും. ഇരുട്ടുവീണ നാട്ടുവഴികളിലൂടെ ഏറെദൂരം നടന്നാലേ വീട്ടിലെത്തൂ. കുറേക്കാലം ഇങ്ങനെ കഴിഞ്ഞു. ആനിക്ക് സംഘടനാപരമായി കൂടുതൽ ഉത്തരവാദിത്തങ്ങൾ വന്നു. പാർട്ടി ഒരു തീരുമാനമെടുത്തു. ആനി കാന്തലോട്ട് കുഞ്ഞമ്പുവിന്റെയും യശോദടീച്ചറുടെയും വീട്ടിൽ താമസിക്കട്ടെ. ആനിക്കും ആ തീരുമാനം സന്തോഷകരമായിരുന്നു. അന്ന് ആനി സാമ്പത്തിക ശാസ്ത്രം എം എയ്ക്ക് പഠിച്ചുകൊണ്ടിരിക്കുകയായിരുന്നു.

"സത്യം പറഞ്ഞാൽ കാന്തലോട്ട് സഖാവിന്റെയും യശോദടീച്ചറുടെയും വീട്ടിൽ വച്ചാണ് ഞാൻ ഫെമിനിസത്തെക്കുറിച്ചും സ്ത്രീസമത്വത്തെക്കുറിച്ചും സൈദ്ധാന്തികമായി പഠിക്കുന്നത്. അതിനുമുമ്പ് പാർട്ടി ഒരുകാര്യം ഏല്പിക്കുന്നു, ഞാനത് ചെയ്യുന്നു എന്ന രീതിയിലായിരുന്നു. മുമ്പും സ്ത്രീധനത്തിന് എതിരായി കേന്ദ്രം ആഹ്വാനംചെയ്ത സമരത്തിൽ പങ്കെടുത്തിട്ടുണ്ട്. എന്തുകൊണ്ട് സ്ത്രീധനം പാടില്ല, സ്ത്രീയുടെ രണ്ടാംകിട പദവിയുടെ ചരിത്രം ഇവയെല്ലാം കാന്തലോട്ട് സഖാവിന്റെയും ടീച്ചറുടെയും വീട്ടിൽ രണ്ടുവർഷക്കാലത്തെ താമസത്തിനിടയിലാണ് ഞാൻ മനസ്സിലാക്കിയത്. എന്റെ പ്രവർത്തനങ്ങൾക്ക് അടിത്തറ പാകിയത് അവിടെ വച്ചാണ്. സ്ത്രീപ്രവർത്തക എന്ന നിലയിൽ എന്റെ ഗുരുനാഥ യശോദടീച്ചറാണ്.

ഒരുഗ്രാം പൊന്നിനുവേണ്ടി മർദ്ദനം ഏല്ക്കുന്ന സ്ത്രീകളെ ഞാൻ കണ്ടിട്ടുണ്ട്. അപ്പോഴൊക്കെ താലി എന്നു പറയുന്നത് ഇത്ര വലിയ ഒരു സാധനമാണോ എന്ന് തോന്നിയിട്ടുണ്ട്. അത് ആവശ്യമില്ല എന്ന് ഞാൻ മനസ്സിലാക്കി. എന്റെ വിവാഹത്തിന് താലികെട്ട് ഉണ്ടായിട്ടില്ല. എന്റെ നിബന്ധനകൾ അതൊക്കെയായിരുന്നു. സ്ത്രീധനം ചോദിക്കാത്ത ആളായിരിക്കണം, താലി അണിയില്ല. പെണ്ണിനു മാത്രം എന്തിനാണ് വിവാഹിത

യായി എന്നതിന് ഒരു അടയാളം? എന്റെ ജീവിതത്തിൽ അത് പൂർണ്ണമായി പകർത്താൻ കഴിഞ്ഞു.

പാർട്ടിസഖാക്കൾ ആലോചിച്ച് നടത്തിയ വിവാഹമായിരുന്നു. പൂമാല കൈമാറി. അത്രതന്നെ. വിവാഹത്തിന് മുൻപ് ഒന്നു രണ്ടു പ്രാവശ്യം ഞങ്ങൾ പരസ്പരം കണ്ടിട്ടുണ്ട്. എ ഐ വൈ എഫ് മുപ്പത്തിമൂന്ന് ദിവസം നീണ്ട ഒരു ജാഥ നടത്തിയിരുന്നു. കാസർഗോഡ് മുതൽ തിരുവനന്തപുരം വരെ. ജാഥയിൽ ഞാനും പങ്കാളിയായിരുന്നു. ജാഥ തിരുവനന്തപുരത്ത് സമാപിച്ചപ്പോൾ പ്രസംഗിക്കാൻ ഡി രാജ വന്നിരുന്നു. 1989 ൽ 12 സ്ത്രീകൾ സോവിയറ്റ് യൂണിയനിൽ പോയിരുന്നു. അന്ന് ഡൽഹിയിൽ വച്ച് അദ്ദേഹത്തെ കണ്ടിട്ടുണ്ട്. ഇംഗ്ലീഷും തമിഴും നന്നായി സംസാരിക്കാൻ എനിക്കറിയില്ലായിരുന്നു. അതിനാൽ അന്ന് ഒന്നും സംസാരിച്ചിട്ടില്ല. 1990 ലായിരുന്നു വിവാഹം. എനിക്കന്ന് വയസ്സ് 26. അന്ന് ഞാൻ സി പി ഐയുടെ സംസ്ഥാന കൗൺസിലിലെ കാൻഡിഡേറ്റ് മെമ്പറായിരുന്നു. കേരള മഹിളാ സംഘത്തിലും സജീവമായിരുന്നു. പാലക്കാട് മുതൽ വടക്കോട്ടുള്ള ജില്ലകളുടെ ചുമതല എനിക്കായിരുന്നു.

വിവാഹം കഴിഞ്ഞ് ഞങ്ങൾ തമിഴ്നാട്ടിലേക്ക് പോയി. വളരെ കുറച്ചു കാലമേ ഞങ്ങളവിടെ താമസിച്ചിട്ടുള്ളൂ. രാജയുടെ വീട്ടിൽ പോകാൻ ആദ്യം എനിക്ക് ഭയമായിരുന്നു. ഭാഷ അറിയില്ല. സംസ്കാരം വ്യത്യസ്തമാണ്. തമിഴ്നാട്ടിൽ സ്ത്രീധനം വളരെ കൂടുതലാണ് എന്ന് കേട്ടിരുന്നു. ഇവരുടെ വീട്ടുകാർ എന്നെ എങ്ങനെ സ്വീകരിക്കും? രാജയുടെ കുടുംബം വലുതാണ്. ആറ് സഹോദരങ്ങൾ ഉള്ള ഒരു ദളിത് കുടുംബം.

അമ്മ അടുത്തുള്ള ഒരു സ്കൂളിൽ കഞ്ഞിവയ്ക്കുമായിരുന്നു. തേങ്ങ പൊതിക്കലായിരുന്നു അച്ഛനു പണി. വളരെ പാവപ്പെട്ട കുടുംബം. ഇവരെക്കുറിച്ചൊന്നും അന്ന് എനിക്കറിയില്ല. പാർട്ടി ആലോചിച്ചു. പാർട്ടി പറഞ്ഞു. പാർട്ടി പറഞ്ഞാൽ എന്തുംചെയ്യും. വിവാഹത്തിന്റെ മൂന്നാം ദിവസമാണ് ഞാൻ ഇവരുടെ വീട്ടിൽ പോകുന്നത്. നോർത്ത് ആർക്കോട്ട് ജില്ലയിൽ പാലാർ നദിക്കരയിൽ ചിത്താപ്പുർ ഗ്രാമം. വെല്ലൂർ മെഡിക്കൽ കോളേജിൽനിന്ന് അഞ്ചെട്ട് കിലോമീറ്റർ ദൂരെ. പുറമ്പോക്ക് സ്ഥലത്ത് ഒരു കൊച്ചുകുടിൽ. നിവർന്നു നിന്നാൽ കുടിലിനകത്തേക്ക് കയറാൻ കഴിയില്ല. കുനിഞ്ഞ് കയറണം. കേരളത്തിൽ എത്ര പാവപ്പെട്ടവരായാലും നിവർന്നു കയറാൻ പറ്റുന്ന വാതിൽ ഉണ്ടാകും. ദളിതർ സ്വന്തം വീട്ടിലാണെങ്കിൽപ്പോലും തല ഉയർത്തേണ്ട എന്നാവാം. ഒറ്റമുറി. അടുക്കളയും കിടപ്പുമെല്ലാം അതിൽത്തന്നെ. ഏറ്റവും പുതിയതായി വിവാഹം കഴിച്ചവർ വീട്ടിനുള്ളിൽ കിടക്കും. ബാക്കി എല്ലാവരും മഴയായാലും മഞ്ഞായാലും പുറത്ത് പായവിരിച്ച് കിടക്കും.

എന്റെ അമ്മായിഅമ്മ വളരെ നല്ല സ്ത്രീയായിരുന്നു. വളരെ പുരോഗമന സ്വഭാവമുള്ള ഒരു സ്ത്രീ. എന്നെ അവിടെ വിട്ടിട്ട് ഡി രാജ ചൈനീസ് യൂത്ത് ഫെഡറേഷന്റെ ക്ഷണം സ്വീകരിച്ച് ചൈനയിലേക്ക് പോയി. അന്ന് അമ്മ ഒരു സ്ലേറ്റ് വാങ്ങിത്തന്നു. ജ്യേഷ്ഠന്റെ മക്കളോട് പറഞ്ഞ് എന്നെ തമിഴ് അക്ഷരമാല പഠിപ്പിച്ചു. പിന്നീട് ഞാൻ തമിഴിൽ അവർക്ക് കത്ത് എഴുതുമായിരുന്നു. ഡി രാജയുടെ കുടുംബം കമ്യൂണിസ്റ്റ് കുടുംബമായിരുന്നില്ല. എങ്കിലും കമ്യൂണിസ്റ്റ് മൂല്യങ്ങൾ അവർ ഉൾക്കൊണ്ടിരുന്നു. ആ പ്രദേശത്തെ ആദ്യബിരുദധാരിയാണ് രാജ. അമ്മ ഉച്ചഭക്ഷണ പാചകക്കാരിയായതിനാൽ പ്രസവിച്ച് മൂന്നാം ദിവസം മുതൽ കുട്ടിയുമായി ജോലിക്ക് പോയിരുന്നു. കുട്ടിയെ മരച്ചുവട്ടിൽ തൊട്ടിൽ കെട്ടി കിടത്തും. സ്കൂൾ മുറ്റത്ത് കുട്ടികൾ പിച്ചവയ്ക്കും. കൊച്ച് വലുതായാൽ ക്ലാസിൽ കയറി ഇരിക്കും. അങ്ങനെ ആ കുടുംബത്തിലെ എല്ലാവരും വിദ്യാഭ്യാസം ഉള്ളവരായിരുന്നു. മോൾ ഉണ്ടായതിനുശേഷം ഞാൻ ഡൽഹിയിലേക്ക് പോന്നു.

അന്ന് രാജ പാർട്ടിയുടെ ദേശീയ നിർവ്വാഹക സമിതി അംഗമായിരുന്നു. വളരെ ചെറിയ അലവൻസ് മാത്രമായിരുന്നു വരുമാനം. ഞാൻ പാർട്ടിയിൽനിന്നും ലീവെടുത്ത് മറ്റെന്തെങ്കിലും ജോലിക്ക് പോകാൻ തീരുമാനിച്ചു. ഞങ്ങൾ പൂജ്യത്തിൽനിന്ന് തുടങ്ങിയവരാണ്. മോള് ചെറുതായിരുന്നപ്പോൾ ജോലിക്കിടയിൽ തന്നെ എം എ ചെയ്തു. ഒരുപാട് കുട്ടികൾക്ക് ട്യൂഷനെടുത്തു. ചില സ്കൂളുകളിൽ താല്ക്കാലിക ജോലി നോക്കി. വിവർത്തനം ചെയ്തു. ആകാശവാണിയിൽ വാർത്ത വായിക്കാൻ പോയി. 2004 ആയപ്പോഴേക്കും മോൾ കുറച്ചുകൂടി വലുതായി. ഞാൻ പൊതുപ്രവർത്തനത്തിൽ സജീവമായി.

തികച്ചും യാദൃച്ഛികമായാണ് മഹിളാ സംഘത്തിന്റെ നേതൃത്വത്തിലേക്ക് വന്നത്. തൊഴിലുറപ്പ് നിയമം കൊണ്ടുവരണം എന്നാവശ്യപ്പെട്ടു

കൊണ്ട് പത്ത് സംസ്ഥാനങ്ങളിലൂടെ 51 ദിവസം നീണ്ടു നില്ക്കുന്ന ജാഥ നയിച്ചത് ഞാനായിരുന്നു. ആ യാത്ര ഉത്തർപ്രദേശിൽ എത്തിയപ്പോൾ പാർട്ടി എന്നെ തിരിച്ചുവിളിച്ചു. ദേശീയ മഹിളാ ഫെഡറേഷന്റെ ചുമതല ഏല്പിച്ചു. അപ്പോഴും ഞാൻ രാത്രി ആകാശവാണിയുടെ ഗൾഫ് വാർത്ത വായിക്കാറുണ്ടായിരുന്നു. രാജ പാർലമെന്റ് അംഗം ആയതിനു ശേഷ മാണ് ഞാൻ മുഴുവൻ സമയ പൊതുപ്രവർത്തനത്തിന് ഇറങ്ങിയത്.

ഭക്ഷ്യസുരക്ഷയാണ് ഇന്ന് ഇന്ത്യ നേരിടുന്ന വലിയ പ്രശ്നം. ഇന്ത്യ ഇന്ന് വൻശക്തിയായി വളർന്നുവരികയാണെന്നു പറയുന്നു. പക്ഷേ, അതിന്റെ യാതൊരു പ്രതിഫലനവും സ്ത്രീകളുടെ ജീവിതത്തിൽ കാണു ന്നില്ല. ഇവിടെയാണ് ഏറ്റവുമധികം സ്ത്രീകൾ പ്രസവത്തോടെ മരിക്കു ന്നത്. ഏറ്റവുമധികം നവജാതശിശുക്കൾ മരിക്കുന്നത്. സ്ത്രീകളുടെ അനാരോഗ്യം വലിയ പ്രശ്നമാണ്. അടിസ്ഥാന പ്രശ്നം വേണ്ടത്ര ഭക്ഷ ണമില്ലായ്മയാണ്. അതുകൊണ്ട് ഭക്ഷ്യസുരക്ഷയുമായി ബന്ധപ്പെട്ട പ്രചാരണപരിപാടികൾ നിരന്തരമായി ഏറ്റെടുക്കേണ്ടി വരുന്നു. പുത്തൻ സാമ്പത്തിക നയം പൊതുവിതരണ സമ്പ്രദായത്തെയാണ് ഏറ്റവും ആദ്യം ബാധിച്ചത്. ആദ്യം ജനങ്ങളെ രണ്ടായി തരംതിരിച്ചു. അർഹരായ പലർക്കും റേഷൻ നിഷേധിച്ചു. 1990 വരെ എല്ലാവർക്കും റേഷൻകിട്ടി ക്കൊണ്ടിരുന്നതാണ്. ഇതൊരു അനീതിയാണ്. ആത്മാഭിമാനത്തോടെ ജീവിക്കാൻ എല്ലാവർക്കും അവകാശമുണ്ട്. തൊഴിലുറപ്പ് നിയമത്തിനാ യുള്ള പോരാട്ടങ്ങൾ. അത് നടപ്പിലാക്കാനുള്ള പോരാട്ടം. ആഗോളീകര ണത്തിന്റെ ഈ കാലഘട്ടത്തിൽ പെൺകുട്ടികൾക്ക് പിറന്നുവീഴാനുള്ള അവകാശം പോലുമില്ല. രാജ്യം പുരോഗമിക്കുന്നത് അനുസരിച്ച് പെൺഭ്രൂ ണഹത്യ കുറഞ്ഞ് വരേണ്ടതല്ലേ? അതിനുപകരം പുതിയരൂപത്തിലും ഭാവത്തിലും വർദ്ധിച്ചുകൊണ്ടിരിക്കുന്നു. ദുരഭിമാനഹത്യ, വാടകയ്ക്ക് ഗർഭപാത്രം- ഇങ്ങനെ പുതിയ പുതിയ പ്രശ്നങ്ങളും കടന്നുവരുന്നു.

താഴെക്കിടയിലുള്ള സ്ത്രീകളാണ് പലപ്പോഴും പൊരുതി നില്ക്കു ന്നത്. മദ്ധ്യവർഗ്ഗക്കാർ ദുരഭിമാനത്തിന്റെ പേരിൽ എല്ലാം സഹിക്കുന്നു. ഒരു കുടുംബത്തിന്റെ മാനം രക്ഷിക്കേണ്ടത് സ്ത്രീകളാണ് എന്ന അലി ഖിത നിയമമുണ്ടല്ലോ!

സ്ത്രീകളുടെ ശരിയായ വിമോചനം. അതിനാണ് ഞങ്ങൾ പ്രവർത്തിക്കുന്നത്. സ്ത്രീപക്ഷ ചിന്തയുടെ പ്രതിഫലനമെന്നോണം ഏറ്റവും കുറഞ്ഞ വസ്ത്രം ധരിക്കുന്നതാണ് നല്ലത് എന്നൊരു ധാരണ ചില പെൺകുട്ടികൾക്കെങ്കിലും ഉണ്ടായിട്ടുണ്ട്. കാലാവസ്ഥയാണ് വസ്ത്രധാരണത്തെ നിർണ്ണയിക്കുന്നത്. ഇനി ഏതുതരം വസ്ത്രം ധരി ച്ചാലും പീഡിപ്പിക്കപ്പെടാൻ പാടില്ലതാനും. അങ്ങനെ ഒരവസ്ഥ വരണം. സ്ത്രീക്ക് സ്വന്തം ശരീരത്തിൽ അവകാശം വേണം. അപ്പോഴേ വിമോ ചനം പൂർണ്ണമാവൂ. വിവാഹജീവിതത്തിൽ പോലും ബലാത്സംഗങ്ങൾ നടക്കുന്നു. സ്ത്രീയുടെ അനുവാദമോ ഇംഗിതമോ പരിഗണിക്കുന്നില്ല. ഒരു ഭോഗവസ്തു മാത്രമായി സ്ത്രീ മാറുന്നു. ഈ അമാനവീകരണം

മുതലാളിത്തത്തിന്റെ സന്തതിയാണ്. ഡൽഹിയിൽ ഉണ്ടായ ഒരു സംഭവം പറയാം. പ്രാദേശികമായ ഒരു ഫുട്ബോൾ സമരം കഴിഞ്ഞ് 15 വയസ്സ് കഴിഞ്ഞ ആൺകുട്ടികൾ തിരിച്ച് പോവുകയായിരുന്നു. കളിയിലെ വിജയം അവർ ആഘോഷിച്ചത് 60 വയസ്സുകഴിഞ്ഞ ഒരു സ്ത്രീയെ ബലാത്സംഗം ചെയ്തുകൊണ്ടായിരുന്നു. ആഘോഷത്തിനുള്ള ഹിംസാത്മകമായ വിനോദത്തിനുള്ള ഒരു വസ്തുമാത്രമായി സ്ത്രീ മാറുന്നു.

മഹിളാ ഫെഡറേഷന്റെ ദേശീയ സെക്രട്ടറിയാണ് (2011 ൽ) ഞാനിപ്പോൾ. 28 ലക്ഷം സ്ത്രീകൾ ഈ സംഘടനയിൽ അംഗങ്ങളാണ്. 26 സംസ്ഥാനങ്ങളിൽ സജീവ യൂണിറ്റുകൾ ഉണ്ട്. 1954 ൽ അരുണാ ആസിഫലിയുടെ നേതൃത്വത്തിലായിരുന്നു ആദ്യ സമ്മേളനം. കമ്യൂണിസ്റ്റുകാരല്ലാത്ത ധാരാളം പേർ ഇതിൽ അംഗങ്ങളാണ്. ഇനിയും ഏറെ ചെയ്യാനുണ്ട്. ഇലക്ഷനിൽ സീറ്റ്, പാർട്ടിയിൽ പദവി ഇതിലൊന്നും ഇപ്പോഴും തുല്യതയിൽ എത്തിയിട്ടില്ല."

സർക്കാർ സ്ത്രീകൾക്കനുകൂലമായി നടപ്പിലാക്കിയ പല നിയമങ്ങളും ഏട്ടിലെ പശുവാണെന്ന് ആനി രാജ പറയുന്നു. "തുല്യജോലിക്ക് തുല്യവേതനം ഉദാഹരണമായെടുത്താൽ വയലിൽ ഉഴുന്ന പുരുഷനു നല്കുന്ന കൂലി കളപറിക്കുന്ന സ്ത്രീക്ക് നല്കുന്നില്ല. ഉഴുന്ന പുരുഷനേക്കാൾ എത്ര കൂടുതൽ ശാരീരികാദ്ധ്വാനം കളപറിക്കുന്ന സ്ത്രീ ചെയ്യണം.

വനിതാ സംവരണബിൽ ഇതുവരെ പാർലമെന്റിൽ പാസാക്കാൻ കഴിഞ്ഞിട്ടില്ല. എല്ലാ രാഷ്ട്രീയപ്പാർട്ടികളും അനുകൂലമാണെന്നു പറയുന്നു. പക്ഷേ, ബിൽ വോട്ടിനിടുന്നില്ല. പുരുഷന്മാരുടെ സ്വാർത്ഥ താല്പര്യമാണ് അതിനു കാരണം. പാർലമെന്റിൽ ഇരിക്കുന്ന ഓരോ പുരുഷനും ഈ ബിൽ പാസാക്കിയാൽ തന്റെ സ്ഥാനം പോകുമെന്ന് ഭയപ്പെടുന്നു. ഒ ബി സി സംവരണത്തേയും വനിതാ സംവരണത്തേയും കൂട്ടിക്കുഴച്ച് സ്ത്രീ സംവരണം തന്നെ ഇല്ലാതാക്കാൻ ചില രാഷ്ട്രീയപ്പാർട്ടികൾ ശ്രമിക്കുന്നു. ബിൽ നടപ്പിലാക്കിയാൽ 50 ശതമാനം സീറ്റ് പുരുഷന്മാർക്ക് നഷ്ടപ്പെടും. ഇതുതന്നെയാണ് അവരുടെ പ്രശ്നം.

ജീവിക്കാനുള്ള അവകാശത്തിനായിപ്പോലും പോരാടേണ്ടുന്ന അവസ്ഥയാണിന്ന്. ജനിക്കുന്നതിന് മുമ്പ് തന്നെ പെൺകുഞ്ഞുങ്ങൾ നശി

പ്പിക്കപ്പെടുന്നു. ഹരിയാന, പഞ്ചാബ് പോലുള്ള സംസ്ഥാനങ്ങളിൽ പെൺകുഞ്ഞുങ്ങളുടെ അംഗസംഖ്യ ക്രമാതീതമായി കുറഞ്ഞു. അവിടത്തെ ചെറുപ്പക്കാർ പെണ്ണന്വേഷിച്ച് കേരളം വരെ എത്തുന്നു. ദാരിദ്ര്യം കൊടികുത്തിവാഴുന്ന വടക്കുകിഴക്കൻ മേഖലകളിൽനിന്നും വിവാഹിതരായി ധാരാളം പെൺകുട്ടികൾ ഉത്തരേന്ത്യയിൽ എത്തുന്നുണ്ട്. മൂന്നും നാലും സഹോദരന്മാർ ഒരു പെൺകുട്ടിയെ തന്നെ വച്ചുകൊണ്ടിരിക്കും. അവരുടെ ആരോഗ്യം തകരുമ്പോൾ തെരുവിലേക്ക് വലിച്ചെറിയും."

ജീവിതത്തിന്റെ ഉയർച്ച താഴ്ചകൾ എല്ലാം കണ്ടുകൊണ്ടും സമചിത്തതവിടാതെ താൻ വിശ്വസിക്കുന്ന പ്രസ്ഥാനത്തിന്റെ പ്രവർത്തനങ്ങളിൽ മുഴുകി, ജീവിതത്തെ സമരമാക്കി ആനിരാജ മുന്നോട്ട്... വരട്ടുവാദമില്ല, വലുപ്പം പറച്ചിലുകളില്ല. ഉള്ളത് ആത്മാർത്ഥത മാത്രം. സ്നേഹം മാത്രം.

കാണാതായ മകനെതേടി: പർവീണ അഹങ്കർ

കേരളത്തിൽ ഒരച്ഛൻ മകനെ അന്വേഷിച്ചലഞ്ഞതും ഒടുവിൽ അവൻ അടിയന്തരാവസ്ഥയുടെ മരണക്കിണറിലേക്ക് തള്ളിയിടപ്പെട്ട വസ്തുത തിരിച്ചറിഞ്ഞ് ഒരമ്മ വിഭ്രാന്തിയുടെ ഇടനാഴിയിലൂടെ ഓടിപ്പോയതും എല്ലാം നാം അറിഞ്ഞ സമകാലീനചരിത്രം. കാശ്മീരിൽ ദിവസേനയെന്നോണം ഇത്തരം സംഭവങ്ങൾ നടന്നുകൊണ്ടേയിരിക്കുന്നു. കാണാതായ മക്കളെ അന്വേഷിക്കുന്ന അമ്മമാർ ഒരു സംഘടനതന്നെ ഉണ്ടാക്കിയിട്ടുണ്ട്. അസോസിയേഷൻ ഫോർ ദ പേരന്റ്സ് ഓഫ് ഡിസപ്പിയേഡ് പേഴ്സൺസ് (എ പി ഡി പി) അതിന്റെ മുൻനിരപ്രവർത്തകയാണ് പർവീണ അഹങ്കർ. ഒരുരാത്രി ഇന്ത്യൻ പട്ടാളം ഭീകരപ്രവർത്തകയെന്ന് മുദ്രകുത്തി പിടിച്ചുകൊണ്ടുപോയതാണ് മകനെ. അവർ അന്വേഷിച്ചു, ഭീകരവാദിയുടെ പേരായിപ്പോയി തനിക്കും എന്ന കുറ്റമേ ആ മകൻ ചെയ്തിരുന്നുള്ളൂ. പിന്നീടങ്ങോട്ട് അക്ഷരാർത്ഥത്തിൽ കാഫ്കക്കഥയ്ക്കു സമാനമായ അനുഭവമാണ് പർവീണയ്ക്ക് ഉണ്ടായത്. പ്രത്യക്ഷത്തിൽ നിർവ്വികാരമായ മുഖത്തോടെ അവർ തന്റെ ദുരിതജീവിതം ഞങ്ങളോട് പറഞ്ഞു. രാവിലെ തുടങ്ങിയ വർത്തമാനം ഉച്ചകഴിഞ്ഞിട്ടും വെയിൽ മറഞ്ഞിട്ടും തീർന്നിരുന്നില്ല. ഓട്ടോറിക്ഷക്കാരുടെയും ഷിക്കാതുഴച്ചിലുകാരുടെയും കല്ലിച്ച മുഖങ്ങൾ താണ്ടി താമസസ്ഥലത്തെത്തുമ്പോഴും ഞങ്ങളുടെ ഉള്ള് കിടുങ്ങുകയായിരുന്നു.

ഇന്ത്യൻ പട്ടാളം കാശ്മീരിൽ നിർവ്വഹിക്കുന്ന പങ്കെന്ത് എന്നതിനെക്കുറിച്ച് വ്യത്യസ്തമായ അഭിപ്രായങ്ങൾ, നിരീക്ഷണങ്ങൾ, വിധിയെഴുത്തുകൾ എന്നിവ നിലനില്ക്കുന്ന പശ്ചാത്തലത്തിലാണ് ഞങ്ങൾ ശ്രീനഗറിലെത്തുന്നത്. വളരെ വർണ്ണാഭമായ ഒരു ചിത്രമായിരുന്നു മനസ്സിൽ, പക്ഷേ, തണുത്ത നിരാശയായിരുന്നു പലരുടെ മുഖത്തും തെളിഞ്ഞുകണ്ടത്.

രണ്ടുദിവസത്തെ അന്വേഷണങ്ങൾക്ക് ശേഷമാണ് ഹൈദർപൂരിലെ എ പി ഡി പിയുടെ ഓഫീസിൽവച്ച് പർവീണയെ നേരിട്ടുകാണാൻ കഴിഞ്ഞത്. ഒരു സാധാരണ വീട്ടമ്മ. ഔപചാരിക വിദ്യാഭ്യാസം ഏറെയൊന്നും ഉണ്ടായിട്ടില്ല. 12-ാം വയസ്സിൽ വിവാഹിതയായി. മോട്ടോർ വെഹിക്കിൾ മെക്കാനിക്ക് ആണ് ഭർത്താവ്. ഏതാനും വർഷങ്ങളായി തൊഴിൽ ചെയ്യാനാവാതെ അദ്ദേഹം തളർന്നുകിടപ്പാണ്.

“കാശ്മീരിലെ ഒരു സാധാരണ കുടുംബത്തിലാണ് ഞാൻ ജനിച്ചത്. ബസ് സ്റ്റാന്റിനടുത്തുള്ള ഒരു വീട്ടിലായിരുന്നു താമസം. കുട്ടിക്കാലത്ത് വളരെ കഷ്ടപ്പെട്ടിട്ടുണ്ട്.

കൃത്യമായ ജനനത്തീയതി എനിക്കറിയില്ല. 12 വയസ്സിൽ ഞാൻ വിവാഹിതയായി. ഗുലാം അഹങ്കർ എന്ന എന്റെ ഭർത്താവിന് അന്ന് 20 വയസ്സ് കാണും. അഞ്ചാം ക്ലാസുവരെ വീട്ടിനടുത്തുള്ള സ്കൂളിൽ പഠിച്ചു. 13-ാം വയസ്സിൽ ആദ്യ കുഞ്ഞിനെ പ്രസവിച്ചു. നാല് ആൺകുട്ടികളും ഒരു പെൺകുട്ടിയുമാണ് എനിക്ക് പിറന്നത്. അതിൽ മൂന്ന് ആൺകുട്ടികളും പെൺകുട്ടിയും മാത്രമേ എന്നോടൊപ്പമുള്ളൂ.”

പൊതുപ്രവർത്തന പാരമ്പര്യമൊന്നും പർവീണയ്ക്ക് അവകാശപ്പെടാനില്ല. 1990 ആഗസ്ത് 18 ന് അവരുടെ ജീവിതത്തിലേക്ക് പട്ടാളവും അഫ്സ്പയും കടന്നുവന്നു. അന്നാണ് ജാവേദ് അഹമ്മദ് അഹങ്കർ എന്ന പർവീണയുടെ 17 കാരൻ മകനെ ഇന്ത്യൻ പട്ടാളം പിടിച്ചുകൊണ്ട് പോയത്. ജാവേദ് എന്നു പേരുള്ള തീവ്രവാദി എന്ന് തെറ്റിദ്ധരിച്ചായിരുന്നു അറസ്റ്റ്. മുഹമ്മദ് എന്നുപേരുള്ള മറ്റൊരു മകനെക്കൂടി കൊണ്ടുപോയിരുന്നു. പിന്നീട് മക്കളെ മോചിപ്പിക്കാനുള്ള ശ്രമത്തിലായിരുന്നു അവർ. ചോദ്യം ചെയ്യലിനുശേഷം ഒരു വർഷം കഴിഞ്ഞ് മുഹമ്മദ് ജയിൽ വിമോചിതനായി. ജാവേദിനു വേണ്ടിയുള്ള അന്വേഷണം ഇന്നും തുടരുകയാണ്. ഇന്ന് അവർ ഒറ്റയ്ക്കല്ല. ഇതുപോലെ കാണാതായ മക്കളുടെ മാതാപിതാക്കൾ ചേർന്നു രൂപീകരിച്ച അസോസിയേഷൻ ഫോർ ദ പേരന്റ് ഓഫ് ഡിസപ്പിയേഡ് പേഴ്സൻസ് (Association for the parents of disappeared persons APDP) എന്ന കരുത്തുറ്റ സംഘടനയിൽ നിരവധി അമ്മമാർ അവർക്കൊപ്പം ഉണ്ട്. പട്ടാളം, പൊലീസ്, കോടതി, അങ്ങനെ പൗരസമൂഹത്തിന്റെ സുരക്ഷ ഉറപ്പാക്കാൻ ഭരണകൂടം കനിഞ്ഞ് സ്ഥാപിച്ച എല്ലാ വ്യവസ്ഥകളും കൈയൊഴിഞ്ഞപ്പോൾ ഇരകൾതന്നെ സംഘടിച്ചുണ്ടായ അഭയമാണ് എ പി ഡി പി. ഹൈദർപൂരിലെ ഓഫീസിലെ ചുമരിൽ കാണാതായ ചെറുപ്പക്കാരുടെ ചിത്രങ്ങൾ

ചേർന്നൊരു വലിയ പോസ്റ്റർ ചാരിയിരിക്കുന്നു. കാണാതായ മക്കളുടെ രക്ഷിതാക്കളുടെ സംഘടനയായ എ ഡി ഡി പി അതിന്റെ പോരാട്ടം തുടർന്നുകൊണ്ടേ ഇരിക്കുന്നു. ഞങ്ങൾ സന്ദർശിക്കുമ്പോൾ എ പി ഡി പിയുടെ പ്രസിഡന്റായിരുന്നു പർവീണ അഹങ്കർ.

ആഗോളതലത്തിൽ സമാധാന വക്താക്കളായി തെരഞ്ഞെടുക്കപ്പെട്ട 1000 സ്ത്രീകളിൽ പർവീണ അഹങ്കറും ഉൾപ്പെടുന്നു. സമാധാനത്തിനുള്ള നോബൽസമ്മാനത്തിന് നിർദ്ദേശിക്കപ്പെട്ട ആളാണ് പർവീണ. ഫിലിപ്പിൻസ് ആസ്ഥാനമായുള്ള, സ്വമേധയാ അല്ലാതുള്ള കാണാതാവലുകൾക്കെതിരെയുള്ളവരുടെ സംഘടനയായ എ എഫ് എ ഡി (Asian Federation Against involuntory Disappreance) യുടെ സമ്മേളനത്തിൽ എ പി ഡി പിയെ പ്രതിനിധീകരിച്ച് പങ്കെടുത്തത് പർവീണയാണ്. കാണാതായവർക്ക് വേണ്ടിയുള്ള പോരാട്ടത്തിന്റെ ഭാഗമായി ലോകത്തിന്റെ പല ഭാഗങ്ങളിലും ഈ സാധാരണക്കാരിൽ സാധാരണക്കാരി ചെന്നെത്തി.

കാണാതായവരുടെ രക്ഷിതാക്കൾ പലപ്പോഴായി സമർപ്പിച്ച ഹർജികളുടെ വാദത്തിനായി കോടതിവളപ്പിൽ കണ്ടു മുട്ടാറുണ്ടായിരുന്നു. ഒറ്റയ്ക്കുള്ള പോരാട്ടത്തിനേക്കാൾ സംഘടിതമായ പോരാട്ടമാണ് ഗുണകരമെന്ന തിരിച്ചറിവിലാണ് 1994 ൽ അവർ കോടതി വളപ്പിൽ ഒത്തുകൂടിയത്. അതിനുശേഷമാണ് എ പി ഡി പി എന്ന സംഘടന രൂപപ്പെടുന്നത്. കാണാതാകപ്പെട്ടവരുടെ മാതാപിതാക്കളും ഭാര്യമാരും മാത്രമാണ് ഈ സംഘടനയിലെ അംഗങ്ങൾ. 1919 നു ശേഷം 70000 പട്ടാളക്കാരാണ് കാശ്മീരിൽ തമ്പടിച്ചിരിക്കുന്നത്. സമാധാനകാലത്ത് ഇത്രയധികം പട്ടാളക്കാർ ഒരിടത്ത് തമ്പടിക്കുന്നത് അസാധാരണ നടപടിയാണെന്ന് എ പി ഡി പി ചൂണ്ടിക്കാട്ടുന്നു. ഈ കാലഘട്ടത്തിൽ പട്ടാളക്കാർ ചോദ്യം ചെയ്യാനെന്നപേരിൽ ആയിരക്കണക്കിനു ചെറുപ്പക്കാരെ പിടിച്ചുകൊണ്ടുപോയി. അവരെ പീഡിപ്പിക്കുകയും കൊല്ലുകയും അടിമപ്പണി ചെയ്യാൻ

നിർബ്ബന്ധിതരാക്കുകയും ചെയ്തു. പർവേസ് ഇംറോസിന്റെ മണ്ണിനടിയിലെ വസ്തുക്കൾ എന്ന റിപ്പോർട്ടിൽ 6000 അനാഥശവപ്പറമ്പുകളെ കുറിച്ച് പറയുന്നു. 1992 ൽ കാശ്മീർ നിയമസഭയിൽ നിയമമന്ത്രിയായ മുസാഫർ ഹുസൈൻ ബെയ്ഗ് 2003 മാർച്ച് 25 വരെ 3744 പേരെ കാണാതായതായാണ് റിപ്പോർട്ട് ചെയ്തത്. എന്നാൽ എ പി ഡി പി യുടെ വിശ്വാസം 8000 ത്തിനും 10000 ത്തിനും ഇടയിൽ ആളുകളെ കാണാതായിട്ടുണ്ട് എന്നാണ്.

എ പി ഡി പിയുടെ അദ്ധ്യക്ഷസ്ഥാനത്ത് ഇരുന്നുകൊണ്ട് ഈ പ്രശ്നത്തെ പ്രാദേശികമായി ഉയർത്തിക്കൊണ്ട് വരാനും കാണാതായവരുടെ രക്ഷിതാക്കളെ സംഘടിപ്പിക്കാനും പർവീണയ്ക്ക് കഴിഞ്ഞു. ദേശീയതലത്തിലും അന്തർദ്ദേശീയതലത്തിലും ഈ പ്രശ്നം ഉയർത്തപ്പെട്ടു.

പർവീണയ്ക്ക് അഞ്ച് മക്കളുണ്ട്. അവരിൽ രണ്ടാമനാണ് ജാവേദ്. അതിനുതാഴെ മുഹമ്മദ്. ജാവേദ് പ്രീഡിഗ്രി പഠിക്കുന്ന സമയത്താണ് പട്ടാളം അവനെ പിടിച്ചുകൊണ്ട് പോയത്. ഒരല്പം വിക്കുള്ള അവന് തന്റെ നിരപരാധിത്വം വെളിപ്പെടുത്താൻ കഴിഞ്ഞിരിക്കില്ല എന്ന് ആ അമ്മ വ്യാകുലപ്പെടുന്നു.

“എല്ലാ ദിവസവും സ്കൂൾവിട്ടുവന്നാൽ അമ്മാവന്റെ വീട്ടിൽ പഠിക്കാൻ പോകും. അന്നും അങ്ങനെ പോയതാണ്. അപ്പോഴാണ് പട്ടാളം വന്നത്. അവർ യഥാർത്ഥത്തിൽ അയൽവാസിയുടെ മകനെ അന്വേഷിച്ച് വന്നതാണ്. അവന്റെ പേരും ജാവേദ് എന്നാണ്. പക്ഷേ, അത് ജാവേദ് അഹമ്മദ് ഭട്ട് ആണ്. അവൻ ഒരു തീവ്രവാദിയാണ്. എന്റെ മകൻ ജാവേദ് അഹ്മദ് അഹങ്കർ. കതകിൽ തട്ടി ‘ജാവേദ് ജാവേദ്’ എന്നുവിളിച്ചപ്പോൾ അവൻ ഭയന്നുപോയി. അധികം ഉയരമില്ലാത്ത ജനലിലൂടെ അവൻ പുറത്തേക്ക് ചാടി. പട്ടാളം അവനെ പിടിച്ചു. ഒരല്പം വിക്ക് അവനുണ്ട്. ഭയപ്പെട്ടാൽ പറയാൻ ഏറെ ബുദ്ധിമുട്ടാണ്. പട്ടാളം ചോദ്യം ചെയ്തപ്പോൾ അവന് തന്റെ നിഷ്കളങ്കത ബോദ്ധ്യപ്പെടുത്താനായിട്ടുണ്ടാവില്ല. അവൻ പഠനം കഴിഞ്ഞ് തിരിച്ചുവരാത്തപ്പോൾ ആദ്യം ഒന്നും തോന്നിയില്ല. ചിലപ്പോൾ അവിടെ തങ്ങാറുണ്ട്. എന്തുകൊണ്ടോ രാത്രി മുഴുവൻ ഉറങ്ങാൻ കഴിഞ്ഞില്ല. അതിരാവിലെ അയൽവാസി വാതിലിൽ തട്ടി വിളിച്ച് ജാവേദിനെ പിടിച്ചുകൊണ്ടുപോയി എന്നുപറഞ്ഞു. വല്ലാത്ത ഭയം തോന്നി.”

അന്നുമുതൽ തുടങ്ങിയതാണ് അവരുടെ മകനെ തേടിയുള്ള യാത്ര. പിറ്റേന്നു രാവിലെ തന്നെ പൊലീസ് സ്റ്റേഷനിൽ വിവരം അറിയിച്ചു. ദിവസം മുഴുവൻ മകനെ വിട്ടുതരണമെന്ന് ആവശ്യപ്പെട്ടുകൊണ്ട് റോഡിൽ കുത്തിയിരുന്നു. ഇന്ത്യയിലെ മിക്ക ജയിലുകളിലും മകനെ തേടി പർവീണ സഞ്ചരിച്ചു കഴിഞ്ഞു. തീഹാർ, മീററ്റ്, ജോഗ്പൂർ, ഹിരനഗർ, ജമ്മു... അവിടെ എവിടെയും തന്റെ മകനെ കണ്ടെത്താൻ അവർക്കായില്ല.

“പല സ്ഥലങ്ങളിലും ഞങ്ങൾ അവനെ അന്വേഷിച്ചു. എന്നോടൊപ്പം

എന്റെ വീട്ടുകാരും ഉണ്ടായിരുന്നു. ഞങ്ങൾ അവനെ വിട്ടയച്ചു എന്നാണ് പട്ടാളക്കാർ എന്നോട് പറഞ്ഞത്. നുണയാണത്. അവരെന്നോട് നുണയാണ് പറഞ്ഞത്. കാശ്മീരിലെ മിക്ക ജയിലുകളിലും ആശുപത്രികളിലും അവനെ അന്വേഷിച്ച് പോയിരുന്നു. പലരെയും ചൂണ്ടിക്കാണിച്ച് ഇതാണോ ജാവേദ് എന്നു ചോദിച്ചു. അവിടെയൊന്നും അവനെ കണ്ടില്ല. തീഹാർ ജയിലിലും പോയി നോക്കി."

ആറുമാസത്തെ അന്വേഷണം വൃഥാവിലായി. അതിനുശേഷം പർവീണ കോടതിയെ സമീപിച്ചു. കോടതി ഒരു അന്വേഷണത്തിന് ഉത്തരവിട്ടു. പല രാഷ്ട്രീയനേതാക്കളെയും പർവീണ സമീപിച്ചു.

"ഒരുരാഷ്ട്രീയ പാർട്ടിയും ഞങ്ങളെ സഹായിക്കാൻ വന്നില്ല. മുക്തി മുഹമ്മദ് സെയ്ദ് ഒന്നും ചെയ്തില്ല. അവരുടെ മകളും ഒമറും സഹായിക്കാൻ വന്നില്ല. ആരും ഇതേക്കുറിച്ച് ഒന്നും പറയുന്നില്ല. എന്തെങ്കിലും ചെയ്തു എന്നു പറയുന്നുണ്ടെങ്കിൽ നുണയാണ്. വക്കീലന്മാർ സഹായിക്കാറുണ്ട്. അത് കാശ്മീരിലായാലും ഡൽഹിയിലായാലും."

നാലുവർഷക്കാലം കേസിനു കാര്യമായ പുരോഗതിയൊന്നും ഉണ്ടായില്ല. 1994 ൽ എ പി ഡി പി രൂപീകരിച്ചശേഷം പോരാട്ടം സംഘടിതമായിരുന്നു. പൊലീസ് അന്വേഷണത്തിൽ മൂന്ന് ഉന്നത റാങ്കുള്ള ഉദ്യോഗസ്ഥരാണ് കുറ്റക്കാരെന്ന് കണ്ടെത്തി. കോടതി അവരെ വിളിപ്പിച്ചു. അവർ ഹാജരായില്ല. അവർക്കെതിരെ നിയമനടപടിയെടുക്കാൻ കേന്ദ്രസർക്കാരിനെ സമീപിച്ചു എങ്കിലും കേന്ദ്രസർക്കാർ അനുമതി നല്കിയില്ല. കേണൽ ജോഷി എന്നു സ്വയം പരിചയപ്പെടുത്തിയ ഒരാൾ പർവീണയോട് 10 ലക്ഷം രൂപതരാം കേസ് പിൻവലിക്കണം എന്ന് പറഞ്ഞു.

"എന്റെ മകന്റെ വില പത്തുലക്ഷം രൂപയാണോ? കാശവിടെ ഇരിക്കട്ടെ. എനിക്കെന്റെ മകനെ തരൂ. അല്ലെങ്കിൽ നിങ്ങളവനെ എന്തു ചെയ്തു എന്നെങ്കിലും പറഞ്ഞുതരൂ. അവനെ കൊന്നെങ്കിൽ മയ്യത്തെവിടെ? ഞങ്ങൾക്ക് മരണാനന്തര കർമ്മം ചെയ്യണം. അവന്റെ ആത്മാവിന് ശാന്തി കിട്ടട്ടെ. പട്ടാളക്കാരൻ ഒന്നും മിണ്ടാതെ മടങ്ങി.

ഞാനൊരു സാധാരണ വീട്ടമ്മയാണ്. അല്ല ഇപ്പോൾ വീടുവിട്ട അമ്മയാണ്. ഒരു മകനെയല്ല പതിനായിരക്കണക്കിനു മക്കളെ തെരയുന്ന അമ്മ. കുഞ്ഞുങ്ങളെ നഷ്ടപ്പെട്ട എന്നെപ്പോലുള്ളവർക്ക് പോകാനൊരിടവുമില്ല. ഞങ്ങളുടെ രാവുകൾ നിദ്രാവിഹീനമാണ്. പകലുകൾ ആശങ്കാകുലവും. ഒരുനേരം പോലും വിശ്രമിക്കാൻ ഞങ്ങൾക്ക് കഴിയുന്നില്ല. എന്റെ മകൻ ജീവിച്ചിരിപ്പുണ്ടോ, അവൻ ജയിലിലാണോ, ചോദ്യം ചെയ്യൽ കേന്ദ്രത്തിലാണോ എന്ന ചിന്ത നിരന്തരം അലട്ടിക്കൊണ്ടിരിക്കുന്നു.

മകൻ നഷ്ടപ്പെട്ട ഉടനെയുള്ള എന്റെ വികാരം ഭയം കലർന്ന ഞെട്ടലായിരുന്നു. പക്ഷേ, ഇന്ന് എന്റെ കണ്ണീരെല്ലാം വറ്റിപ്പോയിരിക്കുന്നു. ഞാൻ ഓരോ നഗരത്തിലും നഷ്ടപ്പെട്ട മക്കളുള്ളവരെ സന്ദർശിക്കുന്നു. പോരാടാൻ ശക്തി നേടുന്നു. ഒരിക്കൽ ഭയത്തെ കീഴടക്കിയാൽ പിന്നെ നഷ്ടപ്പെടാൻ ഒന്നുമില്ല. കാശ്മീരിലെ പല ജില്ലകളിലായി ആയിരക്കണ

ക്കിനു മക്കൾ നഷ്ടപ്പെട്ട മാതാപിതാക്കളും ഭർത്താക്കന്മാർ നഷ്ടപ്പെട്ട ഭാര്യമാരും ഉണ്ട്. എല്ലാ മാസത്തിലും 10-ാം തീയതി ഞങ്ങൾ ശ്രീനഗർ പാർക്കിൽ ഒരുമിച്ചുകൂടി മുദ്രാവാക്യമുയർത്തി പ്രതിഷേധം പ്രകടിപ്പിക്കുന്നു."

കാശ്മീരിൽ നിലനില്ക്കുന്ന സേനയ്ക്ക് പ്രത്യേകാവകാശങ്ങൾ നല്കുന്ന നിയമങ്ങൾക്കെതിരെ (Inpunity law) പോരാടാൻ പർവീണ അസാധാരണ ധൈര്യം കാണിച്ചു. 2008 നവംബറിൽ ഐക്യരാഷ്ട്ര സംഘടനയുടെ വിഭാഗമായ സ്വമേധയാ അല്ലാതെയുള്ള തട്ടിക്കൊണ്ടുപോകൽ വർക്കിങ് ഗ്രൂപ്പിന് പർവീണ പരാതി നല്കി. സായുധ പട്ടാളത്തിനുള്ള പ്രത്യേകാധികാര നിയമം (Armed Forces Special Power act) നിയമവിധേയമല്ലാത്ത പ്രവർത്തനങ്ങൾ തടയാനുള്ള നിയമം (Unlawful Activities Prevention Act) പൊതുജന സംരക്ഷണ നിയമം (Public Safety act) കലാപ ബാധിത പ്രദേശ നിയമം (Disturbed Areas Act) എന്നിവയടക്കമുള്ള ജമ്മുകാശ്മീരിൽ നിലനില്ക്കുന്ന എല്ലാ ശിക്ഷ ഒഴിവാക്കൽ നിയമങ്ങളും പിൻവലിക്കണം എന്നതായിരുന്നു പരാതിയിലെ ആവശ്യം.

2009 ആഗസ്ത് 26 ന് സർക്കാർ അവരുടെ കണക്ക് അനുസരിച്ച് കാണാതായവരുടെ പട്ടിക പുറത്തിറക്കി. അത് പ്രകാരം 3429 പേരെയാണ് കാണാതായിട്ടുള്ളത്. 8000 ത്തിനും 10000 ത്തിനും ഇടയിലാണ് യഥാർത്ഥ കണക്ക് എന്ന് എ പി ഡി പി വിശ്വസിക്കുന്നു.

കാണാതായവരുടെ പ്രശ്നത്തെ ലോകത്തിന്റെ ശ്രദ്ധയിലേക്ക്

കൊണ്ടുവന്നു എന്നുള്ളതാണ് പർവീണ അഹങ്കറിനെ മറ്റ് കാശ്മീരി സ്ത്രീകളിൽനിന്ന് വ്യത്യസ്തയാക്കുന്നത്. കാണാതായ മകനെയോർത്ത് കണ്ണീര് പൊഴിച്ച് കാലം കഴിക്കാതെ അവർക്കുവേണ്ടി പോരാടാൻ അവർ തീരുമാനിച്ചു. കാശ്മീരി കലർന്ന ഹിന്ദിയിൽ തന്റെ രോഷം പ്രകടിപ്പിക്കുമ്പോഴും പ്രവർത്തനങ്ങൾ സംഘടിപ്പിക്കുമ്പോഴും അവർക്ക് തളർച്ചയില്ല. മക്കളും ഭർത്താവും നഷ്ടപ്പെട്ട കുടുംബങ്ങൾ സന്ദർശിക്കാനും മാനസികമായി തളരുന്നവർക്ക് ഊർജ്ജം പകരാനും അവർ സമയം കണ്ടെത്തുന്നു.

തെരുവരങ്ങിലെ പോരാളി: മൊലൊയ് ശ്രീ ഹഷ്മി

വിപത്ത് നേർക്കുനേർ വന്നു നില്ക്കുമ്പോൾ ചങ്കൂറ്റം കാണിക്കുന്നവരെയാണ് നാം ധീരർ എന്നു വാഴ്ത്തുന്നത്. അത്തരം ധീരത പ്രകടിപ്പിക്കുന്നവർ ഇന്ന് നന്നെ കുറവാണ്. സൗകര്യങ്ങൾ ഒത്തുവന്നാൽ പ്രകടിപ്പിക്കുന്ന ഒരിനം ധൈര്യമുണ്ട്. ആ ധൈര്യമുള്ളവർ ധാരാളമുണ്ടുതാനും. ഇതിൽ ആദ്യത്തെ വകുപ്പിൽപ്പെട്ട കുറച്ചുപേരിൽ ഒരാളാണ് മൊലൊയ്ശ്രീ ഹഷ്മി. കേരളീയർക്ക് അവരെ അറിയുക മാലശ്രീ എന്ന പേരിലാകും. പക്ഷേ, തന്റെ പേര് അങ്ങനെയാക്കുന്നത് ശരിയല്ല. മൊലായശ്രീ എന്നു തന്നെയാവണം എന്ന് അവർ നേരിട്ടു ഞങ്ങളോട് പറഞ്ഞിട്ടുണ്ട്. പറഞ്ഞുവന്നത് ഇതാണ്: തെരുവുനാടകക്കാരനായ സഫ്ദർ ഹഷ്മിയുടെ സഹചാരിണി എന്ന നിലയിലാണ് ആദ്യമൊക്കെ മൊലൊയ്ശ്രീ അറിയപ്പെട്ടിരുന്നത്. 1989 ൽ ഡൽഹിക്കടുത്ത് ഗാന്ധിയാബാദിലെ ജബാപ്പൂരിൽ വച്ച് കമ്യൂണിസ്റ്റ് പാർട്ടി ഓഫ് ഇന്ത്യ (മാർക്സിസ്റ്റ്) യുടെ സ്ഥാനാർത്ഥിക്കു വേണ്ടി തെരുവുനാടക പ്രചാരണം നടത്തുമ്പോഴാണ് സഫ്ദർ കോൺഗ്രസ് ഗുണ്ടകളുടെ അടിയേറ്റുവീണതും പിന്നീട് ആശുപത്രിയിൽവച്ച് മരിച്ചതും. സഫ്ദർ അടിയേറ്റുവീണ് നാലാംദിവസം തന്നെ മെലൊയ്ശ്രീയും സംഘവും അതേസ്ഥലത്തു തിരിച്ചെത്തി. *ഹല്ലാബോൽ* എന്ന നാടകം കളിച്ചുതീർത്തു. അത് ചരിത്രത്തിന്റെ നിയോഗമായിരുന്നു എന്ന് മെലൊയ്ശ്രീ പറയും.

തന്റെ വ്യക്തിജീവിതവും സാമൂഹികജീവിതവുമാണ് രേഖപ്പെടുത്തേണ്ടത് എൻ മൊലൊയ്ശ്രീ തറപ്പിച്ചു പറയും. അതനുസരിച്ചാണ് ഞങ്ങൾ അവരോടൊപ്പം സംഭാഷത്തിനിരുന്നത്. ഇടതുപക്ഷ രാഷ്ട്രീയത്തിന്റെ പ്രയോഗസ്ഥലമായിത്തന്നെയാണ് താനും സംഘവും തെരുവു നാടകത്തെ കാണുന്നത് എന്ന് പറയുന്നതിലൂടെ തന്റെ പ്രതിബദ്ധത വ്യക്തമാക്കുകയായിരുന്നു മൊലൊയ് ശ്രീ. ലാറ്റിൻ അമേരിക്കൻ ഫുട്ബോൾ, സാഹിത്യം എന്നിവപോലെ കേരളീയർ നെഞ്ചോടു ചേർത്തുവയ്ക്കുന്ന സഫ്ദറിനെക്കുറിച്ച്, പ്രക്ഷോഭ പ്രചാരണനാടകവേദിയെക്കുറിച്ച്..

ഇന്ത്യയിലെ അറിയപ്പെടുന്ന നാടകപ്രവർത്തകയാണ് മൊലൊയ്ശ്രീ ഹഷ്മി. അതോടൊപ്പം ജനനാട്യമഞ്ച് എന്ന 'ജന'ത്തിന്റെ മുഖ്യ സംഘാടകയും. 30 വർഷത്തെ നാടകപ്രവർത്തനത്തിനിടയിൽ 100 ലേറെ നാടകങ്ങളിൽ അവർ അഭിനയിച്ചു. തെരുവു നാടകത്തിലും സ്റ്റേജ് നാടകത്തിലുമായി 5000 പ്രകടനങ്ങളിൽ അവർ പങ്കാളിയായി.

വ്യക്തിപരമായ വിഷയങ്ങൾ സംസാരിക്കാൻ മൊലൊയ്ശ്രീ ഹാഷ്മി വളരെ വിമുഖത കാണിച്ചു. ഞാനെന്ന വ്യക്തിക്ക് എന്ത് പ്രാധാന്യം? ഞാൻ പങ്കാളിയായ 'ജന'ത്തിനെക്കുറിച്ച് സംസാരിക്കാമെന്നായി അവർ.

തികച്ചും ആകസ്മികമായാണ് അവർ ഈ നാടകരംഗത്ത് വന്നെത്തിയത്. 1960-70 കാലഘട്ടത്തിൽ എസ് എഫ് ഐ യിലെ ചില ചെറുപ്പക്കാർ നിന്നുപോയ ഇപ്റ്റയെ പുനർജ്ജീവിപ്പിക്കാൻ ഒരു ശ്രമം ആരംഭിച്ചു. അതിനായി അവർ പലരേയും സമീപിച്ചു. അക്കൂട്ടത്തിൽ മൊലൊയ് ശ്രീയുടെ അമ്മയായ അപർണ്ണറോയിയേയും. 1950 കളിലും 60 കളിലും ഇപ്റ്റയുടെ പ്രവർത്തനങ്ങളിൽ അവർ പങ്കെടുത്തിരുന്നു. ഒരിക്കൽ മൊലൊയ്ശ്രീ വീട്ടിൽ വരുമ്പോൾ ധാരാളം ചെറുപ്പക്കാർ നാടകത്തെ കുറിച്ച് സംസാരിക്കുന്നു. നാടകം പരിശീലിക്കുന്നു. ചർച്ച ചെയ്യുന്നു. ആകപ്പാടെ നല്ല രസം തോന്നിയ മൊലൊയ്ശ്രീ പിന്നീട് ദിവസേന ഹോസ്റ്റലിൽ നിന്ന് അമ്മയെ കാണാൻ വരികയും നാടകങ്ങളിൽ പങ്കാളിയാവുകയും ചെയ്തു.

തൊഴിൽപരമായി മൊലൊയ്ശ്രീ ഒരു അദ്ധ്യാപികയാണ്. വിദ്യാഭ്യാസരംഗത്തെ നൂതന പരീക്ഷണങ്ങളിൽ അവർ തന്റെ സാന്നിദ്ധ്യം ഉറപ്പിക്കുന്നു. ഒരു പഠനരീതി എന്ന രീതിയിൽ നാടകത്തെ ക്ലാസ്മുറികളിലേക്ക് കൊണ്ടുവരാനുള്ള പ്രവർത്തനങ്ങളിലും അവർ വ്യാപൃതയാണ്. ഡൽഹിയിലെ പല കലാലയങ്ങളിലും അവർ ഇത്തരം ശ്രമങ്ങളിൽ പങ്കെടുക്കുന്നു.

"1973 ലാണ് ജനം രൂപീകരിക്കുന്നത്. തുടക്കത്തിൽ ഞാൻ ഔദ്യോഗികമായി 'ജന'വുമായി സഹകരിച്ചിരുന്നില്ല. 1977 മുതൽ ഞാൻ ജനനാട്യമഞ്ചിന്റെ ഭാഗമാണ്. അന്ന് വളരെക്കുറച്ച് സ്ത്രീകളേ ഉണ്ടായിരുന്നുള്ളൂ. പക്ഷേ, ഇന്ന് സ്ഥിതി മാറി. ജനനാട്യമഞ്ചിന്റെ അംഗങ്ങളിൽ

ഏതാണ്ട് പകുതി സ്ത്രീകളാണ്.

ഇപ്റ്റയിൽനിന്ന് ആശയം ഉൾക്കൊണ്ടുകൊണ്ടാണ് ജനം പിറവി യെടുക്കുന്നത്. അന്ന് ബ്രിട്ടീഷ് സ്വേച്ഛാധിപത്യത്തെയാണ് എതിർക്കേ ണ്ടിയിരുന്നതെങ്കിൽ ഇന്ന് ജനാധിപത്യത്തിലെ പ്രശ്നങ്ങളെ തുറന്നു കാട്ടണം.

അടിയന്തരാവസ്ഥയ്ക്ക് തൊട്ടുമുൻപാണ് ജനം ആരംഭിച്ചത്. അടി യന്തരാവസ്ഥക്കാലത്ത് ഞങ്ങൾ ഒന്നും ചെയ്തിരുന്നില്ല. അടിയന്തരാവ സ്ഥയ്ക്കു ശേഷം ഞങ്ങൾ ഉല്പൽദത്തിന്റെ നാടകം വിവർത്തനം ചെയ്തു കളിച്ചു. അതിൽ ശക്തരായ ആളുകൾ എങ്ങനെ സ്വേച്ഛാധിപ തികളായി മാറുന്നു എന്നതായിരുന്നു പ്രമേയം. തമാശ നാടകമായിരു ന്നു. നാടകത്തിന്റെ പേര് *രാജാകി ബാരിഹെ* (രാജാവിനെക്കുറിച്ച്). അത് ഒരുപാട് കളിക്കാൻ പറ്റിയില്ല. അന്ന് പലരും അടിയന്തരാവസ്ഥയുടെ ആക്രമണങ്ങളിൽനിന്ന് പൂർണ്ണമായി വിമോചിതരായിരുന്നില്ല. അവർക്ക് നേരെ അപ്പോഴും ധാരാളം കേസുകൾ ഉണ്ടായിരുന്നു. സഫ്ദർ ഒരു ചെറിയ നാടകം ചെയ്യാൻ തീരുമാനിച്ചു. ഞങ്ങൾക്ക് പറ്റിയ നാടകങ്ങൾ ഒന്നും അന്ന് ലഭ്യമായിരുന്നില്ല. അതിനാൽ നാടകം എഴുതാൻ തുടങ്ങി. സഫ്ദറും രാകേഷും ചേർന്നാണ് ഈ നാടകമെഴുതിയത്. പക്ഷേ, നാട കപ്രവർത്തനത്തിനിടെ പലരും അതിലേക്ക് സംഭാവന ചെയ്തു. ഡൽഹി യ്ക്കടുത്തുള്ള ഒരു ഫാക്ടറിയിൽ നടന്ന സംഭവമാണ് നാടകമാക്കിയത്. അങ്ങനെയാണ് ഞങ്ങളുടെ *മെഷീൻ* എന്ന നാടകം രൂപപ്പെട്ടത്. അത് രൂപപ്പെടുമ്പോൾ അതിന്റെ സാദ്ധ്യതകളെക്കുറിച്ച് ഞങ്ങൾക്ക് ബോദ്ധ്യ മുണ്ടായിരുന്നില്ല. താൽക്കന്തോറ സ്റ്റേഡിയത്തിൽ അത് അരങ്ങേറിയ പ്പോൾ വലിയ പ്രതികരണമായിരുന്നു. അതിൽ കലാമൂല്യമുണ്ട്, കവിത യുണ്ട്, നല്ല സംഭാഷണങ്ങൾ ഉണ്ട്, നല്ല അഭിനേതാക്കൾ ഉണ്ട്, കൂടാതെ രാഷ്ട്രീയവും ഉണ്ട്. മുതലാളിത്തമായിരുന്നു വിഷയം. തൊഴിലാളികൾക്ക് അത് നന്നായി മനസ്സിലായി. വ്യവസായവുമായി ബന്ധപ്പെട്ട ഒരു ബിൽ വരാൻ പോകുന്നതിനെക്കുറിച്ച് ചർച്ച ചെയ്യാൻ കൂടിയ വലിയൊരു സമ്മേ ളനത്തിലാണ് കളിച്ചത്. എത്രപേർ കണ്ടു എന്നറിയില്ല. കാരണം സ്റ്റേജിനു വളരെ അകലെപ്പോലും ആളുകൾ ഉണ്ടായിരുന്നു. പക്ഷേ, എല്ലാവരും അത് കേട്ടു എന്നുറപ്പാണ്. ആളുകൾ അത് റെക്കോഡ് ചെയ്തു. കഴിഞ്ഞ വർഷം ഞങ്ങൾ നാടകവുമായി ഒരു ചെറിയ നഗരത്തിൽ പോയപ്പോൾ അവിടെ വന്നവരിൽ ഒരാളുടെ കൈവശം ആ റെക്കോഡിങ് ഉണ്ടായിരു ന്നു. പല തൊഴിലാളികളും ഈ നാടകം അവരുടേതായ രീതിയിൽ ചെയ്തു എന്ന് അറിയാൻ കഴിഞ്ഞിട്ടുണ്ട്. രാഷ്ട്രീയവും തിയേറ്ററും ചേർന്ന ഒരു കലാരൂപമാണ് അതെന്ന് ഞങ്ങൾക്ക് ബോദ്ധ്യപ്പെട്ടു. ആദ്യത്തെ തെരുവുനാടകം നടന്നത് 1978 ലാണ്. 78 മുതൽ 88 വരെ ഞങ്ങൾ 22-33 തെരുവുനാടകങ്ങൾ ചെയ്തു. അന്ന് ഞങ്ങൾക്ക് ചെറുപ്പമായിരുന്നു. പലർക്കും ജോലിയും ഉണ്ടായിരുന്നു. എന്നിട്ടും അത് ഉപേക്ഷിച്ച് ഞങ്ങൾ തെരുവ് നാടകങ്ങൾ ചെയ്തു. പത്തുവർഷത്തിനു ശേഷമാണ് ഞങ്ങൾ

വീണ്ടും വേദിയിൽ നാടകം ചെയ്തത്.

പത്താം വർഷത്തിൽ ജനനാട്യമഞ്ച് യോഗങ്ങളും തെരുവുനാടകോത്സവവും പ്രദർശനവും സംഘടിപ്പിച്ചു. ഇതിനിടെ ജനത്തിന്റെ നാടകങ്ങൾ പല പ്രാദേശിക ഭാഷകളിലേക്കും വിവർത്തനം ചെയ്യുകയും അവതരിപ്പിക്കുകയും ചെയ്തു.

ശാസ്ത്രസാഹിത്യപരിഷത്ത് ചെയ്ത തെരുവു നാടകങ്ങൾ എല്ലാം തന്നെ ജനങ്ങളെ വിദ്യാഭ്യാസം ചെയ്യാൻ ലക്ഷ്യമിട്ടുകൊണ്ട് ഉള്ളതായിരുന്നു. ഞങ്ങളുടെ കലാപ്രവർത്തനമാണ്, ഞങ്ങളുടെ തെരുവു നാടകങ്ങളിൽ കലാമൂല്യമുണ്ട്. ഞങ്ങൾ ചില ചർച്ചകൾ ഉയർത്തിക്കൊണ്ടുവരും. ചോദ്യങ്ങൾ ഉയർത്തും ചോദ്യങ്ങളിലൂടെയല്ലാതെ മാറ്റങ്ങൾ ഉണ്ടാക്കാൻ കഴിയില്ല. വലിയൊരു സംഘടനയുടെ ഭാഗമാണ് ഞങ്ങൾ. ഞങ്ങളുടെ നാടകങ്ങളിൽ തികഞ്ഞ രാഷ്ട്രീയമുണ്ട്. ഞങ്ങൾ ചുറ്റുപാടുമുള്ള പ്രശ്നങ്ങൾ എടുക്കുന്നു, അവതരിപ്പിക്കുന്നു. അത് എത്രമാത്രം ജനങ്ങളെ പഠിപ്പിക്കുന്നുണ്ട് എന്നറിയില്ല. കെ എസ് എസ് പി ഒരു പ്രസ്ഥാനമാണ്. ഞങ്ങൾ ഒരു പ്രസ്ഥാനത്തിന്റെ ഭാഗവും.

ഉദാഹരണമായി കുറഞ്ഞകൂലി ഉറപ്പാക്കൽ പ്രശ്നം. ഇതുമായി ബന്ധപ്പെട്ട് നിരവധി സമരങ്ങൾ ഡൽഹിയിൽ നടന്നു. ഈ സമരവുമായി ബന്ധപ്പെട്ട് ഒരു തെരുവു നാടകവുമായി ഞങ്ങൾ വന്നു. അതിൽ കുറഞ്ഞകൂലി മാത്രമല്ല ചർച്ച ചെയ്തത്. അതിൽ തൊഴിലാളികളുടെ അവസ്ഥയിൽ വന്ന മാറ്റം ചർച്ച ചെയ്യുന്നു. കഴിഞ്ഞ വർഷത്തിനു മുമ്പത്തെ വർഷം ഞങ്ങൾ ചെയ്ത നാടകം ഇതേ വിഷയം ചർച്ച ചെയ്യുന്നു. അത് *ഹല്ലബോൽ* എന്ന നാടകത്തിൽനിന്നും തികച്ചും വ്യത്യസ്മായ

നാടകമാണ്. *ഹല്ലബോൽ* കുറഞ്ഞകൂലി ഉറപ്പാക്കലിനെക്കുറിച്ച് തന്നെയാണ് പറഞ്ഞിരുന്നത്. ഈ നാടകം 'ഹം ക്യോം സഹേ' (ഞങ്ങൾ എന്തിന് സഹിക്കണം). ഇക്കാലമായപ്പോഴേക്കും തൊഴിൽ അന്തരീക്ഷം ഒരുപാട് മാറി. തൊഴിലാളികളുടെയും തൊഴിൽ ഉടമകളുടെയും അവസ്ഥ മാറി. സർക്കാർ തന്നെ 8 മണിക്കൂറിൽ കൂടുതൽ ജോലി ചെയ്യാൻ പ്രേരിപ്പിക്കുന്നു. 1886 ലെ ചിക്കാഗോ സമരത്തിലാണ് ഈ ആവശ്യം നിലവിൽ വന്നത്. ഇപ്പോ പല സ്വകാര്യ ഐ ടി കമ്പനികളിലും 8 മണിക്കൂർ, 10 മണിക്കൂർ, 12 മണിക്കൂർ ആണ് വേല. കാൾസെന്ററുകൾ നോക്കൂ. സർക്കാർ തന്നെ ഇതിനെ പ്രോത്സാഹിപ്പിക്കുകയാണ്."

സ്വന്തം ജീവിതത്തെ ജനനാട്യമഞ്ച് എന്ന നാടകസംഘത്തിൽ നിന്നും വ്യതിരിക്തമായി കാണാൻ കഴിയാത്ത മൊലൊയ്ശ്രീ ജനനാട്യമഞ്ചിന്റെ രൂപീകരണത്തെക്കുറിച്ച് വാചാലയായി.

"1950, 60 കളിലും ഇപ്റ്റ (ഇന്ത്യൻ പീപ്പിൾ തിയേറ്റർ അസോസിയേഷൻ) വളരെ സജീവമായിരുന്നു. 1960 കളിൽ അതിന്റെ പ്രവർത്തനം നിലച്ചു. 1969 ൽ എസ് എഫ് ഐ ഡൽഹിയിലെ വിദ്യാർത്ഥികൾക്കിടയിൽ പ്രവർത്തനം ആരംഭിച്ചു. കുറേക്കുട്ടികൾ കലാപ്രവർത്തനത്തിൽ തല്പരരാണെന്ന് കണ്ടെത്തി. ഇതേസമയം തന്നെ എഴുത്തുകാരും അഭിനേതാക്കളും ചുറ്റുപാടും നടക്കുന്ന സംഭവങ്ങൾക്കെതിരെ പ്രതികരിക്കണം എന്നു കരുതി. അടിയന്തരാവസ്ഥയ്ക്ക് നാലഞ്ചുവർഷം മുമ്പാണത്. കലുഷിതമായ ഒരുസമയമായിരുന്നു അത്. ഇപ്റ്റയെ വീണ്ടും സജീവമാക്കാൻ ചെറുപ്പക്കാരെല്ലാം ചേർന്ന് തീരുമാനിച്ചു. അവർ പഴയ ആൾക്കാരെയെല്ലാം ചേർത്ത് രണ്ടുവർഷം നാടകം ചെയ്തു. അത് തുടർന്ന് കൊണ്ടുപോകാൻ കഴിഞ്ഞില്ല. ഞങ്ങൾ ജനനാട്യമഞ്ച് എന്ന പുതിയൊരു സംഘം തുടങ്ങാൻ തീരുമാനിച്ചു. 1973 ലാണ് തുടക്കം. ആദ്യം വലിയ നാടകങ്ങളാണ് ചെയ്തിരുന്നത്. ഇവരെല്ലാം കലയിൽ താല്പര്യമുള്ളവരാണ്. ചുറ്റുപാടും നടക്കുന്ന കാര്യങ്ങളിൽ ശ്രദ്ധാലുക്കളുമാണ്. ഇവരിൽ പലരും ഇടതുപക്ഷ സഹയാത്രികരാണ്. എല്ലാവരുമല്ല. പലർക്കും നേരിട്ട് രാഷ്ട്രീയത്തിൽ ഇറങ്ങാൻ താല്പര്യമില്ല. ഇപ്റ്റയുടെ പാത പിന്തുർന്ന് ജനങ്ങളുടെ പ്രശ്നങ്ങളെക്കുറിച്ചുള്ള നാടകമാണ് ഞങ്ങൾ ചെയ്യുന്നത്.

ഞങ്ങൾക്ക് സംതൃപ്തി നല്കിയ പല നാടകങ്ങളും ഉണ്ട്. *ഹല്ലാബോൽ, മെഷീൻ, ദൗരത്ത്, ഹത്യാർ.* ഓരോ തവണ കളിക്കുമ്പോഴും നാടകങ്ങൾക്ക് ചെറിയ ചെറിയ മാറ്റങ്ങൾ ഉണ്ടാകും. കൂടുതൽ കൂടുതൽ നന്നായി വരും. ചില നാടകങ്ങൾ ചില പ്രത്യേക സംഭവത്തെ, പ്രശ്നത്തെ അധികരിച്ച് തയ്യാറാക്കുന്നതാവും. അവയ്ക്ക് രണ്ടാഴ്ചയോ മൂന്നാഴ്ചയോ മാത്രമായിരിക്കും ആയുസ്സ്. ഹരിയാനയിലെ ഹോണ്ട ഫാക്ടറിയിൽ ഒരു പ്രശ്നം വന്നപ്പോൾ ഞങ്ങൾ ഒരു നാടകം ചെയ്തു. *ഹോണ്ട ക ഗുണ്ട* (ഹോണ്ടയുടെ ഗുണ്ട). അതൊരു ചെറിയ നാടകമായിരുന്നു. പ്രത്യേക പ്രശ്നത്തിൽ ഊന്നിയ നാടകമായാൽ പിന്നീട്

അത് കളിക്കുന്നതിൽ അർത്ഥമില്ല. അതിന്റെ ചില അംശങ്ങൾ ഞങ്ങൾ മറ്റ് ചില നാടകങ്ങളിൽ എടുത്തിട്ടുണ്ട്. ചില നാടകങ്ങൾ ഞങ്ങൾക്ക് തൃപ്തി നല്കിയിട്ടില്ല. പ്രേക്ഷകർ സ്വീകരിച്ചില്ല എന്നു തോന്നുന്ന നാടകങ്ങൾ ഞങ്ങൾ വിടും. ചില നാടകങ്ങൾ ഇന്നും ആളുകൾ ഓർക്കുന്നു. എന്തുകൊണ്ടാണ് അത് വീണ്ടും ചെയ്യുന്നത് എന്നു ചോദിക്കുന്നു. ഓരോ നാടകം ചെയ്യുമ്പോഴും ഞങ്ങൾ ധാരാളം ഗവേഷണം നടത്തും. ഉദാ. കുറഞ്ഞ കൂലി പ്രശ്നം. ഞങ്ങൾ തൊഴിലാളികളോട്, തൊഴിലാളി സംഘടനാ നേതാക്കളോട്, വക്കീലന്മാരോട്, സാമ്പത്തിക വിദഗ്ദ്ധരോട് ഒക്കെ ചർച്ച ചെയ്യും. ഈ സാമ്പത്തിക വിദഗ്ദ്ധർ തൊഴിലാളി അനുകൂല ചിന്ത ഉള്ളവർ ആയിരിക്കില്ല. മറുവശം കേൾക്കാനാണ് അവരോട് ചോദിക്കുന്നത്. നാടകത്തിനു മുമ്പ് ഞങ്ങൾ ശില്പശാല സംഘടിപ്പിക്കും. സംവിധായകർ, നടീനടന്മാർ, വസ്ത്രാലങ്കാരം നടത്തുന്നവർ....

നുക്കഡ് ജനം സംവാദ എന്ന പ്രസിദ്ധീകരണം ഞങ്ങൾ പുറത്തിറക്കുന്നുണ്ട്. 1993 ലാണ് ഞങ്ങൾ അത് ആരംഭിച്ചത്. അതിൽ ഞങ്ങളുടെ നാടകത്തിന്റെ സ്ക്രിപ്റ്റ് വരാറുണ്ട്. കൂടാതെ സ്ക്രിപ്റ്റ് സമാഹാരങ്ങളും പുറത്തിറക്കാറുണ്ട്. ഞങ്ങളുടെ വെബ്സൈറ്റിൽ സ്ക്രിപ്റ്റുകൾ ലഭ്യമാണ്. ഞങ്ങളുടെ പല തെരുവുനാടകങ്ങളും കൂട്ടമായി ചർച്ച ചെയ്ത് രൂപപ്പെട്ടുവരുന്നതാണ്. എം കെ റെയ്ന, ഹബീബ് തൻവീർ, ജി പി ദേശ്പാണ്ഡെ മുതലായവർ ഞങ്ങൾക്കു വേണ്ടി നാടകമെഴുതിയിട്ടുണ്ട്. ഞങ്ങൾക്ക് ചേരുന്നവയാണെങ്കിൽ കഥകളും ഞങ്ങൾ നാടകമാക്കിയിട്ടുണ്ട്.

ജനങ്ങൾക്ക് ഒരു നാടകം ഇഷ്ടപ്പെട്ടാൽ അവർ അത് കാണും. അതിനാൽ സ്വാധീനിക്കപ്പെടും. എന്നുവച്ച് *ഔരത്ത്* പോലുള്ള ഒരു നാടകം

കണ്ട് പിറ്റേന്നു മുതൽ തുല്യതയോടെ പെരുമാറും എന്നു കരുതിയാൽ മണ്ടത്തരമാണ്. വർഗ്ഗീയ വിരുദ്ധത കേന്ദ്ര ആശയമായ ഒരു നാടകം കണ്ടാൽ പിറ്റേന്നു മുതൽ കൊല്ലരുത് എന്നു തീരുമാനിക്കുകയൊന്നുമില്ല. പക്ഷേ, അവർ ചിന്തിക്കും. മാറ്റം പെട്ടെന്നു സംഭവിക്കില്ല. വളരെ സാവധാനത്തിലാണ് സാധാരണ സംഭവിക്കുക. പക്ഷേ, ഒരു സമരം നടക്കുമ്പോൾ അതിനെ അനുകൂലിച്ചുകൊണ്ട് കളിക്കുന്ന നാടകം എല്ലാവരും ചർച്ച ചെയ്യും. അത്തരത്തിൽ നടത്തുന്ന നാടകങ്ങൾക്ക് പ്രത്യക്ഷഫലം അധികം വൈകാതെ ലഭിക്കാറുണ്ട്. ചക്കാജാം സമരകാലത്ത് ഞങ്ങൾ നടത്തിയ നാടകം സി ഐ ടിയു തൊഴിലാളികൾക്കിടയിൽ നന്നായി ചർച്ചചെയ്തു. സമരം വിജയമായപ്പോൾ സഖാക്കൾ ഞങ്ങളോട് നന്ദി പറഞ്ഞു. ഞങ്ങൾ കാരണമല്ല സമരം വിജയിച്ചത് എന്ന് ഞങ്ങൾക്ക് നന്നായി അറിയാം. പക്ഷേ, നാടകത്തിന് പ്രശ്നത്തെ ജനങ്ങളിലേക്ക് ഫലപ്രദമായി എത്തിക്കാൻ കഴിയും. സമരത്തിൽ പങ്കെടുക്കാത്ത ഒരാൾ നാടകം ശ്രദ്ധിച്ചേക്കാം. അടുത്ത തവണ സമരരംഗത്ത് വന്നേക്കാം. അതാണ് അതിന്റെ ഫലം.

ഒരു സ്ത്രീയെന്ന നിലയിൽ വിവേചനം എനിക്ക് വ്യക്തിപരമായി അനുഭവിക്കേണ്ടി വന്നിട്ടില്ല. പക്ഷേ, ഞങ്ങളുടെ പരിശീലനങ്ങൾ എല്ലാം രാത്രിയിലാണ്. തിരിച്ചു വീട്ടിലെത്തുന്നത് രാത്രി വൈകിയാണ്. ഡൽഹിയിൽ അത് കുറച്ച് ബുദ്ധിമുട്ടാണ്. പല പെൺകുട്ടികളും എന്തുകൊണ്ട് പകൽ റിഹേഴ്സൽ വയ്ക്കുന്നില്ല എന്നു ചോദിക്കാറുണ്ട്. ഞങ്ങൾക്ക് കോളേജ് വിട്ട് വരാൻ എളുപ്പമായിരുന്നു എന്നാണ് അവരുടെ വാദം. പക്ഷേ, നാടകം കളിക്കുമ്പോൾ ആർക്കും പ്രശ്നമുണ്ടെന്നു തോന്നുന്നില്ല. സഹനടീനടന്മാർ വളരെ പരസ്പര ബഹുമാനത്തോടെയാണ് പെരുമാറുന്നത്. ഒരു കുടിയൻ നാടകം കാണാൻ വന്ന് പ്രശ്നം ഉണ്ടാക്കിയാൽ പ്രേക്ഷകർ അയാളെ കൈകാര്യം ചെയ്തുകൊള്ളും സ്ത്രീകൾ നാടകം അഭിനയിക്കുന്നതിനെ ചിലർ വിമർശിച്ചേക്കാം. പക്ഷേ, പ്രേക്ഷകർ അഭിനന്ദിക്കുകയേ ഉള്ളൂ. പക്ഷേ, രാത്രി വൈകി പോകുന്നതിൽ ചില പ്രശ്നങ്ങൾ ഉണ്ട്. പിന്നെ എല്ലാ തൊഴിലെടുക്കുന്ന സ്ത്രീകളും അനുഭവിക്കുന്ന പൊതുവായ ചില പ്രശ്നങ്ങൾ ഞങ്ങൾക്കുമുണ്ട്. മൂത്രപ്പുരകളുടെ അഭാവം. അതിലൊന്നാണ്. *വോ ബോലോജി* എന്ന നാടകത്തിൽ ഞങ്ങളത് ഒരു രംഗത്ത് അവതരിപ്പിക്കുന്നുണ്ട്. പ്രേക്ഷകരുടെ ഭാഗത്തുനിന്നും മോശമായ ഒരു പെരുമാറ്റവും ഇന്നുവരെ നേരിടേണ്ടിവന്നിട്ടില്ല.

സ്ത്രീകളുടെ പ്രശ്നം അവതരിപ്പിക്കുന്ന ഒരു നാടകത്തിൽ സ്ത്രീകളോട് മോശമായി പെരുമാറുന്ന പുരുഷന്മാരെ അവതരിപ്പിച്ചിരുന്നു. അപ്പോ ഒരു സ്ത്രീ വന്നിട്ട് 'നിങ്ങൾ എന്താണീ പറയുന്നത്. എന്റെ വീട്ടിൽ ഇങ്ങനെയല്ല.' എനിക്കത് കേട്ടപ്പോൾ സന്തോഷം തോന്നി.

തെക്കൻ ഡൽഹിയിൽ *മെഷീൻ* അവതരിപ്പിക്കുന്ന സമയം. 7 പ്രാവശ്യം 15 മിനിറ്റുള്ള നാടകം ഒരേ സ്ഥലത്ത് കളിച്ചു. ഓരോ പ്രാവ

ശ്യവും വ്യത്യസ്തരായ കാണികൾ ആയിരുന്നു. വിവിധ ഫാക്ടറികളിലെ തൊഴിലാളികൾ യാത്ര ചെയ്യുന്ന ഇടമായിരുന്നു അത്. എല്ലാ തൊഴിലാളികളും ആ നാടകം നന്നായി ആസ്വദിച്ചു. വലിയ അംഗീകാരമായിരുന്നു.

1979 ൽ പൊതുവാഹനങ്ങളിലെ യാത്രാ നിരക്ക് കൂട്ടുന്നതിനെതിരെ ഞങ്ങൾ ഒരു നാടകം കളിച്ചു. *ഡി ടി സി കി ദണ്ഡലി* (ഡൽഹി ട്രാൻസ്പോർട്ട് കോർപ്പറേഷന്റെ ശിക്ഷ) എന്നായിരുന്നു പേര്. നാടകം ഒരു ബസ് സ്റ്റോപ്പിനടുത്ത് തുടങ്ങും. പിന്നീട് അടുത്ത ബസ് സ്റ്റാന്റിലേക്ക് പോകും. അത് ഞങ്ങൾ 11 സ്ഥലത്ത് കളിച്ചു. അതും രണ്ടുമണിക്കൂറിനുള്ളിൽ. അതൊരു ചെറിയ നാടകമായിരുന്നു. അതിനു വലിയ ഒരുക്കങ്ങൾ ഒന്നും വേണ്ടിയിരുന്നില്ല. വേദിയിൽ ബസ് സ്റ്റോപ്പ് എന്ന പ്ലക്കാർഡുമായി ഒരാൾ നില്ക്കും. മറ്റുള്ളവർ ബസ് കാത്തുനില്ക്കുന്നവരാകും. ഏറ്റവും രസകരമായത് ഞങ്ങൾ ഒരു ബസ് സ്റ്റോപ്പിൽനിന്ന് അടുത്തതിലേക്ക് നീങ്ങുമ്പോൾ കാണികൾ കുറേപ്പേർ ഞങ്ങളെ അനുഗമിക്കും. അക്കൂട്ടത്തിൽ ഒരു പൊലീസുകാരനും ഉണ്ടായിരുന്നു. ആ നാടകം നല്ല ഇഷ്ടമായി എന്നയാൾ ഞങ്ങളോട് പറഞ്ഞു.

പ്രേക്ഷകരിൽനിന്ന് ഞങ്ങൾക്ക് ഒരിക്കലും അക്രമം നേരിടേണ്ടിവന്നിട്ടില്ല. അക്രമം ചെയ്യുന്നത് മറ്റ് പലരുമാണ്. പലരും വിമർശന പരമായി സംസാരിക്കാറുണ്ട്. പരസ്പരം ചർച്ച നടത്താൻ സാദ്ധ്യതയുള്ള ചില നാടകങ്ങൾ ഞങ്ങൾ ചെയ്യാറുണ്ട്. അതിനൊക്കെ നല്ല പ്രതികരണങ്ങൾ ലഭിക്കാറുണ്ട്. ചിലപ്പോൾ ഒരു പ്രതികരണവും ഉണ്ടാവില്ല. അത് നാടകത്തിന്റെ പ്രശ്നമല്ല. അവർ നാടകം കണ്ടുകൊണ്ടിരിക്കുമ്പോഴായിരിക്കും വെള്ളം വരുന്നത്. അവർ ഉടനെ വെള്ളം പിടിക്കാൻ പോകും. ചെറിയ കുട്ടികളെ ലൈംഗികമായി പീഡിപ്പിക്കുന്നതിനെതിരെ ഞങ്ങൾ ഒരു നാടകം ചെയ്തിരുന്നു. അതിൽ കാര്യങ്ങൾ തുറന്നുപറയുന്നുണ്ട്.

അമ്പത് പ്രാവശ്യമെങ്കിലും ബലാത്സംഗം എന്നു പറയുന്നുണ്ട്. ഞങ്ങൾ പോയിടത്തെല്ലാം ആളുകൾ പറഞ്ഞു. നിങ്ങൾ കാര്യങ്ങൾ തുറന്നു പറയുന്നതിൽ സന്തോഷമുണ്ട്. കാര്യങ്ങൾ ഒളിച്ചു വയ്ക്കുകയല്ല വേണ്ടത്. ഇരയല്ല പ്രശ്നം. കുറ്റക്കാരാണ്. അവരെ പിടിക്കട്ടെ. 1989 ജനുവരി ഒന്നിന് പ്രേക്ഷകരല്ല ഞങ്ങളെ ആക്രമിച്ചത്. ഗുണ്ടകളാണ്.

നാടക് വാലെ ആയേ ഹി വരൂ വരൂ എന്നു പറഞ്ഞ് പ്രേക്ഷകർ ഞങ്ങളെ സ്വീകരിച്ചിട്ടേ ഉള്ളൂ. പക്ഷേ, ഗുണ്ടകൾ വന്ന് സാധനങ്ങൾ വലിച്ചെറിഞ്ഞു. ഞങ്ങൾ അവിടെനിന്നും ഓടിപ്പോരുകയാണ് ഉണ്ടായത്. *ഔരത്ത്* ചെയ്തപ്പോൾ ഡൽഹി യൂണിവേഴ്സിറ്റിയിലും പ്രശ്നങ്ങൾ ഉണ്ടായി.

മറ്റ് സംഘടനകളുമായി ചേർന്ന് നാടകം തയ്യാറാക്കുന്ന പതിവ് ഇല്ല. ചില അവസരങ്ങളിൽ സി ഐ ടിയുവുമായും ഡൽഹിയിലെ മലയാളി സംഘടനയായ ജനസംസ്കൃതിക്കു വേണ്ടിയും കർണ്ണാടകത്തിലെ സമുദായയ്ക്കു വേണ്ടിയും ചില നാടകങ്ങൾ ചിട്ടപ്പെടുത്തി നല്കിയിട്ടുണ്ട്. ബാദൽ സർക്കാർ മരിച്ചപ്പോൾ കലാക്ഷേത്രയുമായി ചേർന്ന് ഞങ്ങൾ നാടകം അവതരിപ്പിച്ചു."

നാടകം, പൊതു പ്രവർത്തനം, പോരാട്ടം എന്നീ മൂന്നു മേഖലകളിലായി മൊലൊയ്ശ്രീ ഹാഷ്മിയുടെ ജീവിതം മുന്നോട്ടുപോകുന്നു. സംസാരിക്കുമ്പോൾ ശാരീരിക ചലനങ്ങളിലെല്ലാം ഊർജ്ജം മുറ്റി നില്ക്കുന്നു. ചുറ്റും നില്ക്കുന്നവരിലേക്ക് കൂടി പ്രസരിക്കുന്ന ഊർജ്ജം.

രാജസ്ഥാനിൽ നിന്നൊരു തീപ്പൊരി: കവിത ശ്രീവാസ്തവ

പൗരാവകാശസംരക്ഷണത്തിന്റെ കാര്യത്തിൽ ഏറ്റവും പിന്നോക്കം നില്ക്കുന്ന ഇന്ത്യൻ സംസ്ഥാനങ്ങളിൽ ഒന്നാണ് രാജസ്ഥാൻ. അവിടെ ജാതിയുടെ പേരിലും ലിംഗത്തിന്റെ പേരിലും നടക്കുന്ന അത്യാചാരങ്ങൾക്ക് കൈയും കണക്കുമില്ല. വലതുപക്ഷ രാഷ്ട്രീയം ആഴത്തിൽ വേരോടിയ ഒരു സംസ്ഥാനത്തിലെ സ്ഥിതി അങ്ങനെയൊക്കെ ആയിപ്പോയില്ലെങ്കിലേ അത്ഭുതമുള്ളൂ. ഇത്തരം മനുഷ്യ സൃഷ്ടമായ ദുരവസ്ഥകൾക്കു പുറമെയാണ് പ്രകൃതിയുടെ ക്രൂരതകൾ. മരുപ്രദേശങ്ങൾ സമൃദ്ധം. ജലദൗർലഭ്യം നിത്യം. ഇങ്ങനെ പ്രകൃതിയും മനുഷ്യനും ഒരുപോലെ മർദ്ദക സ്വഭാവമുള്ളതാവുമ്പോൾ സാമാന്യബുദ്ധി നഷ്ടപ്പെടാത്ത മനുഷ്യർ അതിജീവനത്തിനായി തേടുന്ന പല വഴികളുണ്ട്. മദ്യപാനം അവയിലൊന്നാണ്. മറ്റൊന്നാണ് സ്വയം മറന്നുള്ള സാമൂഹിക പ്രവർത്തനം. കവിത ശ്രീവാസ്തവ എന്ന തീപ്പൊരി തെരഞ്ഞെടുത്തത് മറ്റുള്ളവർക്കായി പൂർണ്ണമായും സമർപ്പിക്കപ്പെട്ട ജീവിതമാണ്.

വധഭീഷണി ഉൾപ്പെടെ പലതരം പ്രതികൂലാവസ്ഥകളാണ് കവി

തയ്ക്ക് നേരിടേണ്ടിവന്നിട്ടുള്ളത്. അങ്ങനെയെങ്കിൽ ഒരു കൈ നോക്കാം എന്ന മനോഭാവത്തോടെയാണ് കവിത അത്തരം ഘട്ടങ്ങളെ നേരിടാറുള്ളത്. ഇരുപത്തിയഞ്ചുവർഷം മുമ്പുതന്നെ വലതുപക്ഷ രാഷ്ട്രീയം സാവകാശമെങ്കിലും സ്ഥായിയായ രീതിയിൽ രാജസ്ഥാനിലെ ഉൾപ്രദേശങ്ങളിൽ വിദ്യാലയങ്ങൾ വഴിയും മറ്റു സമൂഹ കൂട്ടായ്മകൾ വഴിയും അരിച്ചുകയറുന്നതിനെപ്പറ്റി കവിതയുടെ സഹോദരി കോമൾ ശ്രീവാസ്തവ ഞങ്ങളോട് സംസാരിച്ചിരുന്നു. കവിതയും കൂട്ടുകാരും അന്നേ തയ്യാറായിരുന്നു. ആസന്നഭാവിയിൽ മതാന്ധതയും ജാത്യാനാചാരങ്ങളും സാമ്പത്തികമായ ഉച്ചനീചത്വങ്ങളും ചേർന്നു, ഇന്ത്യയാകെ പടരാനിരിക്കുന്ന വർഗ്ഗീയതയുടെയും നവ ഉദാരീകരണത്തിന്റെയും പ്രത്യാഘാതങ്ങളെ എതിരിടാൻ.

കവിതയുടേത് ഒരു രാജ്യത്തിന്റെ മുഴുവൻ അതിജീവന പോരാട്ടങ്ങളുടെ കഥയാണ്.

ഭരണകൂടം മനുഷ്യാവകാശലംഘനം നടത്തുമ്പോൾ അതിനെതിരെ പ്രതിഷേധിക്കേണ്ടതും പൗരന്മാർക്ക് അത് നേടിക്കൊടുക്കേണ്ടതും. പ്രതിബദ്ധതയുള്ള ഒരു സാമൂഹ്യ പ്രവർത്തകയുടെ കടമയാണ് എന്ന് കവിത ശ്രീവാസ്തവ വിശ്വസിക്കുന്നു. 2011 നവംബർ 16 ന് ഞാൻ അവരെ നേരിട്ടു കാണുമ്പോൾ അവർ പി യു സി എൽ എന്ന സംഘടനയുടെ അഖിലേന്ത്യാ സെക്രട്ടറിയായിരുന്നു. 1976 ൽ ജയപ്രകാശ് നാരായണന്റെ നേതൃത്വത്തിൽ ആരംഭിച്ച ഈ സംഘടന 1980 ൽ ഇന്നത്തെ രൂപത്തിൽ പുനഃസംഘടിപ്പിക്കപ്പെട്ടു.

ഡൽഹിയിലെ ശാദീപൂരിൽ ഗലികളിലൂടെ നടന്ന് പി യു സി എൽ ആപ്പീസിൽ എത്തിയപ്പോൾ കവിത ഞങ്ങളെ കാത്ത് ഇരിക്കുകയായിരുന്നു.

"രാജസ്ഥാനിലെ ഹിൽസ്റ്റേഷനായ മൗണ്ട് അബുവിൽ 1962 മാർച്ച് 9 നാണ് ഞാൻ ജനിച്ചത്. അമ്മ പ്രകാശവതി, അച്ഛൻ കൃപാശങ്കർ ശ്രീവാസ്തവ. ജീവിതത്തിന്റെ ഒരു ഭാഗം മൗണ്ട് അബുവിലും മറ്റൊരു ഭാഗം ജയ്പൂരിലുമാണ് ചെലവഴിച്ചത്. ഇപ്പോൾ ജയ്പൂരിലാണ് താമസം. കുടുംബത്തിൽ എല്ലാവരും സ്ത്രീകൾ ആണെന്നു പറയാം. മുത്തശ്ശി, അമ്മ, അഞ്ച് സഹോദരിമാർ. ആകെയുള്ള പുരുഷൻ അച്ഛൻ മാത്രമാണ്. എന്റെ സാംസ്കാരിക ഭൗതിക ചുറ്റുപാടുകൾ എല്ലാം സ്ത്രീകൾ മാത്രമുള്ള ചുറ്റുപാടിൽ ആയിരുന്നു. അതുകൊണ്ടുതന്നെ സ്ത്രീകളുമായി ചേർന്ന് പ്രവർത്തിക്കാനുള്ള താല്പര്യം വളരെ നേരത്തെ തന്നെ രൂപപ്പെട്ടു. പെൺകുട്ടികൾ മാത്രമുള്ള സ്കൂളുകൾ, കോളേജുകൾ, എല്ലായിടത്തും പെൺകുട്ടികൾ മാത്രം. ആൺകുട്ടികൾ ഭീകര ജീവികൾ ആണെന്നാണ് ഞങ്ങൾക്ക് തോന്നിയിരുന്നത്. ധാരാളം നല്ല സുഹൃത്തുക്കൾ ആൺകുട്ടികൾക്കിടയിൽ ഉണ്ടായിരുന്നു.

യൂണിവേഴ്സിറ്റിയിൽ പെൺകുട്ടികൾക്കു ഇടം ഉണ്ടായിരുന്നില്ല. രാജസ്ഥാൻ യൂണിവേഴ്സിറ്റിയിൽ അങ്ങനെയായിരുന്നു. സ്ത്രീകൾക്ക്

ഒരു ഇടം ഉണ്ടാക്കിക്കൊടുക്കാനാണ് എന്റെ ശ്രമങ്ങൾ ഉണ്ടായിട്ടുള്ളത്. സ്ത്രീകൾക്ക് മാത്രമല്ല, മറ്റ് മുറിവേറ്റ ദുർബ്ബല വിഭാഗങ്ങൾക്കും, സ്ത്രീകൾക്കു വേണ്ടി പ്രവർത്തിച്ചുകൊണ്ട് അവരുടെ പ്രശ്നങ്ങൾ പഠിച്ചുകൊണ്ടായിരുന്നു എന്റെ തുടക്കം.

അഞ്ച് സഹോദരിമാരാണ് ഞങ്ങൾ. കുംകും ഡോക്ടറാണ്. പൊതു ആരോഗ്യരംഗത്ത് പ്രവർത്തിക്കുന്നു. എന്റേതിൽനിന്നും വ്യത്യസ്തമാണ് അവരുടെ ആക്ടിവിസം. വളരെ ലളിത ജീവിതമാണ്, വളരെ സ്വതന്ത്ര ബുദ്ധിയാണ്. എന്റെ രണ്ടാമത്തെ സഹോദരിമാത്രമാണ് ഒരു മദ്ധ്യവർഗ്ഗ വീട്ടമ്മയായിട്ടുള്ളത്. അവർ വിവാഹിതയാണ്. ഡോക്ടറാണ്. ഡൽഹിയിൽ താമസിക്കുന്നു. എന്റെ ഏറ്റവും മൂത്ത ചേച്ചിയും ഡോക്ടറാണ്. ശിശുരോഗവിദഗ്ദ്ധ. പല ക്ലിനിക്കിലും ജോലി ചെയ്തിരുന്നെങ്കിലും ഇപ്പോൾ ആ രംഗം വിട്ട് പൊതു ആരോഗ്യരംഗത്താണ് പ്രവർത്തിക്കുന്നത്. രണ്ടാമത്തെ ചേച്ചി ഗൈനക്കോളജിസ്റ്റ് ആണ്. മൂന്നാമത്തെ ചേച്ചിയാണ് കോമൾ. അവർ സാക്ഷാരത പ്രവർത്തകയാണ്. ബി ജി വി എസിന്റെ ദേശീയ നിർവ്വാഹകസമിതി അംഗമാണ്. ഞാൻ നാലാമത്തേതാണ്. ഞാനും മുഴുവൻ സമയ സാമൂഹ്യപ്രവർത്തകയാണ്. എന്റെ അനിയത്തി പരമ്പരാഗത രീതിയിൽ വിവാഹം ചെയ്ത് കുടുംബമായി ജീവിക്കുന്നു. ഒരു ആർമി ഓഫീസറാണ് ഭർത്താവ്. അദ്ധ്യാപികയായ അവരും ഇപ്പോൾ പൊതുപ്രവർത്തന രംഗത്തേക്ക് വന്നിട്ടുണ്ട്. അവരിപ്പോ മുഖ്യധാര വിദ്യാഭ്യാസരംഗം വിട്ട് അധഃസ്ഥിതരായ കുട്ടികളെ പഠിപ്പിക്കുകയാണ്. പൊതുധാരയിൽനിന്നും വ്യത്യസ്തമായ രീതിയിൽ ഒരു സ്കൂൾ നടത്തുകയാണ്. സ്കൂൾ സമയത്തിനുശേഷം സ്കൂൾ കെട്ടിടത്തിൽ വച്ചുതന്നെ അവർ ഇത്തരം കുട്ടികളെ പഠിപ്പിക്കുന്നു. ഞങ്ങൾ അഞ്ചു സഹോദരിമാർ ഉള്ളതിൽ ഒരാൾ ഒഴിച്ച് ബാക്കി നാലുപേരും വിവിധ മേഖലകളിൽ പൊതുപ്രവർത്തനം ചെയ്യുന്നു. അഞ്ചു വിരലുകളെപ്പോലെ. അങ്ങോട്ടുമിങ്ങോട്ടും യാതൊരു വിമർശനങ്ങളുമില്ലാതെ.

ഞങ്ങൾ നാലുപേരും ഒരു പരിധിവരെ അച്ഛന്റെയും അമ്മയുടെയും കൂടെയാണ്. കുംകുമും കോമളും അവിടെത്തന്നെയാണ് താമസിക്കുന്നത്. ആദ്യം ഞാനും അവിടെത്തന്നെയായിരുന്നു. പിന്നീട് തിരക്കുകൂടിയപ്പോൾ മറ്റൊരു കെട്ടിടം വാടകയ്ക്ക് എടുത്ത് ഓഫീസ് അങ്ങോട്ടുമാറ്റി. ചെറിയ അനിയത്തിയും അടുത്തുതന്നെയുണ്ട്. ഞങ്ങൾക്ക് അഞ്ച് പേർക്കുകൂടി 6 കുട്ടികൾ ഉണ്ട്, 4 പെൺകുട്ടികളും 2 ആൺകുട്ടികളും. അവർ വളരെ സ്വതന്ത്രരാണ്. ഹോം വർക്കിനെക്കുറിച്ചും പരാജയങ്ങളെക്കുറിച്ചും പരിഭ്രമിക്കണ്ട എന്ന് ഞങ്ങൾ അവരോട് പറയാറുണ്ട്. പക്ഷേ, അവരത് വകവയ്ക്കാറില്ല. സഹപാഠികളുടെ സമ്മർദ്ദത്തിലാണവർ. കുട്ടികളൊക്കെ വലുതായി. ഒരാൾ ഡോക്ടറേറ്റ് എടുത്തു. ഒരാൾ ദന്തിസ്റ്റ് ആണ്.

അച്ഛനും അമ്മയും സർക്കാർ ജീവനക്കാരായിരുന്നു. അച്ഛൻ സർവ്വേ ഓഫ് ഇന്ത്യയിൽ ആയിരുന്നു. അതിനാൽ ധാരാളം യാത്ര ചെയ്യേണ്ടിവന്നിട്ടുണ്ട്. മസൂരിയിൽനിന്ന് ഡറാഡൂണിലേക്ക്, പിന്നെ മൗണ്ട് അബു.

അവിടെയാണ് ഞാൻ ജനിച്ചത്. അമ്മ കേന്ദ്രീയ വിദ്യാലയത്തിൽ ആയിരുന്നു. അവരും പലയിടത്തും ജോലി നോക്കിയിട്ടുണ്ട്. പിന്നെയാണ് ജയ്പൂരിലെത്തിയത്. അമ്മയ്ക്ക് നേരത്തെ സ്കൂളിൽ പോണം. അതിനാൽ ആരെങ്കിലുമൊക്കെ പാചകം ചെയ്യും. അച്ഛൻ പരമ്പരാഗത രീതിയിലെ അച്ഛനായിരുന്നു. ഞങ്ങൾക്ക് അച്ഛനെ ഭയമായിരുന്നു. അമ്മ എന്നും അമ്മയായിരുന്നു. നമുക്കവരോട് കയർക്കാം അവഗണിക്കാം. പക്ഷേ, പിന്നീട് ഫെമിനിസത്തിലേക്കു വന്നപ്പോഴാണ് അവരെ ബഹുമാനിക്കാൻ ഞാൻ പഠിച്ചത്. അതുവരെ എല്ലാ കാര്യങ്ങളും അച്ഛനുമായി മാത്രമാണ് ഞാൻ ചർച്ച ചെയ്തിരുന്നത്.

സംഗീതം എനിക്കു വളരെ ഇഷ്ടമായിരുന്നു. പിയാനോ പഠിപ്പിച്ചിരുന്ന സിസ്റ്റർ എന്നെ നല്ലപോലെ സ്വാധീനിച്ചിട്ടുണ്ട്. അമ്മ നന്നായി പാടുമായിരുന്നു. ഞാൻ വായ്പാട്ട് പഠിച്ചിട്ടുണ്ട്. പ്രസ്ഥാനത്തിൽ വന്നതോടെ എന്റെ സ്വരം നഷ്ടപ്പെട്ടു. എനിക്കതിൽ ദുഃഖമുണ്ട്.

എന്റെ സ്കൂൾ പ്രിൻസിപ്പൽ ആയ സിസ്റ്റർ ബെനഡിക് ആണ്; പൊതുവിടങ്ങൾ സ്ത്രീകൾക്കും അവകാശപ്പെട്ടതാണ് എന്ന തോന്നൽ ആദ്യം ഉണ്ടാക്കിത്തന്നത്. തർവ്വേ കോളേജിന്റെ പ്രിൻസിപ്പളിന്റെ ഉപദേശക ആയിരുന്നു മിസ് പ്രഭു. അവരും പ്രിൻസിപ്പലുമാണ് കോളേജ് നയിച്ചിരുന്നത്. അവർ ജയ്പ്പൂരിലെ സ്ത്രീകളുടെ വിദ്യാഭ്യാസത്തിനായി ഏറെ കാര്യങ്ങൾ ചെയ്തു. യൗവനം കഴിഞ്ഞവരായിരുന്നെങ്കിലും വളരെ ഉത്സാഹഭരിതരായിരുന്നു. മിസ് പ്രഭുവാണ് എന്നെ നാടകരംഗത്തേക്ക് കൊണ്ടു

വന്നത്.

ശാരദ ജയിൻ, അരുണ റോയ്, സുസ്മിത ബാനർജി സ്വാധീനിച്ചവരുടെ പട്ടിക നീളുകയാണ്. ശാരദാ ജയിന്റെ കോളേജിൽ ഞാൻ പഠിച്ചിരുന്നു. കോളേജിൽ ആദ്യവർഷം പഠിക്കുമ്പോഴാണ് ഞാൻ അരുണാ റോയിയെ കണ്ടുമുട്ടുന്നത്. ഞാൻ അവരുടെ തലോണിയ സംഘത്തിൽ ചേർന്നു പ്രവർത്തിച്ചിരുന്നു. പിന്നീട് ശാരദ ജെയിന്റെ സ്ഥാപനത്തിൽ ചേർന്നു.

പിന്നെ എന്നെ സ്വാധീനിച്ച ഒരുപാട് തൊഴിലാളി സ്ത്രീകൾ ഉണ്ട്. പിന്നെ എന്റെ രക്ഷാകർത്താക്കൾ. അവർ ഞങ്ങളുടെ അഭിപ്രായങ്ങൾ തുറന്നുപറയാൻ ധാരാളം അവസരങ്ങൾ തന്നിരുന്നു. മിസ്സിസ് ഉനിത എന്ന എന്റെ സുഹൃത്തിന്റെ അമ്മ. മിസ് പ്രഭുവാണ് PUCL ൽ ചേരാൻ എന്നെ പ്രേരിപ്പിച്ചത്. അവർ റിട്ടയർ ചെയ്തശേഷം PUCL രാജസ്ഥാൻ സെക്രട്ടറിയായിരുന്നു

മറാനി ഗായത്രിദേവി പബ്ലിക് സ്കൂളിലാണ് ഞാൻ പഠിച്ചത്. മൗണ്ട് ആബും ഹിൽ സ്റ്റേഷൻ ആകയാൽ ഒരു മെട്രോ സ്വഭാവം ഉണ്ടായിരുന്നു. എങ്കിലും ഫ്യൂഡൽ മൂല്യങ്ങൾ കൈമാറിയിരുന്നു. രാജകുടുംബത്തെപ്പറ്റിയും രാജസ്ഥാൻ സംസ്കാരത്തെപ്പറ്റിയുമൊക്ക ഏറെ പഠിച്ചിരുന്നു.

കോളേജ് പഠനം കഴിഞ്ഞ് പൊതുപ്രവർത്തനത്തിലേക്ക് വന്നപ്പോഴാണ് ഞാൻ രാജസ്ഥാനെ മനസ്സിലാക്കുന്നത്. ഒരു വികസന പരിപാടിയിൽ പ്രവർത്തിച്ചുകൊണ്ടിരിക്കെ കണ്ടുമുട്ടിയ സ്ത്രീകളാണ് സത്യത്തിൽ എന്നെ പലതും പഠിപ്പിച്ചത്. സ്ത്രീകൾക്ക് ഇടം ഉണ്ടാക്കിക്കൊടുക്കുന്ന അവരെ ശാക്തീകരിക്കുന്ന ഒരു പദ്ധതിയായിരുന്നു അത്. 1984 ലാണ് ഈ പ്രവർത്തനത്തിൽ ഞാൻ ഏർപ്പെടുന്നത്. അതിലൂടെയാണ് ഞാൻ ശരിക്കും രാജസ്ഥാനെ കണ്ടെത്തിയത്. രാജസ്ഥാന്റെ ശക്തി, ദൗർബല്യം ഫ്യൂഡൽ സംസ്കാരം, സ്ത്രീകളുടെ മേലുള്ള സമ്മർദ്ദങ്ങൾ, അതിഭീകരമായ ജാതിവ്യവസ്ഥ എന്നിവയെല്ലാം സംഘപ്രവർത്തനത്തിലൂടെ ഞാൻ തൊട്ടറിഞ്ഞു. പുറത്തുള്ളവർ രാജസ്ഥാനെ എങ്ങനെ മനസ്സിലാക്കുന്നു എന്നറിയില്ല.

രൂപ് കൻവറിന്റെ സംഭവം രാജസ്ഥാൻ ചരിത്രത്തിൽ ഒരു നാഴികക്കല്ലാണ്. 1984 മുതൽ ശക്തമായ പ്രക്ഷോഭം നടന്നു. 1984 നു മുമ്പും പ്രതിരോധപ്രവർത്തനങ്ങൾ നടന്നിരുന്നു. സഞ്ജിത് റോയും രാജസ്ഥാൻ സംസ്ഥാന ഗവൺമെന്റും തമ്മിലുള്ള വ്യവഹാരം ഒരു പൊതുതാല്പര്യഹർജിയുടെ പുറത്തായിരുന്നു. അതു നടന്നു വരുന്നുണ്ടായിരുന്നു. അരുണറോയ് ആണ് അതിനു പ്രേരിപ്പിച്ചത്. ഞങ്ങൾ അവരെ സ്ഥിരമായി ചെന്ന് കണ്ട് സംസാരിക്കുമായിരുന്നു. ഞാനന്ന് കോളേജിൽ പഠിക്കുകയാണ്. 1985 കാലഘട്ടത്തിൽ സ്ത്രീകളുടെ സംഘങ്ങൾ ബലാത്സംഗം മുതലായ പ്രശ്നങ്ങളിൽ ഇടപെട്ടിരുന്നു. 1985 ൽ നൈറോബിയിൽ ഒരു ദശാബ്ദസമ്മേളനം നടന്നു. അരുണറോയ്ക്ക് അവിടെ പോകാനുള്ള

ക്ഷണം കിട്ടി. അരുണാറോയ് ചോദിച്ചു. 'ഞാൻ പോകുകയാണെങ്കിൽ എനിക്ക് ഒറ്റയ്ക്ക് ആ അനുഭവം കിട്ടും. എന്തുകൊണ്ട് നമുക്കെല്ലാവർക്കും കൂടി ഈ സന്ദർഭം ആഘോഷിച്ചുകൂടാ?' അങ്ങനെ 1985 ൽ രാജസ്ഥാനിൽ വലിയൊരു മേള സംഘടിപ്പിച്ചു. ആയിരക്കണക്കിനു സ്ത്രീകൾ മേളയിൽ പങ്കെടുത്തു. അതിലൂടെ സാധാരണ സ്ത്രീകളുമായി എങ്ങനെ സംവദിക്കാമെന്ന് ഞങ്ങൾ പഠിച്ചു. സ്ത്രീകളും കൂലി, തൊഴിൽ പ്രശ്നങ്ങൾ എന്നിവയൊക്കെ ഞങ്ങൾ പഠിച്ചു. ധാരാളം സഞ്ചരിച്ചു. ഞങ്ങളുടെ സ്വപ്നങ്ങളും ദൗർബല്യങ്ങളും ഞങ്ങൾ കണ്ടെത്തി. ഞങ്ങളുടെ പ്രതീക്ഷകളും.

രാജസ്ഥാനിൽ മുമ്പും സതി നടന്നിട്ടുണ്ട്. അത് ഫീച്ചറായി പത്രങ്ങളിൽ വന്നത് ഞാൻ ഓർക്കുന്നു. അന്ന് അതിനെക്കുറിച്ച് എനിക്ക് കൂടുതലായൊന്നും അറിയാമായിരുന്നില്ല. 1987 ലാണ് ഒരു സ്ത്രീയെ ജീവനോടെ ദഹിപ്പിച്ചതായി ഞങ്ങൾ അറിഞ്ഞത്. ഞങ്ങൾ കുറച്ചുപേർ പ്രതിഷേധമുയർത്തി. പിന്നീട് പ്രതിഷേധക്കാരുടെ അംഗസംഖ്യ കൂടി. 150 പോരാളമായി. ഞങ്ങൾ ഹിന്ദുധർമ്മത്തെ മലീമസമാക്കുകയാണ് എന്ന് രജപുത്തർ സമുദായവും ഹിന്ദുസംരക്ഷണവേദിയും ശങ്കരാചാര്യസാധുസമിതിയും പറഞ്ഞു. ജാതി, മതം, അന്തസ്സ്, സ്വത്വബോധം എന്നിവയൊക്കെ ചർച്ചയാക്കി. സതിയെക്കുറിച്ചുള്ള ചർച്ചകൾ സ്ത്രീയുടെ അന്തസ്സ്, സ്വത്വബോധം എന്നിവയിലേക്ക് കൊണ്ടുവരാൻ ഞങ്ങൾക്ക് സാധിച്ചു. ഒരുസ്ത്രീയുടെ സ്വത്വം എന്താണ്? അവൾ ഒരു രജപുത്രിസ്ത്രീ ആണ് എന്നതാണോ? ഭർത്താവ് മരിച്ചാൽ സ്വയം ചിതയിൽ അമരേണ്ടതാണോ അവളുടെ ജീവിതം? എന്താണ് സ്ത്രീയുടെ അന്തസ്സ്? ഈ രക്തസാക്ഷിത്വത്തിലൂടെ ചില ബിംബങ്ങളെ സൃഷ്ടിച്ചെടുക്കുന്നു. രൂപ് കൻവർ ഒരു വിഗ്രഹമാക്കപ്പെട്ടു. സതി എന്നാൽ കൊലപാതകം ആണെന്നു ഞങ്ങൾ വാദിച്ചു. ഞങ്ങൾ സതി എന്ന ആശയത്തിനെതിരെ പ്രചാരണം നടത്തി. 1987 ആയപ്പോഴേക്കും ആയിരക്കണക്കിനു സ്ത്രീകൾ സതിക്കെതിരായി തെരുവിൽ ഇറങ്ങി. ഇതേസമയം ഹിന്ദുസംഘടനകൾ ഹിന്ദുമതം സംരക്ഷിക്കാനെന്ന പേരിൽ മറ്റൊരു റാലി നടത്തി. മന്ദിർ വഹീ ബനേഗ എന്നൊരു മുദ്രാവാക്യം ഉയർത്തി. അവർ അവിടെ ക്ഷേത്രം പണിതു. ഇതും അയോദ്ധ്യ പ്രശ്നവുമായി വളരെ ബന്ധം ഉണ്ട്. ഞങ്ങളത് അന്നേ പറഞ്ഞിരുന്നു. ഈ പോക്ക് ഇന്ത്യയുടെ മതേതരത്വത്തിന് ഭീഷണിയാണ് എന്ന്.

സതിയെ മഹത്വവല്ക്കരിക്കുന്നത് തടയണം എന്ന് ആവശ്യപ്പെട്ടുകൊണ്ട് ഞങ്ങൾ ആറുപേർ കോടതിയെ സമീപിച്ചു. 125 കൊല്ലം മുമ്പ് സതി നിരോധിച്ചതാണ്. ബ്രിട്ടീഷ് ഭരണകാലത്ത് ഉണ്ടാക്കിയ നിയമമാണ്. ബംഗാളിലാണ് അന്നത് നടന്നിരുന്നത്. ഇന്ന് ബംഗാൾ ഒരുപാട് മാറി. അവിടെ സതി ക്ഷേത്രമൊന്നും ഇല്ല. രാജസ്ഥാനിൽ അതുണ്ടായി. ഈ മഹത്വവല്ക്കരണത്തെ ഞങ്ങൾ എതിർത്തു. അവർ ചുനരിമഹോത്സവം നടത്താൻ ശ്രമിച്ചു. അതും ഞങ്ങൾ തടഞ്ഞു.

ഒരു സ്ത്രീ സതി അനുഷ്ഠിച്ചാൽ പന്ത്രണ്ടോ പതിമൂന്നോ ദിവസം കഴിയുമ്പോൾ പെൺകുട്ടിയുടെ വീട്ടുകാർ ചുനരി (വിവാഹസമയത്ത് തലയിലിടുന്നത്) കൊണ്ടുവരുന്നു. ലക്ഷക്കണക്കിന് രൂപ ചെലവ് ചെയ്താണ് ഈ മഹോത്സവം നടത്തുന്നത്.

1984 നു ശേഷം ഒന്നുരണ്ടുതവണ സതി നടത്താൻ ഹിന്ദുസംരക്ഷണ സമിതി ശ്രമിച്ചെങ്കിലും പിന്നീട് സതി നടന്നിട്ടില്ല. മദ്ധ്യപ്രദേശിലും യു പിയിലും നടന്നെങ്കിലും രാജസ്ഥാനിൽ നടന്നിട്ടില്ല. 87 ലെ കേസ് ഞങ്ങൾ വിജയിച്ചു. സതിയെ മഹത്വവല്ക്കരിക്കുന്നതിനെ കോടതി നിരോധിച്ചു. ക്ഷേത്രം പണി നടന്നില്ല.

ഇതെല്ലാം സൂചനകൾ മാത്രമാണെന്ന് ഞങ്ങൾ അന്നേ പറഞ്ഞു. മതം പൊതുജീവിതത്തിൽ ഇടപെടാൻ പോകുന്നതിന്റെ സൂചന മാത്രമാണത്. പിന്നീടാണ് മന്ദിർ പ്രശ്നമൊക്കെ വന്നത്. മണ്ഡൽ പ്രശ്നത്തിൽ ഒത്തുചേർന്നവർ മസ്ജിദ് പ്രശ്നത്തിലും ഒന്നായി. മതേതര സമൂഹം നിരന്തരം പ്രഹരമേറ്റുകൊണ്ടിരുന്നു. വലത്തോട്ടുള്ള ചായ്‌വ് കൂടി വരുന്നു. സതി അതിന്റെ ആദ്യപരീക്ഷണമായിരുന്നു. അതിലൂടെ വലതുപക്ഷ മൗലികവാദം ശക്തിപ്പെട്ടു. ബ്രാഹ്മണീയ മൂല്യങ്ങൾ വന്നു. ബോംബെ സ്ഫോടനവും ഇതുമായി ചേർത്തുവായിക്കേണ്ടതാണ്. അതോടെ സുരക്ഷാപ്രശ്നവും മുന്നോട്ടുവച്ചു.

സ്ത്രീസംഘടനാ പ്രവർത്തനമായാണ് ഞാൻ തുടങ്ങിയത്. എങ്കിലും പിന്നീട് മനുഷ്യാവകാശ പ്രസ്ഥാനത്തിൽ പ്രവർത്തിക്കാൻ തുടങ്ങി.

പി യു സി എല്ലിന് കൃത്യമായ രാഷ്ട്രീയമുണ്ട്, എന്നാൽ ഏതെങ്കിലും രാഷ്ട്രീയ പാർട്ടിയുമായി ബന്ധമില്ല. ഞാനൊരു രാഷ്ട്രീയപാർട്ടിയിലും അംഗമല്ല. പക്ഷേ, എനിക്ക് നല്ല രാഷ്ട്രീയബോധമുണ്ട്. സ്ത്രീസംഘടനകളിലും റൈറ്റ് ടു ഇൻഫർമേഷൻ പ്രവർത്തനങ്ങളിലും ഞാൻ സജീവമാണ്. ഭരണകൂടത്തിന്റെ അധികാരപ്രയോഗങ്ങളിൽ പ്രതിഷേധിക്കുന്ന പ്രവർത്തനങ്ങളിൽ ഏർപ്പെടുന്നു.

1980 കളിൽ നടന്നത്ര പ്രസ്ഥാനങ്ങൾ 90 കളിൽ പ്രവർത്തിക്കുന്നില്ല. സ്ത്രീവികസന കാഴ്ചപ്പാടിനെ എല്ലാവരും അക്കാലത്ത് ചോദ്യം ചെയ്തു. ഇത് സ്ത്രീകളെ കൂടുതൽ പാർശ്വവല്ക്കരിക്കാനേ ഉപകരിക്കൂ. സ്ത്രീകളെ മാത്രമല്ല ദളിതരെ, മറ്റ് ദുർബ്ബല വിഭാഗങ്ങളെയെല്ലാം.

മേധപട്കർ ഡാമിനെതിരായി സമരം തുടങ്ങിയപ്പോൾ ഞങ്ങൾ ഹർഡു ഗ്രാമത്തിൽ പോയിരുന്നു. ഡാം വന്നാൽ ആദ്യം മുങ്ങിപ്പോകുന്ന ഗ്രാമമാണ് അത്. ഇപ്പോഴും അവിടെ സമരം നടക്കുന്നു. 1988 ൽ രാജസ്ഥാനിൽനിന്ന് നൂറുകണക്കിന് ആളുകൾ അവിടെ പോയി. ഒരു ഡാം ആയിരക്കണക്കിനു ഹെക്ടർ ഭൂമിയെ മുക്കിക്കളയുന്നു. വനഭൂമി നശിപ്പിക്കുന്നു. വിലപ്പെട്ട സംസ്കാരത്തെ നശിപ്പിക്കുന്നു. ഇത് ഗൗരവമുള്ളതാണ്.

1988 ൽ തന്നെ നർമ്മദാ വാലി നടക്കുമ്പോൾ രാജസ്ഥാനിൽ

എന്താണ് നടന്നത്. ഇന്ദിരാഗാന്ധി നെഹ്റു വാട്ടർ പ്രോജക്ടിലൂടെ പാകിസ്ഥാനിലേക്ക് വെള്ളം കൊണ്ടുപോകുന്ന കനാൽ നിർമ്മിച്ചു. അത് മരുഭൂമിയിൽ വെള്ളം കൊണ്ടെത്തിച്ചു. അതിന്റെ ഫലമായി പരമ്പരാഗത കൃഷിരീതിക്ക് എന്തു സംഭവിക്കുന്നു? കൃഷിക്ക്/ സംസ്കാരത്തിന്/ സ്ത്രീജീവിതത്തിന്/ പരിസ്ഥിതിക്ക് എന്തു സംഭവിക്കുന്നു എന്ന് ഞങ്ങൾ പരിശോധിച്ചു. വെള്ളക്കെട്ട് ഒരു മുഖ പ്രശ്നമായി കണ്ടു.

വരൾച്ച സ്ത്രീകളെയാണ് ഗുരുതരമായി ബാധിക്കുന്നത്. ഭക്ഷണം, കാലിത്തീറ്റ, ഇന്ധനം ഇത് ഇന്നും സ്ത്രീകളുടെ മാത്രം പ്രശ്നമാണ്.

മന്ദിർ പ്രശ്നത്തോടെ ഇന്ത്യയുടെ മതേതരത്വത്തിന് വലിയ ഇടിവ് സംഭവിച്ചു. ഇതേ കാലത്തുതന്നെയാണ് ഉദാരവല്ക്കരണവും കടന്നുവന്നത്. ആഗോളമൂലധനത്തെ ശക്തമാക്കാനായി കോടിക്കണക്കിനു ഇന്ത്യക്കാർ വില നല്കുകയാണ്. ഇക്കാലത്ത് തന്നെയാണ് പുതിയ സുരക്ഷാ നിയമങ്ങൾ വരുന്നതും. 1984 ലെ സിഖു കലാപത്തിനു ശേഷം വന്ന എം ഐ എസ് എ ഇന്ദിരാഗാന്ധിയുടെ കാലത്ത് തന്നെയുണ്ട്. ബോംബെ സ്ഫോടനത്തിനുശേഷം TADA. രാജസ്ഥാനിലെ ഒരുപാട് ചെറുപ്പക്കാർ TADA നിയമം മൂലം ജയിലിൽ അടയ്ക്കപ്പെട്ടു.

ഇന്ദിരാഗാന്ധി വധത്തിനു ശേഷം 3000 സിഖുകാർ വധിക്കപ്പെട്ടു. പഞ്ചാബിലെ സാധാരണ സിഖുകാരെ വധിച്ചുകൊണ്ടാണ് ഖാലിസ്ഥാൻ എന്ന ആ സായുധ പ്രസ്ഥാനത്തെ അമർച്ച ചെയ്തത്. TADA പ്രധാനമായും മുസ്ലീങ്ങൾക്കും സിഖുകാർക്കും എതിരെയാണ് പ്രയോഗിച്ചത്. കുറേ ആളുകളെ അറസ്റ്റു ചെയ്തെങ്കിലും 250 കേസുകൾ മാത്രമാണ് TADA കമ്മിറ്റി അംഗീകരിച്ചത്. അതിൽ 249 മുസ്ലീങ്ങളും ഒരാൾ സിഖുമായിരുന്നു. ഈ നിയമങ്ങൾ ഒക്കെ ആർക്കെതിരെയാണ് പ്രയോഗിക്കുന്നതെന്ന് എല്ലാവർക്കും വ്യക്തമായി മനസ്സിലായി. വിഭവങ്ങൾക്കുമേൽ സർക്കാരിന്റെ കൈകടത്തലിനെതിരെ ചോദ്യം ചെയ്തവർക്കെതിരെയാണ് കഴിഞ്ഞ ഒരു ദശകമായി ഈ നിയമങ്ങൾ എല്ലാം പ്രയോഗിക്കപ്പെടുന്നത്. കഴിഞ്ഞ ആറു വർഷമായി ഇങ്ങനെ വെല്ലുവിളിക്കുന്നതിനെയെല്ലാം മാവോയിസം എന്നുപറയുന്നു. സെപ്തംബർ 11 നു ശേഷം എല്ലാം ഭീകരവാദികളാണ്. അമ്പതിലേറെ പ്രത്യേക നിയമങ്ങൾ ഉണ്ട്. കാശ്മീരിൽ, മദ്ധ്യപ്രദേശിൽ ഒക്കെ പ്രത്യേക നിയമങ്ങൾ ഉണ്ട്. ഇവയൊക്കെ ജനതയുടെ പൗരാവകാശത്തെ വെല്ലുവിളിക്കുന്നു. ഞങ്ങൾ ഇതിനെതിരെ സമരം ചെയ്യുന്നു.

ഇന്ത്യൻ ഭരണകൂടവുമായി, ഭരണകൂടത്തിന്റെ സാമ്പത്തിക നയങ്ങൾക്കെതിരെ പ്രതികരിച്ചാൽ നിങ്ങൾക്കെതിരെ രാജ്യദ്രോഹ കുറ്റം ചുമത്താം.

വടക്കേ ഇന്ത്യയിൽ പൊതു ഇടങ്ങളിൽ സ്ത്രീ ശരീരം ആക്രമിക്കപ്പെടുന്നു. ലൈംഗികമായി പീഡിപ്പിക്കുന്നു. ഇന്ന് ശക്തരായ സ്ത്രീകളെക്കുറിച്ച് അവർ അത്ഭുതപ്പെടുന്നു. എവിടന്നാണ് ഈ ശക്തി വരുന്നത്. പൊതുപ്രവർത്തനത്തിൽ ഇടപെടുന്നവർ ഒന്നുകിൽ വേശ്യകളാണ്

അല്ലെങ്കിൽ പെൺവാണിഭസംഘത്തിൽ പെടുന്നവരാണ്. സ്ത്രീകൾ സ്വയം തിരിച്ചറിയും എന്നതൊന്നും അവർക്ക് അറിയില്ല. ഇപ്പോ സ്ത്രീയുടെ ലൈംഗിക സ്വഭാവത്തെക്കുറിച്ച് ധാരാളം ചർച്ച ചെയ്യുന്നു. ഞാൻ ഒരു പുരുഷനുമൊത്ത് പരസ്യമായി ജീവിക്കുന്നു. എനിക്ക് വിവാഹത്തിനോട് താല്പര്യമില്ല. മറ്റൊരാൾ വിവാഹം ചെയ്യുകയാണെങ്കിൽ അതിൽ പങ്കെടുക്കാറുണ്ട്. ആ തീരുമാനത്തേയും ബഹുമാനിക്കുന്നു. പക്ഷേ, എന്റെ തീരുമാനം ഇതാണ്, പരമ്പരാഗത രീതിയിലുള്ള വിവാഹത്തെയും ബന്ധങ്ങളെയും ഞങ്ങൾ ചോദ്യം ചെയ്യുന്നു. ഒരു പുരുഷനുമായി 16 കൊല്ലമായി വിവാഹം കഴിക്കാതെ ഒരുമിച്ച് ജീവിക്കുന്നു. അതുകൊണ്ട് നിങ്ങളുടെ അന്തസ്സിന് ഒരു കുറവും വരുന്നില്ല. ഞാൻ പൊതുപ്രവർത്തനത്തിൽ ഇറങ്ങിയതിനെ ആരും തടഞ്ഞിട്ടില്ല. എന്തെങ്കിലുമൊക്കെ പറഞ്ഞിട്ടുണ്ടാവും. അതെന്നെ ബാധിക്കുന്നില്ല. വളരെ പുരുഷമേധാവിത്വപരവും മുതലാളിത്തവും നിറഞ്ഞ രാജസ്ഥാൻ സമൂഹത്തിൽ നല്ല ചലനമുണ്ടാക്കാൻ ഞങ്ങൾക്കു കഴിഞ്ഞിട്ടുണ്ട്. സ്ത്രീയുടെ ശബ്ദം കേൾക്കാൻ തുടങ്ങിയിട്ടുണ്ട്. നിങ്ങൾ ശക്തയാണെങ്കിൽ ബാക്കി ശബ്ദങ്ങൾ എല്ലാം നിശ്ശബ്ദമാകും.

ഭവ്രിദേവിയുടെ സംഭവം എടുക്കാം. മുമ്പും ഇത്തരം സംഭവങ്ങൾ, കേസുകൾ നടന്നിട്ടുണ്ട്. പക്ഷേ, ഭവ്രിയുടെ കേസ് വളരെ പരസ്യമാക്കപ്പെട്ടതായിരുന്നു. ഒരു സ്ത്രീ ബലാത്സംഗം ചെയ്യപ്പെട്ടപ്പോൾ കോടതിയടക്കം എല്ലാവരും അവരെ എന്തുകൊണ്ട് നുണച്ചി എന്നു വിളിച്ചു. എല്ലാവരും സംഭവസ്ഥലത്ത് ഉണ്ടായപോലെയാണ് സംസാരിക്കുന്നത്. ഇന്നും അവർക്ക് നീതി കിട്ടിയിട്ടില്ല. അവർക്ക് നീതി ലഭിച്ചത് ജനങ്ങളിൽനിന്നാണ്. ജനങ്ങൾ അവരെ വിശ്വസിക്കുന്നു. ബഹുമാനിക്കുന്നു. അവരിന്ന് കരുത്താർജ്ജിച്ച് ബാലാത്സംഗത്തിനെതിരെ പോരാട്ടം നടത്തിക്കൊണ്ടിരിക്കയാണ്. ഭവ്രിക്ക് ഗ്രാമത്തിന്റെയും സംസ്ഥാനത്തിന്റെയും ബഹുമാനമുണ്ട് എന്ന് ഞങ്ങൾ പ്രഖ്യാപിച്ചു. ഇന്ത്യയുടെ ബഹുമാനവും പേറിക്കൊണ്ട് അവർ ബീജിങ്ങിൽ പോയി.

ദുരഭിമാനഹത്യയുടെ കാര്യത്തിലും ഇതുതന്നെയാണ് ഞങ്ങൾക്ക് പറയാനുള്ളത്. എന്താണ് അഭിമാനം? എന്താണ് അപമാനം? ഒരുവൾ തനിക്ക് ഇഷ്ടപ്പെട്ട ഒരാളെ വിവാഹം കഴിച്ചാൽ അഭിമാനം നഷ്ടമാകുമോ? ബലാത്സംഗം ചെയ്യപ്പെട്ടാലോ? അഭിമാനത്തിന്റെ അളവുകോൽ സ്ത്രീയുടെ ശരീരമാണോ? ഒരേ ഒരു കാരണം സ്ത്രീയുടെ ലൈംഗികതയാണ്. സ്ത്രീകളുടെ ലൈംഗിക ആവശ്യങ്ങളെ നിയന്ത്രിക്കുന്നത് പുരുഷന്മാരാണ്. പൊലീസ്, കോടതി, ഭരണക്രമം ഇവരെല്ലാം പരമ്പരാഗത രീതിയിലാണ് ചിന്തിക്കുന്നത്. അവർ ഇന്ത്യൻ ഭരണഘടനയെക്കുറിച്ച് ചിന്തിക്കുന്നില്ല. സതി നിർവ്വഹിക്കുമ്പോൾ ന്യായം അവൾ സ്വയം സന്നദ്ധയായി ചെയ്യുന്നതാണ് എന്നാണ്. എന്നാൽ സ്ത്രീ സ്വയം സന്നദ്ധയായി വിവാഹത്തിൽ ഏർപ്പെടുമ്പോൾ തടയുന്നു. സ്ത്രീ ശരീരത്തെ ചുറ്റിപ്പറ്റി നടക്കുന്ന ഈ ചർച്ച മുഴുവൻ ഇന്ത്യൻ ഭരണകൂടത്തിന്റെയും

ഇന്ത്യൻ പുരുഷാധിപത്യത്തിന്റെയും കേന്ദ്ര ബിന്ദുവാണ്. ഒരു മനുഷ്യാവകാശ സംരക്ഷണ പ്രവർത്തക, രാഷ്ട്രീയ പ്രവർത്തക എന്ന നിലയിൽ ഭരണകൂടത്തിന്റെ പുരുഷാധിപത്യപ്രവണത മനസ്സിലാക്കുകയും എങ്ങനെ കൂടുതൽ നിഷ്ഠുരമാകുന്നു എന്ന് ജനങ്ങളെ മനസ്സിലാക്കുകയും ചെയ്യുക എന്നതാണ്. ഭരണകൂടവുമായുള്ള വ്യവഹാരത്തിലൂടെ അതിനെ കൂടുതൽ ഉത്തരവാദിത്വമുള്ളതാക്കി തീർക്കുക. ഉത്തരം പറയാൻ ബാദ്ധ്യസ്ഥരാക്കുക എന്നതാണ് ഞങ്ങൾ ചെയ്യുന്നത്. വൈവിദ്ധ്യത്തെ നിലനിർത്തുക, ബഹുത്വമാർന്ന സ്വരങ്ങളുടെ അവകാശങ്ങൾ പരിരക്ഷിക്കുക - ഇതിനൊക്കെ ശ്രമിക്കുന്നു. ഇന്ത്യൻ മനസ്സ് വിചിത്രമാണ്. ഒരാളെ കൊല്ലാൻ കടുത്ത ഒരു നിയമമൊന്നും ആവശ്യമില്ല. ഒരാളെ അറസ്റ്റ് ചെയ്യാൻ വലിയ വിഷമമില്ല. ചെറിയ സംശയം മതി. ഈ പോരാട്ടം കൂടുതൽ കഠിനമായി വരുന്നു.

ഒരു ഫെമിനിസ്റ്റ് എന്നതിനേക്കാൾ പി യു സി എൻ പ്രവർത്തക എന്ന രീതിയിലാണ് അറിയപ്പെടുന്നത്. കാരണം ഭീകരവാദം, മാവോയിസം ഇതെല്ലാം മദ്ധ്യവർഗ്ഗത്തിന്റെ ശ്രദ്ധപതിഞ്ഞ വിഷയങ്ങളാണ്. ഞങ്ങൾക്ക് ഭീകരവാദികളോട് ആഭിമുഖ്യമുണ്ട്. മാവോ അനുഭാവം ഉണ്ട് എന്ന ആക്ഷേപം ഉണ്ട്. ഞങ്ങൾ ഒരു രാഷ്ട്രീയ സംഘടനയല്ല. ചെറിയ സംഘടനയല്ല. പക്ഷേ, മനുഷ്യാവകാശം നേടിയെടുക്കാൻ നിയമപോരാട്ടം നടത്താൻ ഞങ്ങൾക്ക് കഴിയും. സംഘടനയുടെ അടിത്തറ എങ്ങനെ വിപുലമാക്കാം എന്നത് ഞങ്ങളുടെ വലിയ വെല്ലുവിളിയാണ്. സാമൂഹിക, സാമ്പത്തിക, സാംസ്കാരിക പ്രശ്നങ്ങൾ എങ്ങനെ കൈകാര്യം ചെയ്യണം എന്നത് ഇന്നും ഞങ്ങൾക്ക് പ്രശ്നമാണ്.

ഇന്ന് ജീവിതപ്രാരാബ്ദങ്ങൾക്കിടയിൽ ആളുകൾക്ക് ഒന്നിനും സമയമില്ല. ഞങ്ങളുടെ സുഹൃത്ത് ബിനായക്കിനെ ജയിലിലടച്ചപ്പോൾ വല്ലാത്ത വിഷമം തോന്നിയിട്ടുണ്ട്. ഒരു കുടുംബത്തെയാകെ നശിപ്പിക്കുന്ന ഒട്ടേറെ സംഭവങ്ങൾ ഉണ്ടായിട്ടുണ്ട്. ഇതിനെയൊന്നും വെല്ലുവിളിക്കാൻ നമുക്ക് കഴിയുന്നില്ല. നമ്മൾ പലപ്പോഴും നിസ്സഹായരാണ്.

സമയത്തിന് കാര്യം നടക്കാതെ വരുമ്പോൾ എനിക്ക് ദേഷ്യം വരും. ഇന്ന് കാര്യങ്ങൾ മിന്നൽവേഗത്തിലാണ് നടക്കുന്നത്. അതേ വേഗതയിൽ എന്റെ സഹപ്രവർത്തകരും പോകണമെന്ന് ഞാൻ ശഠിക്കുന്നത് ശരിയല്ലല്ലോ. ഞാൻ ഒരുപാട് കരയും ചിരിക്കും ദേഷ്യപ്പെടും. ഒരുകാലത്ത് സഹപ്രവർത്തകർക്ക് എന്നെ ഭയമായിരുന്നു."

അനീതിക്കെതിരെ പോരാടാനായി വിപ്ലവവീര്യം കരുതി വച്ചുകൊണ്ട് കവിത ഒരു പുഞ്ചിരിയോടെ ഞങ്ങളെ യാത്രയാക്കി. നീതി നിഷേധിക്കപ്പെടുന്നവരുടെ വക്താവായി കവിത ഇന്ത്യൻ പൊതുമണ്ഡലത്തിൽ നിറഞ്ഞുനില്ക്കുമെന്ന് ഉറപ്പുണ്ട്. അധികാരദുർവ്വിനിയോഗത്തിന്റെ വർത്തമാനകാലഘട്ടത്തിൽ കവിതയെപ്പോലുള്ളവർ സാധാരണക്കാർക്ക് വഴിവെളിച്ചങ്ങളാണ്.

www.ingramcontent.com/pod-product-compliance
Lightning Source LLC
LaVergne TN
LVHW060115051026
849517LV00007B/2306
* 9 7 8 9 3 9 0 3 0 1 7 0 6 *